ஆளுமைகளின் பேச்சுகள் மறுபேச்சுகள்
நேர்காணல்கள்

ந.முருகேசபாண்டியன்

டிஸ்கவரி பப்ளிகேஷன்ஸ்
எண்: 9, பிளாட் எண்: 1080A, ரோஹிணி பிளாட்ஸ்,
முனுசாமி சாலை, கே.கே.நகர் மேற்கு,
சென்னை - 600 078. பேச: 99404 46650

வெளியீட்டு எண்: 0280

ஆளுமைகளின் பேச்சுகள், மறுபேச்சுகள்
(நேர்காணல்கள்)

ஆசிரியர்: **ந.முருகேசபாண்டியன்**©

AALUMAIKALIN PECHUKAL, MARUPECHUKAL
Author: **NA. MURUGASAPANDIYAN**©

Print in India
1ˢᵗ Edition: Jan - 2024
ISBN: 978-93-95285-87-2
Pages - 172

Publisher • *Sales Rights*

Discovery Publications	**Discovery Book Palace (P) Ltd**
No. 9, Plot,1080A, Rohini Flats, Munusamy Salai, K.K.Nagar West, Chennai - 78. Tamilnadu, India. Mobile: +91 99404 46650	No. 1055-B, Munusamy Salai, K.K.Nagar West, Chennai-600 078. Ph: (044) 4855 7525 Mobile: +91 87545 07070

discoverybookpalace@gmail.com / www.discoverybookpalace.com

இந்த நூலில் பிரசுரமாகியுள்ள எந்த ஒரு பகுதியையும் எழுத்துபூர்வமான முன்அனுமதி பெறாமல் எடுத்தாள்வதோ, மறுபிரசுரம் செய்வதோ, மொழியாக்கம் செய்வதோ, ஊடகங்களில் மறுபதிப்புச் செய்வதோ, காப்புரிமைச் சட்டப்படி தடை செய்யப்பட்டுள்ளது. இந்த நூலிலிருந்து சில பகுதிகளை மேற்கோள்காட்டி நூல்அறிமுகம் செய்யலாம்.

உங்கள் மொபைல் போனிலிருந்து ஸ்கேன் செய்து 'டிஸ்கவரி புக் பேலஸ்' மொபைல் ஆப்பை டவுன்லோடு செய்து, புத்தகங்களை வாங்குங்கள்.

Scan and download

ந.முருகேசபாண்டியன்

மதுரை மாவட்டம், சமயநல்லூர் கிராமத்தில் ஒரு வணிகக் குடும்பத்தில் 1957ஆம் ஆண்டு பிறந்தார். பள்ளிச் சிறுவனாக இருந்தபோது, புத்தகங்கள் வாசிப்பதில் இவருக்கு ஏற்பட்ட ஆர்வம், பதின்பருவத்தில் சிறுபத்திரிகை சார்ந்து மாறியது. தமிழ் இலக்கியத்தில் முதுகலைப் பட்டமும், நூலகம் தகவல் அறிவியல் துறையில் முனைவர் பட்டம் பெற்றுக் கல்லூரி நூலகராகப் பணியாற்றி ஓய்வுபெற்றுள்ள இவர், கடந்த இருபது ஆண்டுகளுக்கும் மேலாக இலக்கிய விமர்சனத்தளத்தில் தீவிரமாக இயங்கிவருகிறார். 'உயிரோசை' இணைய இதழில் எழுதிய 'கிராமத்து தெருக்களின் வழியே' பத்தி, தமிழரின் பண்பாட்டு ஆவணமாக விளங்குகிறது.

முதல் நூலான பிரதிகளின் ஊடே பயணம் 2003ஆம் ஆண்டின் சிறந்த ஆய்வு நூலாகச் சுடர் ஆய்வுப் பரிசு பெற்றது. தொலைக்காட்சி அரசியல் (உயிர் எழுத்து, 2012, செப்டம்பர்) கட்டுரை, 2012ஆம் ஆண்டின் சிறந்த கட்டுரையாகச் சின்னக்குத்தூசி அறக்கட்டளையால் தேர்ந்தெடுக்கப்பட்டு ரூ.10,000/ பரிசு பெற்றது. சென்னை, டிஸ்கவரி புக் பேலஸ் நிறுவனம் 2014 ஆம் ஆண்டின் சிறந்த விமர்சகராகத் தேர்ந்தெடுத்து விருது வழங்கியது. மறுவாசிப்பில் செவ்வியல் இலக்கியப் படைப்புகள் நூலை 2017ஆம் ஆண்டின் சிறந்த கட்டுரை நூலாகத் தமிழ்நாடு கலை இலக்கியப் பெருமன்றம் தேர்ந்தெடுத்துப் பரிசு வழங்கியுள்ளது. உரைநடைக்காக 2020ஆம் ஆண்டுக்கான கலைஞர் மு.கருணாநிதி பொற்கிழி விருது பெற்றுள்ளார்.

என்னுரை

யாருடனும் பேசாமல் மௌனமாகச் சில மணி நேரம் இருப்பது என்னைப் பொறுத்தவரையில் சாத்தியமில்லை. எல்லோருக்கும் கதைத்திட ஏதோ விஷயங்கள் இருக்கின்றன. எதுவும் பேசாமல் உரைந்து இருக்கிறவரை "என்ன ஊமைக் குரங்கு மாதிரி இருக்கிறான்" என்று என்னுடைய அன்னையார் சொல்வது வழக்கம். கடந்த காலத்தில் நினைவுகளின் வழியாகப் பயணிக்கிறவர்கள் பேசுகிற பேச்சுகள்தான் வரலாற்றுப் பதிவுகளாக மாறியுள்ளன. குழந்தை பிறந்தவுடனே அன்னை கொஞ்சுதல் என்ற பெயரில் குழந்தையுடன் பேசத் தொடங்குகிறார். பச்சிளம் குழந்தையும் பார்வை, சிணுங்கல், உடல் மொழி மூலம் தாயிடம் ஏதோ சொல்கிறது. அப்பொழுது தொடங்கிய பேச்சு, ஒருவரின் வாழ்நாள் முழுக்க முடிவற்று நீள்கிறது. அனுபவம் அல்லது பட்டறிவை அடுத்தத் தலைமுறைக்குக் கடத்துகிற பணியைப் பேச்சுகள் செய்கின்றன. பேச்சுகள், ஒருவரின் ஆளுமை உருவாக்கத்தில் முக்கிய இடம் வகிக்கின்றன. இன்னும் சொன்னால் திராவிட இயக்கத்தின் வளர்ச்சிக்குப் பேச்சுகள் பிம்புலமாக இருக்கின்றன. சமூக மாற்றத்தில் ஏதோ ஒருவகையில் சாதனை படைத்திட்டவர் நேர்காணலின்போது சொல்கிற கருத்துகள், வாசகரிடம் நுட்பமான அளவில் எதிர் வினையாற்றுகின்றன. எழுபதுகளில் சிறுபத்திரிகைகளில் வெளியான கலை இலக்கிய ஆளுமைகளின் நேர்காணல்கள், படைப்பாளரின் கருத்தியல் உலகிற்குள் பயணித்திட எனக்குத் தூண்டுகோலாக விளங்கின.

அறிவியிலாளர் ஸ்டீபன் ஹாக்கிங் பல்வேறு நேரங்களில் பலரின் கேள்விகளுக்கு அளித்த பதில்கள் தொகுக்கப்பட்டு 'ஆழமான கேள்விகள் அறிவார்ந்த பதில்கள்(2018)' என்ற தலைப்பில் நூலாக வெளியாகியுள்ளது. காலம், பிரபஞ்சம், கருந்துளை, விண்வெளி, வைரஸ் தொற்று, செயற்கை நுண்ணறிவு பற்றிய அவருடைய பதில்கள் பிரமிப்பை அளிக்கின்றன; அதேவேளையில் நாம் வாழும் உலகம், பிரபஞ்சம் பற்றி முடிவற்ற கேள்விகளை எழுப்புகின்றன.

எண்பதுகளின் தொடக்கத்தில் நண்பர் கோணங்கியின் வேண்டுதல் காரணமாக மதுரை நகரில் ப.சிங்காரத்தைச் சந்தித்து நேர்காணல் பற்றிச் சொன்னபோது அவர் வேண்டாமென்று மறுத்துவிட்டார். அப்புறம் அவரைச் சந்தித்த அனுபவத்தை நேர்காணல் போல எழுதி

வைத்திருந்தேன். தமிழினி பதிப்பகம்மூலம் வசந்தகுமார் 'புயலிலே ஒரு தோணி' நாவலை வெளியிட முயன்றபோது, ப.சிங்காரம் பற்றிய தகவல்களை என்னிடம் கேட்டார். அப்பொழுது ப.சிங்காரத்திடம் நேர்காணலுக்குச் சென்றபோது எதிர்கொண்ட அனுபவம் அடங்கிய பிரதியை வசந்தகுமாரிடம் கொடுத்தேன். அவருக்கு அந்த நேர்காணல் பிடித்துப்போனது. புயலிலே ஒரு தோணி நாவலின் தொடக்கத்தில் வெளியான ப.சிங்காரம் என்னுடன் பேசிய பேச்சுகள், நாவல் பற்றிய புதிய பேச்சுகளை இன்றைக்கும் உருவாக்கிக் கொண்டிருக்கின்றன.

நண்பர் சுதீர்செந்தில் ஆசிரியராகப் பிரசுரிக்கிற உயிர் எழுத்து பத்திரிகையில் வெளியிடுவதற்காக கலாப்ரியா, இறையன்பு, ஆகியோருடன் நேர்காணல் செய்தேன். புத்தகம் பேசுது பத்திரிகை ஆசிரியர் நாகராஜன் என்னிடம் கேட்டதன் விளைவுதான் பிரபஞ்சன் நேர்காணல். கவிஞர் மாலதி மைத்ரி வெளியிடும் அணங்கு பத்திரிகையில் நேர்காணல் வெளியிடுவதற்காக 2006ஆம்ஆண்டு கரகாட்டக் கலைஞர் பொன்னமராவதி கல்யாணியுடன் பேசினேன். சில ஆண்டுகளுக்கு முன்னர் எனது ஆசிரியர் பொறுப்பில் வெளியான நிலவெளி பத்திரிகைக்காகப் பேராசிரியர் தி.சு.நடராசன், கவிஞர் மனுஷ்யபுத்திரன், பத்திரிகையாளர் மணா, கானுயிர் நிழற்படக் கலைஞர் செந்தில்குமாரன் ஆகியோருடன் பேசிய பேச்சுகள் நேர்காணல்களாகப் பிரசுரமாயின.

யோசிக்கும்வேளையில் நிறைய விஷயங்கள் தற்செயலாக நடைபெறுகின்றன; பெரிய திட்டமிடல் எதுவுமில்லை. ஆளுமைகளின் பேச்சுகள் மறுபேச்சுகள் என்ற இந்த நூலும் அப்படியானதுதான். அதேவேளையில் இலக்கியம், பத்திரிகை, நாட்டுபுறக்கலை, கானுயிர் புகைப்படம் சார்ந்த வல்லுநர்களின் இன்னொரு பக்கத்தை அறிந்திட இந்த நேர்காணல்கள் உதவுகின்றன. நேர்காணல் அளித்த ஆளுமைகளுக்கும் நேர்காணல்களைப் பிரசுரித்த பத்திரிகை ஆசிரியர்களுக்கும் நன்றி.

நேர்காணல்கள் நூலை டிஸ்கவரி பதிப்பகம்மூலம் வெளியிடுகிற நண்பர் மு.வேடியப்பனுக்கு நன்றி

என் எழுத்துப் பணிக்குப் பின்புலமாக விளங்குகிற துணைவி உஷாவின் அன்பும் நட்பும் என்றும் தீராதது.

ந.முருகேசபாண்டியன்

மதுரை

9443861238

உள்ளே

1. ப.சிங்காரம் 09
2. தி.சு.நடராசன் 17
3. கலாப்ரியா 32
4. பிரபஞ்சன் 59
5. இறையன்பு 90
6. மனுஷ்யபுத்திரன் 104
7. மணா 119
8. பொன்னமராவதி கல்யாணி 144
9. செந்தில்குமாரன் 155

ப. சிங்காரம்

பெரிய கட்டடத்தின் மாடிப் படியேறும்போது இயந்திரங்களின் பேரிரைச்சல் காதைத் துளைத்தது. பெரிய அறையினுள் நுழைந்தேன். தூய வெள்ளாடை உடுத்திய கருத்து வாட்டசாட்டமான பெரியவர் எழுதிக்கொண்டிருந்தார். அவருடைய வழுக்கைத் தலை பளபளத்தது. சுவரையொட்டியிருந்த டெலிபிரிண்டர்கள் கடகடத்தன. அடுத்திருந்த பெரிய ஹாலில் ராட்சத அச்சு இயந்திரங்கள் இடைவிடாமல் இயங்கிக்கொண்டிருந்தன. கரடுமுரடான ஓசை. எங்கும் மிஷின் எண்ணெய் நெடியும் புழுக்க நாற்றமும். கசகசப்பான மனநிலை. 'திரும்பிப் போயிடலாம். அவரை இன்னொருக்க பார்க்கலாம்.' மனதின் ஊசலாட்டத்தையும் மீறி வெள்ளாடை உடுத்தியிருந்தார் பெரியவரிடம் கேட்டேன்.

"ஐயா... வணக்கம்... இங்க ப.சிங்காரங்கறது யாருங்க?"

"நான்தான். உட்காருங்க" மூக்கைத் தடவிக்கொண்டார். இறுக்கமான முகம். ஆழமான இடுங்கிய கண்கள். என்ன விஷயம் என்பதுபோல முகத்தை முன்னுக்குத் தள்ளி என்னை உற்றுப் பார்த்தார்.

"நான் உங்களோட புயலிலே ஒரு தோணி, கடலுக்கு அப்பால். ரெண்டு நாவல்களையும் படிச்சிருக்கேன்."

"அப்படியா?" வறட்சியுடன் மெல்லச் சிரித்தார். இப்ப அதுக்கென்ன? அது ஏதோ சம்பந்தமில்லாத விஷயம் என்பது போன்ற முகபாவனை.

அவரது நாவல்களைப் பற்றிய எனது அபிப்ராயங்களைக் கூறினேன். தமிழில் மிகவும் முக்கியமான நாவல், முதல் புலம்பெயர்ந்த நாவல்... இப்படிப் பாராட்டினேன்.

“நீங்க இப்படிச் சொல்றீங்க. அஞ்சாறு மாசத்துக்கு முந்தி கோணங்கின்னு ஒருத்தர் வந்து நாவலைப் பற்றிப் பேசிவிட்டுப் போனார். பத்து வருஷங்களுக்கு முந்தி பிரகாஷ்ங்றவர் திடீர்னு வந்து ரொம்பவும் பாராட்டிச் சென்னார். இன்னும் சில பேர் தேடிவந்து பாராட்டினாங்க. சுமார் ஐந்து வருஷங்களுக்கு முந்தி கி.ராஜநாராயணன்னு ஒருத்தர் புயலிலே ஒரு தோணி நாவலைப் பாராட்டிக் கடிதம் எழுதியிருந்தார், இவங்களைப் பத்தி உங்களுக்குத் தெரியுமா? எதுவும் பெரிசா எழுதியிருக்காங்களா?”

“நீங்க சொன்னவங்க எல்லாரும் எனக்கு நண்பர்கள். தமிழ் இலக்கியச், சிறுபத்திரிகைச் சூழலில் முக்கியமானவங்க” என்றேன். கொஞ்ச நேரம் விசித்திரமாக எனது முகத்தைப் பார்த்தார். “அப்படிங்களா. கி.ராஜநாராயணன் மூலம் எனது நாவலைப் பற்றிக் கேள்விப்பட்ட சிட்டி, சிவபாதசுந்தரம்னு ரெண்டு பேர் வந்து நாவலைப் பற்றி ரொம்ப உயர்வாகப் பேசினார்கள். சென்னையில கொண்டுபோய் *Original version*-க்கு நல்ல பதிப்புக்கொண்டு வாரோம்னு என்னிடமிருந்த ஒரே பிரதியையும் வாங்கிட்டுப் போனாங்க. பல வருஷமாச்சு. இன்னம் ஒரு பதிலயும் காணாம்” எவ்வித ஈடுபாடும் இல்லாமல் தகவல்களைச் சொன்னார். “புயலிலே ஒரு தோணி நாவலைப் போட்டால் இன்னக்கி யாரு காசு கொடுத்து வாங்கிப் படிப்பாங்க... இங்க சீரியசாப் படிக்கிற வழக்கமே இல்லாம போச்சு. சீரியசா எழுதத்தான் எவ்வளவோ விஷயமிருக்கு. இன்னக்கி நம்ம ஆளுக இல்லாத இடம் உலகத்தில் எங்க இருக்கு? ஆனால் போன இடத்துல என்ன இருக்குன்னு கூர்மையாகப் பார்க்க மாட்டாங்க... அப்படிப் பார்த்திருந்தாங்கன்னா இன்னக்கித் தமிழில் ஏகப்பட்ட புத்தகம் வந்திருக்கும்... பாருங்க, புயலிலே ஒரு தோணி நாவல்ல தோணில போறதப் பத்தி ஒரு இடம் வருது. அது நாங்க யுத்த நேரத்ல இந்தோனேஷியாவிலிருந்து மலேயாவுக்கு சரக்குகளோட போனதுதான். புயலடிச்சதால சரக்குகளைக் கடலில் வீசினோம். நாவல் எழுதறப்ப தோணுன சில சந்தேகங்களைக் கூட வந்தவங்க கிட்ட கேட்டேன். ஆமா போனோம் வந்தோம். கூட யாரு வந்தா, என்ன நடந்ததுங்கிறதெல்லாம் ஞாபகமில்லேனுட்டாங்க. அது எதுக்கு... வெள்ளைக்காரன் மூணு வருஷம் நம்ம நாட்ல வந்து தங்கினாப்போதும். நம்ம வாழ்க்கையை வச்சு நாவல் எழுதிப்பிடுவான். மதுரை டவுன்ஹால் ரோட்ல சாயங்காலம் நடக்கிறதப் பார்த்திங்களா? மூணுசீட்டு போடுறவன், திரி குத்துறவன், முடிச்சவிழ்க்கிறவன், கூவி ஏலம் போடுறவன், பிராத்தலுக, மாமாகாரனுக... நிறைய எழுதலாம்.

அதுமாதிரி கீழமாசிவீதிப் பலசரக்குக் கடைகள்... அது ஒரு தனி உலகம். அங்க நடக்கிறத வச்சு எவ்வளவு எழுதலாம் தெரியுமா? உண்மையாச் சொன்னா நம்ம வாழ்க்கையிலதான் எழுத எவ்வளவு விஷயமிருக்கு தெரியுமா? ஆனால் கூர்மையாகப் பார்த்து எழுதுற வழக்கம் நம்ம ஆளுகளுக்குக் கிடையாது..."

"நீங்க எப்ப மலேசியா போனீங்க?"

"எனக்கு இன்னக்கி அறுபத்து நாலு வயசாகுது. பதினெட்டு வயசுல கப்பலேறினேன். வட்டிக் கடையில வேலை பார்த்தேன். அப்ப ரெண்டாம் உலக யுத்தம் தொடங்கினதால இந்தியாவுக்குக் கப்பல் போக்குவரத்து இல்ல. இந்தியாவிலிருந்து எந்தத் தமிழ்ப் பத்திரிகையும் அங்க வராது. வேற வழியில்லாம பினாங்கு லைப்ரேரியில ஹெமிங்வே, தல்ஸ்தோய், ஃபாக்னர், செகாவ், தாஸ்தாயேவ்ஸ்கி... இப்படிப் பலரையும் படிக்க ஆரம்பிச்சேன். ஹெமிங்வேயோட 'ஏ ஃபேர்வெல் டூ ஆர்ம்ஸ்' நாவல்தான் எனக்கு ரொம்பப் பிடிச்ச நாவல்.

அது அமெரிக்க இலக்கியத்ல திருப்புமுனைன்னு நினைக்கிறேன். தல்ஸ்தோயோட அன்னா கரேனினா நம்பர் ஒன். ஆனால் மேல்நாட்டு க்ரிட்டிக்ஸ் 'வார் அண்ட் பீஸ்' தான் சிறந்ததுன்னு சொல்றாங்க.'

"தமிழ்ல யாரெல்லாம் படிச்சிருக்கீங்கா?"

"என்னோட பதினெட்டு வயசுக்கு முந்தி இந்தியாவுல இருக்கிறப்ப 'மணிக்கொடி' பத்திரிகை வாசிச்சிருக்கேன். புதுமைப்பித்தன், மௌனி கதைகள் படிச்சிருக்கேன். அப்புறம்தான் அங்கே போயிட்டேனே! இன்னக்கி வரைக்கும் தமிழ்ல நாவல்கள் வாசித்தது இல்லை. பூரா ஆங்கிலம்தான். இப்பத்தான் சுஜாதா, சிவசங்கரி கதைகளை எடுத்து வாசித்துப் பார்த்தேன். விஷயமே இல்லாம இருக்கு. ரெண்டு பக்கம்கூட வாசிக்க முடியல."

தமிழில் இதுவரை சிறந்த நாவல்கள் எழுதிய நாவலாசிரியர்களின் பெயர்களைச் சொன்னேன். "அவங்க எழுதியதை படிக்கவில்லை" என்றார்.

"யுத்த காலத்தை மையமாக வச்சுத் தமிழில் விரிவாக நாவல் எழுதுனது நீங்கள்தான். நீங்க ஐ.என்.ஏ.யில் இருந்தீங்களா?"

"இல்லை. என்னோட நண்பர்கள் பலர் ஐ.என்.ஏ.வுல இருந்தாங்க. ஆர்மியில பெரிய பதவியில சிலர் இருந்தாங்க. அங்க பினாங்கில காபி, டீ கடைகள் ஐரோப்பிய மாதிரியில இருக்கும். அதை கிளப்ன்னு சொல்வாங்க. சாயங்கால நேரம் ஒரு கோப்பை காபியைக் குடிச்சிட்டு ஐந்தாறு மணிநேரம் பேசிக்கிட்டிருப்போம். அப்பத்தான் யுத்தம் பத்தின பல சமாசாரங்களைக் கேள்விப்பட்டேன். அப்புறம் நண்பர்களுடன் சேர்ந்து நானே ராணுவ முகாம்களுக்கு நேரடியாகப் போயிருக்கேன். நாவல்னா என்னா? கற்பனையில எழுதுறதுதானே! அப்படியேவா எழுதணும்? நாம கேள்விப்பட்ட விஷயங்கள், அனுபவங்களைத் தொகுத்துக் கற்பனையோடு எழுதலாம். ஒரு கதாபாத்திரம்னா அவன் ரெண்டு மூணு பேரோட சேர்க்கையா இருக்கலாம். நாவல்ல வர்ற சின்னமங்கலம் கிராமம்கூட ரெண்டு கிராமங்களை ஒன்றாக்கியதுதான்."

"நீங்க வாசித்து முழுக்க ஆங்கிலத்துல... தமிழ்ல எழுதணும்னு உங்களுக்கெப்படி தோணுச்சு.'

"தமிழ்ல – தாய்மொழியில - எழுதினாத்தான் உணர்ச்சிபூர்வமா நாம நினைக்கிறத சொல்ல முடியும்னு எழுதினேன்."

"திரும்ப இந்தியாவுக்கு எப்ப வந்தீங்க?"

“சுதந்திரங் கிடைச்ச பின்னாடி வந்தேன். உடனே ‘தினத்தந்தி’யில வேலைக்குச் சேர்ந்தேன். அப்பயிருந்து மதுரையிலதான் இருக்கேன்.”

“முதல் நாவலை எப்ப எழுதினீங்க?”

“1950 - இல் ‘கடலுக்கு அப்பால்’ நாவலை எழுதினேன். அதைப் பிரசுரம் செய்ய பல பிரசுரகர்த்தர்களைக் கேட்டேன். அதுக்காகவே மதுரைக்கும் சென்னைக்கும் பல தடவைகள் அலைஞ்சேன். யாரும் வெளியிட முன்வரலை. ஆனந்தவிகடன் நாவல் போட்டிக்கு அனுப்பினேன். திரும்பி வந்தது. ஆனால் தேர்வுக் குழுவில் இருந்த ஒருத்தர் தனிப்பட எனக்குக் கடிதமெழுதி நாவலைப் பாராட்டியிருந்தார். அவர் அந்த நாவலை என்னிடமிருந்து வாங்கி ரெண்டு மூணு வருஷமாப் பிரசுரிக்க முயன்று தோற்றுப் போனார். கடைசீல ‘கலைமகள்’ பரிசுப் போட்டிக்கு அவரே அனுப்பினார். அதுக்கு முதல் பரிசு கிடைச்சுது. நாவலும் 1959இல் பிரசுரமாச்சு.”

“புயலிலே ஒரு தோணி?”

“அது மட்டுமென்ன? அது பிரசுரம் ஆனதும் பெரிய கதை. அதை 1962 - வாக்கில எழுதினேன். பல பிரசுரகர்த்தர்களிடம் கிடந்தது. ஒண்ணும் ஆகலை. கடைசீல சென்னை நண்பர் ஒருத்தரின் விடாத முயற்சியினால் கலைஞன் பதிப்பகம் 1972 -இல் வெளியிட்டது. அதுவும் வெட்டிச் சுருக்கி வெளியாச்சு.”

“நாவலைப் பற்றி விமர்சனம் வந்ததுங்களா?”

“ம்... ஒரு பாத்திரம் தன் மனதுக்குள் யோசிப்பதை எழுதும் போது ஒற்றைக் குறிக்குள் போடலைங்கிறதுக்காக ‘கண்ணதாசன்’ பத்திரிகையில ஒருத்தர், யார் யாரிடம் பேசறாங்க என்பதுகூடப் புரியலை... குழப்பமாயிருக்குன்னு எழுதியிருந்தார். நம்ம ஆளுகளுக்கு எல்லாத்தியும் வெளிப்படையாப் பெருவெட்டாகச் சொல்லணும். தமிழ்ல *dash* - க்கும் *hyphen* - க்கும் வித்தியாசமே பலருக்குப் புரியல.”

காபியை ரெண்டு கிளாஸ்ல ஊத்துங்க என்று அலுவலக உதவியாளரிடம் சொல்லிவிட்டு சற்று நேரம் கண்ணைமூடி யோசித்தவர் மீண்டும் பேசத் தொடங்கினார்.

“அப்புறம் எந்த நாவலாக இருந்தாலும், எழுத்தாளன் சொல்லக் கூடிய உலகம் ரொம்பப் புதிதாக இருந்தாலும், அவன் சரியாக ஒழுங்குடன் சொல்லியிருந்தால் அந்த உலகம் வாசிக்கிற யாருக்கும் தெளிவாப் புரியும். அப்படித்தான் நான் சொல்லியுள்ளவை.

போர், வெளிநாட்டுச்சூழல் சம்பந்தப்பட்ட விஷயங்கள் தமிழ் ஆளுகளுக்குப் புதிசு என்றாலும் நிச்சயம் விளங்கும். ஆனா அந்த நாவல் கவனிக்கப்படலை." அவரது குரலில் நம்பிக்கை தொனித்தாலும் முடிவில் வருத்தம் வெளிப்பட்டது.

-"குடிங்க" காபி கிளாஸை என்னை நோக்கி நகர்த்தினார். பணியாளிடமிருந்து சிகரெட்டை வாங்கி மேசை டிராயருக்குள் வைத்தார்.

கிளாஸை எடுத்து ஒரு மடக்குக் குடித்தேன். அவர் ஒரே மூச்சில் கிளாஸைக் காலி செய்தார்.

"நீங்க தொடர்ந்து எழுதலியே..."

"அதெல்லாம் ஒரு காலத்து ஆர்வம். அப்ப உற்சாகப்படுத்தி முடுக்கிவிட ஆளுக யாருமில்லை. இப்ப அந்த மனநிலை இல்ல... எழுதவும் முடியாது."

"புயலிலே ஒரு தோணி நாவலில் பழந்தமிழ் இலக்கிய மேற்கோள்கள் வருதே... உங்களுக்கு அதிலே ரொம்ப ஈடுபாடா?"

"அப்படியெல்லாம் பெரிசா ஒண்ணுமில்லே. 1947 - லிருந்து மதுரை *Y.M.C.A* யில தங்கியிருக்கேன். முந்தி பக்கத்து அறையில தியாகராசர் கல்லூரி தமிழ் லெக்சரர் இருந்தார். அவரிடமிருந்து புத்தகங்களை வாங்கி அகராதியை வைச்சு நானே படிச்சேன். அவ்வளவுதான். ஈடுபாட்டோட படிச்சா எதையும் படிச்சிடலாம். இங்கிலீஷ்ல பார்த்தீங்களா? எதைப் பத்தியெல்லாம் புத்தகம் வருது தெரியுமா? *South Indian Trees* ன்னு ஆயிரம் பக்கத்துல பெரிய புத்தகம் போடுறான். அதையும் வாங்கிப் படிக்க ஆளுக இருக்குது. இங்க அதுமாதிரியில்ல. அதனால பப்ளிஷர்ஸ் நல்ல புத்தகம் போடறதில்ல. என்னோட முதல் நாவல் கடலுக்கு அப்பால்... ரொம்ப சொல்ல முடியாது. ஆனால் புயலிலே ஒரு தோணி நல்ல நாவல். ஆனால் என்ன ஆச்சு? எந்த *response*ம் இல்ல." மூக்கைத் தடவிக்கொண்டு சிரித்தார். "அந்த நாவலில் செட்டிமார்பற்றி வருது. பல பப்ளிஷர்ஸ் செட்டிமார். அதனால அதை பப்ளிஷ் பண்ணமாட்டாங்க. ஏதாவது மாட்டு வாகடம், கந்தர் அலங்காரம்... இப்படி போட்டுக் காசு பண்ணுவாங்க..."

"உங்க குடும்பம்..."

"நான் ஒரு *widower*."

14 | ஆளுமைகளின் பேச்சுகளும் மறுபேச்சுகளும்

சற்று நேரம் என்ன பேசுவது எனத் தோன்றவில்லை. சூழல் இறுகியது. அவரே தொண்டையைக் கனைத்துக்கொண்டு பேசினார்.

"மலேயாவில் மனைவியோட முதல் பிரசவத்தில மனைவியும் ஆண் குழந்தையும் இறந்திட்டாங்க. பிறகு இந்தியாவுக்கு வந்தேன். அப்புறம் மறுபடி கல்யாணம் பண்ணிக்க முயற்சி பண்ணவேயில்லை. திரும்ப மலேயாவுக்குப் போயிடலாம்னு ரொம்ப நாளா நினைச்சுக்கிட்டிருந்தேன்... ஆனால் போகலை."

"அப்ப 37 வருஷமா தனிமையிலேவா இருக்கீங்க?"

"என்ன தனிமை!" கண்களை மூடி வறட்சியாகச் சிரித்தார். உண்மையாப் பார்த்தால் எல்லாரும் தனிமையிலதான் இருக்கோம்."

"உங்களுக்குக் கடவுள் நம்பிக்கை உண்டா?"

"அதெல்லாமில்ல. கோயிலுக்கு போவதுமில்லை. சாமி கும்பிடுறதும் இல்லை."

இடையில் பத்திரிகைக்குச் செய்தி கொடுக்க வந்தவரிடம் News Editor ஐப் பாருங்க என்று கூறி, பத்திரிகை தொடர்பாக ஏதோ பேசிக்கொண்டிருந்தார். நான் அவரையே பார்த்துக்கொண்டிருந்தேன்.

"உங்க சொந்த ஊரு?"

"எங்க சொந்த ஊரு அருப்புக்கோட்டைக்குப் பக்கத்தில் உள்ள பாலையம்பட்டி கிராமம். எங்க அப்பா காலத்திலேயே சிங்கம்புணரிக்குப் போயிட்டோம்."

"உங்க சொந்தக்காரங்க..."

"சிங்கம்புணரியில இருக்காங்க... ரொம்ப போறதும் வர்றதும் கடையாது..."

அவரது கலை, இலக்கியம் பற்றிய புரிதல்கள், வாழ்க்கையனுபவம் பற்றி விரிவான நேர்காணலுக்கு அனுமதி கேட்டேன். "அதெல்லாம் எதுக்கு...? வேணாம்" கைகளை ஆட்டி உறுதியான குரலில் மறுத்தார். நான் இலக்கிய உலகில் அவரது இடம் மிகவும் முக்கியமானது... எனவே நேர்காணல் முக்கியமான பதிவாகும் என்று வலியுறுத்தினேன். "தயவுசெய்து வேண்டாம்" என்று அழுத்தமாக மறுத்துவிட்டார். சற்றுநேரம் இருவருக்குமிடையில் கனமான மௌனம். அடுத்து என்ன பேசுவது? திணறல். அவரது முகம் இறுகியது. சகிக்க முடியாத அமைதி சுவரானது.

"சரி அப்ப வர்ரேன்."

எழுந்து நின்று கைகூப்பினேன். அவரும் எழுந்து நின்று கைகூப்பி "வாங்க" என்றார் தளர்ச்சியான குரலில்.

மாடிப்படிகளில் இறங்கினேன். அப்பொழுதுதான் ராட்சத இயந்திரங்களின் பலமான ஓசை உறைத்தது. வெயில் கண்களைக் கூசச் செய்தது.

குழு அல்லது அமைப்புடன் எவ்விதமான தொடர்புமற்றுத் தனித்து ஒதுங்கி நிற்பதால் ப.சிங்காரம் தமிழ்ச் சூழலில் போதிய கவனத்தைப் பெறவில்லை என்றும் உலகின் சிறந்த நாவல்களுடன் ஒப்பிடும்வகையில் அவரது நாவல் உள்ளது என்றும் நான் கூறியபோது, ஒருவிதமான கூச்சத்துடன் "அதெல்லாம் இல்லீங்க. நான் என்னமோ எழுதினேன்" என்று சாதாரணமாகக் கூறினார். சாதனையாளரான ப.சிங்காரத்தினுடைய இலக்கியத்தின்மீதான புறக்கணிப்பு, தமிழ்ச் சூழலின் மோசமான வெளிப்பாடாகும். ஏக்கமும் கசப்பும் கலந்த மனநிலையுடன் கட்டட வளாகத்தைவிட்டு வெளியே வந்தேன். வெளியே வெப்பக் காற்று புழுதியுடன் வலுவாக வீசிக்கொண்டிருந்தது.

பேராசிரியர் தி.சு. நடராசன்

மதுரை நகரின் தொன்மையான அடையாளமாக விளங்குகிற சமண மலைப் பின்புலத்தில் அமைந்திருக்கிற வீட்டில் பேராசிரியர் தி.சு.நடராசன் அவர்களைச் சந்தித்தபோது, உரையாடல் இயல்பாகத் தொடங்கியது. யோசிக்கும்வேளையில் வியப்பாக இருக்கிறது. நான், பேராசிரியரை முதன்முதலாகச் சந்தித்து, நாற்பதாண்டுகள் கடந்த பின்னரும், எங்களுக்குள் கருத்து வேறுபாடுகள் இருப்பினும், விமர்சனத்தில் இன்றளவும் எனக்கு அவர் ஆசான். பேராசிரியர் பணியில் இருந்து ஓய்வுபெற்று, இருபதாண்டுகள் கழிந்தவேளையில் - எண்பது வயது நிறைவான சூழலில் தொடர்ந்து அவர் எழுதிக்கொண்டிருப்பது சாதனை இல்லையா? சமகாலப் படைப்பாளர்களான கோணங்கி, சு.வேணுகோபால், லட்சுமி மணிவண்ணன், ஜே.பி.சாணக்யா, உமா மகேஸ்வரி, மீரான் மைதீன், கண்மணி குணசேகரன், அ.முத்துலிங்கம், ஜெயமோகன், பிரபஞ்சன், ஆ.மாதவன், வண்ணதாசன் போன்றோரின் கதைகளை வாசித்து, அண்மையில் 'சிறுகதையெனும் வரைபடம்' என்ற விமர்சன நூலைக் காத்திரமாக எழுதியுள்ளார். சிலப்பதிகாரம் காப்பியத்தை மறுவாசிப்புச் செய்கிறவர், வைதீக சமயம் குறித்தும் ஆழமான சமூக விமர்சனங்களை முன்வைத்துத் தொடர்ந்து எழுதிக்கொண்டிருக்கிறார். தமிழ்ப் பேராசிரியருக்கு எழுத்துப் பணியில் இருந்து ஓய்வு என்பது ஒருபோதும் இல்லை என்பதை தி.சு.நடராசன் எழுதுகிற விமர்சனங்கள், உறுதி செய்கின்றன,

நான் மட்டுமல்ல, பேராசிரியர்கள் அ.ராமசாமி, பா.ஆனந்தகுமார், சு.வேணுகோபால், பா.ரத்தினக்குமார், ஆ.பூமிச்செல்வம் எனப் பலரும் தி.சு.ந.வுடன் இணைந்து

பல்லாண்டுகளாகப் பயணிக்கிறோம். தமிழ் இலக்கியக் கல்வியைப் பொருத்தவரையில், 'கேட்டல்' என்பது முக்கியமானது. அந்தவகையில், ஆசிரியர்-மாணவர் உறவு, மகத்தானது. பேராசிரியர்-மாணவர் தொடர்பென்பது வெறுமனே வகுப்பறையுடன் முடிந்துவிடுகிற சமாச்சாரம் அல்ல. போன தலைமுறைப் பேராசிரியர்கள், தங்களுடைய மாணவர்களின் பணி, திருமணம், குடும்பம், குழந்தைகள் என எல்லாவற்றுடன் அக்கறை கொண்டிருந்தனர் என்பது இன்றைய தலைமுறையினர் அறியாதது. ஆசிரியரின் மேதைமையினால் ஈர்க்கப்பட்டு, அவருடைய புலமையுடன் தன்னையும் இணைத்துக்கொண்டு, தொடர்ந்து செயல்படுகிற மாணவர், காலப்போக்கில், ஆய்வுலகில் தனக்கான இடத்தை அடைந்திடுவார்.

மதுரைப் பல்கலைக்கழகத்தில் மாணவனாக 1978 ஆம் ஆண்டில் பயின்றபோது, 'என்னய்யா எப்படி இருக்க?' என்று புன்னகையுடன் கேட்ட பேராசிரியர் தி.சு.நடராசன் அணுகுமுறையில், இன்றளவும் பெரிய மாற்றம் எதுவுமில்லை. கடந்த அறுபதாண்டு காலத் தமிழ்ச் சமூகத்தின் சாட்சியமாக விளங்குகிற பேராசிரியரின் நேர்காணல் இலக்கியம், அரசியல், பண்பாடு, சமூகம் எனப் பல்வேறு தளங்களில் விரிந்துள்ளது.

வறண்ட நிலவெளியான திருத்தங்கல் ஊரில் பிறந்து வளர்ந்த நீங்கள் எழுபதுகளில் முனைவர் பட்டம் பெற்றது சாதாரணமானது அல்ல. உங்களுடைய கல்விப் பின்புலத்தில் குடும்பச் சூழலைப் பகிர்ந்துகொள்ளலாமா?

வறட்சி என்பது மழையோடு சம்பந்தப்பட்டது என்றால் நீங்கள் சொல்வது சரிதான். ஆனால் தீப்பெட்டி, பட்டாசு, அச்சு என்ற மூன்று தொழில்கள் இனிதே உறவோடு கூடியது எங்கள் ஊர். வெவ்வேறு நாட்டங்களையும் தேடல்களையும் இது தந்தது என்று சொல்லலாமே. எங்கள் குடும்பம், விவசாயக் குடும்பம். எளிய ஆனால் வசதியோடு வாழ்ந்த குடும்பம். வறுமையும் வறட்சியும் அலைஅலையாக வீசும். படிப்புக்கு எதிரான சூழல் குடும்பத்தில் இல்லை. ஆனால் படிப்பை வென்றுதான் எடுக்கவேண்டும். எங்கள் ஊரில் நான்தான் முதல் எம்.ஏ. பட்டதாரி; முதல் பிஎச்.டி. நான் படித்த தியாகராசர் கல்லூரியும் மாநிலக் கல்லூரியும் உந்துதல் தந்தன.

கல்லூரிக் கல்வியின்போது உங்களுடைய கவனம், தமிழ் இலக்கியத்தின்மீது திரும்பியது தற்செயலானதா?

தமிழின் மீதும் இலக்கியத்தின் மீதும் ஆன கவனம் தற்செயலானது என்று சொல்ல முடியாது. பள்ளிப் படிப்பின்போதே, சில நண்பர்களுடன் சேர்ந்து 'மாணவன்' என்ற கையெழுத்துப் பத்திரிகை ஒன்றை நடத்தினோம். நன்றாக வந்தது. எங்கள் தமிழ் ஆசிரியர், செ.ரே. விந்திமூப்பனார் என்னுடைய தமிழ்ப்பற்றை ஊட்டி வளர்த்தார் என்று சொல்லவேண்டும்.

ஆய்வு மாணவராக நீங்கள் செயலாற்றிய காலகட்டத்தில் பேராசிரியர்களின் இலக்கிய அணுகுமுறையுடன், மாணவர்களுடனான உறவு பற்றி?

குறிப்பிட்ட இலக்கிய அணுகுமுறை என்பது பேராசிரியர்களிடம் இருந்ததாகத் தெரியவில்லை, அப்படி நம் அனுபவமும் எழுச்சியும் இருந்ததாகத் தெரியவில்லை. ஆனால் பழைய-புதிய என்ற முரண்பாடுகள் இருந்தாலும் குறுக்கீடுகள் இல்லை. நான் தொல்காப்பியத்தில் ஆய்வு செய்தாலும், அந்தக் காலத்திலேயே கி.ராஜநாராயணனின் 'கதவு' என்ற கரிசல் கதைத்தொகுப்பு வெளிவந்தவுடன் அதுபற்றிய விமர்சனத்தை எழுதினேன்; வாசித்தேன். பேராசிரியரும் நண்பர்களும் பாராட்டினார்கள். தாமரையில் வெளிவந்தது. கல்விச்சூழல் மட்டுமல்லாது, நட்புச்சூழல் எனக்கு மிகவும் உதவியாக இருந்தது. பல்கலைக்கழகத்தில் எனக்குப் பின் வந்து சேர்ந்த செ.ரவீந்திரன் (டில்லி) து.சீனிச்சாமி ஆகியோரும் தற்கால இலக்கியத்தில் மிகுந்த ஆர்வம் உடையவர்கள். முக்கியமாக ரவீந்திரனைச் சொல்ல வேண்டும். அவர் நல்ல படிப்பாளி.

உங்களுடைய ஆளுமை உருவாக்கத்தில் செல்வாக்குச் செலுத்திய பேராசிரியர்கள் குறித்து சொல்லுங்கள்.

செல்வாக்குச் செலுத்தியவர்கள் என்றால் உடனிலையாகவும் எதிர்நிலையாகவும் சேர்ந்தே வாசிக்க வேண்டும். தியாகராசர் கல்லூரியில் அரசியல் ஆரவாரம் அதிகம். பேராசிரியர் அ.கி. பரந்தாமனார் வித்தியாசமானவர். மாணவர்கள் அவரை நேசிப்பார்கள். அவர் மாணவர்களை நேசிப்பார். டர்பன் கட்டிக்கொண்டு கம்பீரமாக இருப்பார். முரட்டுத்தனமாகத் தோன்றும். ஆனால் அவரிடம் உள்ள எளிமையும் நேசமும் மறக்க முடியாது. அந்தக் கல்லூரியின் ஆரவாரத்திலிருந்து விடுபட்டு வந்ததே பெரிசுதான். மாநிலக் கல்லூரி அதிலிருந்து மிக வித்தியாசமாக இருந்தது. ஒருவகையான பெருமையும் கம்பீரமும் உடையதாக அப்போது அது இருந்தது. பேராசிரியர் க.மீனாட்சிசுந்தரம் ஓர் லட்சிய மனிதர். சோ.பாகீரதி, ச.சங்கரராசுலு முதலியவர்களும் அருமையான ஆசிரியர்கள். சென்னைப் பல்கலைக்கழகத்தோடும் தொடர்புகள் உண்டு. அந்தச் சூழலில்தான் பிஎச்.டி. கனவுகள் எழும்பி வந்தன.

உங்களுடைய முனைவர் பட்ட ஆய்வு, தொல்காப்பியம் சார்ந்து சங்க இலக்கியக் கவிதைக் கோட்பாடு சார்ந்தநிலையில், நீங்கள் கண்டறிந்த ஆய்வு முடிவுகள் என்ன?

அப்போதெல்லாம் ஆய்வுத்தலைப்பை விட்டேன் தொட்டேன் என்று ஒதுக்கிவிட முடியாது. ஆறுமாதம் கழித்துத்தான் தொல்காப்பியம்

பற்றிய ஆய்வுக்கு வந்தேன். என்னுடைய ஆய்வு மேற்பார்வையாளர் மொ.அ.துரையரங்கனார் சங்க இலக்கியத்தில் தேர்ந்தவர். ஆனால் எனக்காக என்னுடைய தலைப்புக்காக அவரும் சேர்ந்து படித்தார். அப்போதெல்லாம் ஆய்வேடுகள் ஆங்கிலத்தில்தான் எழுதவேண்டும். என்னுடைய நெறியாளர் மேற்பார்வையில்தான் வளர்ந்தேன். தொல்காப்பியத்திற்கும் சங்க இலக்கியத்திற்கும் பரஸ்பர உறவுகளும் மேன்மைகளும் உண்டு. எனவே, தொல்காப்பிய ஆராய்ச்சி, சங்க இலக்கியம் பற்றியதாகவும் அமைந்துவிட்டது. தொல்காப்பியம் இன்றும்கூடப் பொருத்தமாகவே இருக்கிறதே. என்னுடைய ஆராய்ச்சி எனக்கு மிகவும் மகிழ்ச்சியாக இருந்தது. புதியன கண்டறியும் உற்சாகத்தைத் தந்தது.

எழுபதுகளில் பெரும்பாலான தமிழ்ப் பேராசிரியர்கள், மரபிலக்கியம் சார்ந்து ஆய்வை மேற்கொண்ட சூழலில், நீங்கள் ஜானகிராமன், இந்திரா பார்த்தசாரதி போன்ற நவீனப் படைப்பாளர்களின் படைப்புகள் குறித்துக் காத்திரமாக விமர்சித்த சூழல் பற்றி... உங்களுடைய கவனம், நவீன இலக்கியத்தின் பக்கம் திரும்பியது எப்படி?

எனக்கு ஆரம்பத்திலேயே தி.ஜானகிராமன், கி.ராஜநாராயணன், லா.ச.ராமாமிருதம், ஆசியவர்களின் எழுத்துக்களில் ஆர்வம் உண்டு. தி.ஜா., மேலுள்ள ஈடுபாடு, நான் திருநெல்வேலியில் இருக்கும்போது, 'ஆராய்ச்சி இதழ்' தந்த வெளியில் வார்த்துக்கொண்ட ஈடுபாடு. பேராசிரியர் நா.வானமாமலை, மார்க்சியத் திறனாய்வாளர், தொ.மு.சி.ரகுநாதன் முதலியவர்கள் தொடர்பால், எனக்குப் புதிய அணுகுமுறைகள் மீதும் புதிய எழுத்துக்கள் மேலும் ஈடுபாடும் திறனும் வளர்ந்தன என்று சொல்லவேண்டும். இந்த ஆய்வு ஈடுபாடுகளும் அணுகுமுறைகளும் கல்வி உலகம் அன்றியும், விரிவான நட்பு வட்டத்தின் சூழலிலும் சேர்ந்து வளர்ந்தன. மதுரை வாசகர் வட்டம், கலை இலக்கியப் பெருமன்றம் என்ற அமைப்புக்கள் இல்லாமல் நான் இல்லை. மேலும், அன்றைய மதுரைப் பல்கலைக்கழகத்திற்கு சி.சு.செல்லப்பா ஒரு முக்கியமான விருந்தாளி. மூன்று மாதங்களுக்கு ஒருமுறையாவது புத்தகச் சுமையோடு இங்கே வருவார். இவர், சி.கனகசபாபதிக்கு நெருக்கமானவர். அன்றே எழுத்து இதழில் தொடர்ந்து எழுதியவர் சி.கனகசபாபதி. மேலும் பல்கலைக்கழகத்துக்கு நிறைய எழுத்தாளர்களை அழைத்து வருவார். அவருக்காக அவர்கள் வருவார்கள். அன்றையத் துறைத்தலைவர், முத்துச்சண்முகம் பிள்ளை

இந்தச் சூழலுக்கு ஆதரவாக இருந்தார். மதுரைப் பல்கலைக்கழகம் தற்கால இலக்கியம் பற்றி அக்கறைகள் செலுத்தியது, தமிழகக் கல்விச்சூழல் இதனை அறிந்திருந்தது. அது அன்றையக் காலம். இன்று பெருமூச்சு மட்டுமேவிட முடிகிறது.

மார்க்சியச் சிந்தனைப் பின்புலத்தில் ஆய்வை மேற்கொண்ட நா.வானமாமலையுடன் உங்களுக்கு ஏற்பட்ட தொடர்பு என்னவாக இருந்தது? அன்றைய காலகட்டத்தில் ஆராய்ச்சி இதழில் வெளியான கட்டுரைகள் குறித்து உங்களுடைய அபிப்ராயம் என்ன?

நா.வானமாமலை, சரியாகச் சொல்லப்போனால் ஒரு நிறுவனம். தமிழியல் ஆராய்ச்சி அவருக்கு மிகவும் கடமைப்பட்டுள்ளது. மார்க்சியமே அவருடைய நோக்கமும் அணுகுமுறையும். மேலும், அவருடைய அக்கறை நாட்டுப்புறவியலிலும், கோட்பாட்டுவியலிலும் விரவிக்கிடந்தது. இது தமிழாராய்ச்சிக்குப் புதிய பரிமாணம். தெ.பொ.மீ.யின் மதுரைப் பல்கலைக்கழகம் அவரை அங்கீகரித்தது. அவருடைய நூல்கள் சிலவற்றைப் பல்கலைக்கழகம் பதிப்பித்துள்ளது. ஆராய்ச்சி இதழ், தமிழாய்வில் புதியவர்களைக் கண்டறிந்தது. புதிய துறைகளை ஊக்குவித்தது, விவாதங்கள் செய்தது, தமிழாராய்ச்சியின் புதிய பரிமாணமாக இருந்தது. புதிதாக எழுத வருபவர்களுக்கு வழிகாட்டியாகவும் இருந்தது.

மார்க்சியத் தத்துவம் உங்களுக்கு எப்பொழுது, யாரால் அறிமுகமானது? அந்தச் சூழலைப் பற்றிச் சொல்லுங்கள்

என்னுடைய இயல்பான பின்புலம், பேராசிரியர் நா.வானமாமலை, மார்க்சிய ஆராய்ச்சியாளர் தொ.மு.சி.ரகுநாதன். இதுதவிரவும் என்னுடைய சக நண்பர்கள், ஆய்வு வட்டத்தைச் சேர்ந்த வெ.கிருஷ்ணமூர்த்தி... இப்படிச் சொல்லிக்கொண்டே போகலாம். மார்க்சியம், குரு சிஷ்ய பரம்பரையில் வருவதல்ல. அது அறிவோடுகூடிய ஓர் உணர்வு; அது ஓர் உண்மை; அது ஓர் அனுபவம். அப்படித்தான் சொல்லவேண்டும் என்று தோன்றுகிறது.

இந்திய பொதுவுடமைக் கட்சியுடன் எப்பொழுது உங்களுக்குத் தொடர்பு ஏற்பட்டது? அந்தக் கட்சிக் கொள்கை ஈடுபாடு காரணமாக அந்த அமைப்பில் சேர்ந்தீர்களா?

பேராசிரியர் நா.வானமாமலையோடு தான் முதலில் எனக்குக் கட்சியோடு தொடர்பு ஏற்பட்டது. திருநெல்வேலியில் முதலில்

ஐந்தாண்டுகள் பணி செய்தபோது கட்சியில் பரவலான தொடர்பு ஏற்பட்டது. 1972-இல் மாவட்ட கட்சி மாநாட்டில், கட்சியின் ஒரு பிரதிநிதியாகக் கலந்துகொள்ளும் வாய்ப்புக் கிடைத்தது. நா.வா.தான் அதற்கு முக்கியக் காரணம். அது ஒரு முக்கிய நிகழ்வு. தொடர்ந்து, கட்சிக்கல்வி - அதற்காக நெல்லை மாவட்டத்தில் பல ஊர்களுக்கும் சென்றுவந்தேன். அது ஒரு நல்ல அனுபவம். அதன் பின்னர், விருதுநகர் மாவட்டக்குழு, கட்சிக்கல்விக்காகவும் பயிற்சிக்காகவும் என்னை மாஸ்கோவுக்கு அனுப்பலாமா என்று யோசித்தது. பேராசிரியர் நா.வா. விடம் அவர்கள் தெரிவித்தபோது அந்தத் திட்டத்தை மறுத்துவிட்டார். என்னை உணர்ந்தவர், அவர். கல்வியுலகிலிருந்து என்னைத் திசை திருப்ப அவர் அனுமதிக்கவில்லை. தனக்கு நெருக்கமாக உள்ள இளைஞர்கள் யார் மீதும் அவருடைய வழிகாட்டுதலும், பிரியமும் இப்படித்தான் இருந்தன. நா.வா. மிகவும் நேசம்கொண்ட மனிதர்.

இலக்கியத்திற்கும் அரசியலுக்கும் இடையிலான உறவை எப்படி அவதானிக்கிறீர்கள்?

இலக்கியத்திற்கும் அரசியலுக்கும் இடையிலான உறவு - பல தளங் களில் பல நிலைகளில் பின்னிக் கிடப்பதுதான். எப்படி, ஏன் என்று படைப்பாளிகளுக்கோ வாசகர்களுக்கோ தெரியாமல் இருக்கலாம். தெரிந்து மறைக்கலாம். அல்லது அதனையறிந்து கொள்வதற்கு இன்னும் அவர்கள் தயாராகமலிருக்கலாம். அரசியல் என்பது கட்சியோடு மட்டுமே சம்பந்தப்பட்டது அல்ல; அது குறிப்பிட்ட கொள்கையையும் வழிமுறையையும் சேர்ந்தது. அரசியல் என்றால் என்ன என்பதைப் புரிந்து கொள்கிறபோதுதான், இந்தக்கேள்வி இன்னும் கொஞ்சம் சரியாக இருக்கும்.

கம்யூனிஸ்ட் கட்சியின் வெகுஜன அமைப்பான கலை இலக்கியப் பெருமன்றத்தில் உங்களுடைய செயல்பாடுகள் என்னவாக இருக்கின்றன? உங்களுடைய பேராசிரியர் பணியுடனும், விமர்சனத்துடனும் கலை இலக்கிய அமைப்பின் செயல்பாடுகள், பொருந்திப் போகின்றனவா?

இப்போதிருந்து பின்னோக்கிப் பார்த்தால், கலை இலக்கியப் பெருமன்றம், மாநில அளவில், அப்படியொன்றும் இறுகிப்போன அல்லது கட்டி தட்டிப்போன அமைப்பாக இல்லை. மாநில அளவில் நான் பொறுப்பில் இல்லைதான். ஆனால் 2012 மே மாதம் கோவையில் நடைபெற்ற பொன்விழாச் சிறப்புமாநாட்டில் கொடியேற்றி வைத்துத்

தலைமையுரை நிகழ்த்தினேன். அது ஒரு பெருமைதானே! ஆனால் மதுரை மாவட்ட க.இ.பெருமன்றம் நுண்ணரசியல் கொண்டதாக இருந்தது. கட்டிதட்டிப்போனதாக இருந்தது. ஆனாலும் என்ன? பெரிய அளவில் பல கருத்தரங்குகள் நடத்தினோம். அவற்றிற்குப் பெரும்பாலும், நான்தான் தலைமை தாங்கியிருக்கிறேன். முக்கியமாக ஜெயகாந்தன் சிறப்புப் பேச்சாளராக வந்து கலந்துகொண்ட கருத் தரங்குகளில் நான்தான் தலைமை தாங்கியிருக்கிறேன். இது ஒரு பக்கம் இருக்கட்டும்; என்னுடைய பேராசிரியப் பணி, க.இ.பெ. நிகழ்வுகளுக்குக் குறுக்கே நின்றதாகச் சொல்ல முடியாது பல்கலைக் கழகப் பணியை ஒழுங்காகச் செய்தால் மற்ற பிரச்சனைகள் ஏன் வருகின்றன? மேலும், எங்கள் பல்கலைக்கழகம், அந்த விஷயத்தில் தாராளப் போக்குக்கொண்டதுதான். பூதக் கண்ணாடிகள் கிடையாது.

எழுத்தாளன், சமூக அமைப்பில் பல்லும் திருகாணியுமாக இருக்க வேண்டும் என்ற லெனின் வரையறை, ரசியச் சார்பிலான சோசலிச யதார்த்த வாதம் பற்றிய உங்களுடைய அபிப்ராயம்?

மார்க்சியக் கலை இலக்கியச் சொல்லாடல்களில் மிகவும் முரண்பாடுகளோடு கூடிய கலைச்சொல், இந்த 'சோஷலிச யதார்த்தவாதம்'. சோஷலிச யதார்த்தவாதம் என்பதை முதலில் பிரகடனப்படுத்தியவர், மக்சிம் கார்க்கிதான். சோஷலிச அரசாட்சியை லெனின் பிரகடனப்படுத்தியபோது, கார்க்கி, இதனைக் கலை இலக்கிய முறையியலாகப் பேசினார். சோஷலிசத்தை உருவாக்குவதற்காகவா? சோஷலிசத்தைப் புரிந்து கொள்வதற்காகவா? சோஷலிசத்தைத் தொடர்ந்து கொண்டு செல்லுவதற்காகவா? இத்தகைய விவாதங்கள், அன்றே இருந்தன. தமிழகத்துச் சூழலில் இது இந்தப் புரிதலின் குழப்பத்தோடுதான் முன்வைக்கப்பட்டது. சரியான சூழலில் விளக்கத்தோடு வைக்கப்படுகிறபோதுதான் இத்தகைய கலைச்சொற்கள் சரியாகப் புரிந்துகொள்ள முடியும்.

மகாநதி என்ற இலக்கிய இதழின் உருவாக்கம், பின்னர் காந்தள் என்ற ஆய்விதழ் வெளியீடு என்ற நிலையில் தங்களின் இதழ்ப் பணிகள் குறித்த அனுபவங்கள்...

மதுரை மாவட்ட க.இ.பெ.வின் செயல்பாடுகளில் ஒன்றுதான் 'மகாநதி'. இரு மாதங்களுக்கு ஒருமுறை என்று இது வந்தது. யதார்த்த நெறிக்குட்பட்ட முற்போக்குப் படைப்புக்களையும், விமரிசனங்களையும் முன்னிலைப்படுத்தினோம். பரிணாமன்,

ஆ.சந்திரபோஸ், சோ.தருமன், பொன்மணி என்று பல புதிய எழுத்தாளர்களை அறிமுகப்படுத்தினோம். பலருடைய கவனத்தையும் பாராட்டுதலையும் பெற்றது. இரண்டாண்டுகளுக்கு மேல் அது வந்தது. நுண்ணரசியல் காரணமாகத்தான் அது நின்றுவிட்டது. அதன்பிறகு சில ஆண்டுகள் கழித்துக் 'காந்தள்' இதழைக் கொண்டு வந்தோம். திறனாய்வுக்கென்று மட்டுமே வெளிவந்த இதழ். மிக நன்றாக வந்தது. கவிஞர் மீரா, நான், பாலா மூவரும் இணைந்து நடத்தினோம். அது ஆரம்பித்த கொஞ்ச நாளில், மீரா இறந்துவிட்டார். பாலா கொஞ்சமும் அக்கறை காட்டவில்லை. பத்திரிகை நின்றுவிட்டது. பத்திரிகை ஆரம்பிப்பது லேசு. கொண்டு செலுத்துவது கடினம்.

விமர்சனத் துறையில் உங்களுடைய முன்னோடிகள் யார்?

உண்மையில் இவற்றைக் கல்வியாளன் எந்த முறையில்தான் எதிர்கொண்டேன். ஃபிரடெரிக் ஜேம்ஸன், டெர்ரி ஈகிள்டன் முதலிய மார்க்சிய திறனாய்வாளர்களை எனக்குப் பிடிக்கும். அமைப்பியலை மொழியியல் வழிநின்றுதான் எதிர்கொண்டேன். உண்மையில் மொழியியலுக்கும் அதற்கும் நெருக்கம் உண்டு. எனவே, அதிலே எளிதாக என்னால் ஈடுபட முடிந்தது. அமைப்பியல், ஆகப்பெரும் ஆராய்ச்சித்தளம்; முறையியல் அதிலிருந்து பின்னை அமைப்பியலுக்குப் போவது எளிதாக இருந்தது. அமைப்பியலின் மறுவாசிப்பாக சில எதிர்நிலைகளுடன் பின் அமைப்பியல் எதிர்கொள்ளப்பட்டது. இந்த இரண்டிலும் கட்டுரைகள் எழுதியுள்ளேன். இவற்றை அணுகுமுறைகளாகக்கொண்டு தமிழ் இலக்கியங்களைப் பற்றிய விமர்சனம் செய்துள்ளேன். பின் நவீனத்துவம், நவீனத்துவத்தின் வளர்ச்சி; நவீனத்துவத்தின் மறுதலிப்பு. திறனாய்வில் பின் நவீனத்துவம் மிகவும் சக்தி வாய்ந்தது. அதற்கு உற்பத்தித்திறன் அதிகம். இது அதனுள் சில, ஏற்றுக்கொள்ள முடிந்த விஷயம்தான்; சில மறுதலிக்க வேண்டியவை. எந்த ஒரு புதுமையையும் அப்படியே ஏற்றுக்கொள்ள முயலுவது,கடினம்; அது, பல பிழைகளைக் கொண்டு வந்து சேர்க்கும். பின்னை அமைப்பியலோ, பின்னை நவீனத்துவமோ, ஒட்டுமொத்தமாகத் தள்ளுபடி செய்ய முடியாதவை. ஏன், எப்படி என்ற மறுசிந்தனைகளுடன்தான் அவற்றைப் பார்க்க முடியும். ஜேம்சனும், டெர்ரி ஈகிள்டனும் அப்படித்தான் அவற்றை எதிர்கொண்டார்கள். மேலும் காலத்தின் வளர்ச்சியில் கொஞ்சம் நீக்குப்போக்காகத்தான் திறனாய்வாளன் யோசிக்க வேண்டியிருக்கிறது. சமூகப் பொருளாதார அரசியல்

களங்களில் எதுவும் குந்தமும் விளைவிக்காமல் பார்த்துக்கொள்ள வேண்டும். இவை எச்சரிக்கையாகக் கொள்ளப்படாவிட்டால், கொள்கை சார்ந்த குழப்பங்கள் ஏற்பட்டுவிடும். எட்வர்டு செய்யது முன் கொண்டுவந்த பின்-காலனியம் அதிகம் பரிசீலிக்கப்படவில்லை. காலனியத்திற்கும் பின்னைக்காலனியத்திற்கும் இடையில் உள்ள உறவுகளும், முரண்பாடுகளும் அவ்வளவு உயிரோட்டமானவை அல்ல. இப்படி நிறைய அணுகுமுறைகளும், கொள்கைகளும் வந்துபோகும் அதற்காகக் கதவுகளை மூடி வைத்துவிடக்கூடாது. ஒரேயடியாகத் திறந்துவைத்து விடவும் கூடாது. எல்லாவற்றையும் மார்க்சியப் பின்புலத்தோடு பரிசீலனை செய்து கொள்வது நல்லது.

மு.வரதராசன் எழுதிய இலக்கிய மரபு, இலக்கிய விமர்சனம், அ.ச.ஞானசம்பந்தம் எழுதிய இலக்கியக் கலை, தா.ஏ.ஞானமூர்த்தி எழுதிய இலக்கியத் திறனாய்வியல் போன்ற விமர்சனப் புத்தகங்களை வாசிப்பதனால், படைப்புகளை விமர்சிக்க முடியாது; அவை மொக்கையானவை என்ற கருத்து, சரிதானா

நீங்கள் சொன்ன மூன்று புத்தகங்களும், படைப்பிலக்கிய விமர்சனத்திற்காக எழுதப்பட்டவை அல்ல. நோக்கமே, பாடப்புத் தகங்கள் எழுதுவதுதான். மேலை நாட்டுப் புத்தகங்களைச் சரியாகப் புரிந்துகொள்ளாமலே அவற்றை மூலமாகக்கொண்டு எழுதுவதோடு திருப்திபட்டுக் கொண்டார்கள். படைப்பாளர்களை வளர்ப்பது இவர்களின் வேலை அல்ல. இதனால் நட்டம், வளர் இலக்கியத்திற்கும், வளர்கின்ற அறிவாளிக்கும்தான். விமர்சனம் என்பது தட்டையானதோ, குட்டையானதோ அல்ல. அது, படைப்பிலக்கியம் போன்றே உயிர்ப்புடையது, உணர்வுடையது. மு.வரதராசனார்க்கும் அ.ச.ஞானசம்பந்தத்திற்கும் படைப்பிலக்கியமோ விமர்சனமோ ஒரு தளம் அல்ல. அவர்களுக்கு உதாரணமாகவும் வழிகாட்டியாகவும் இருந்தவர்கள் ஆங்கிலத்தில் பாடப்புத்தகங்கள் எழுதிய வின்செஸ்டரும், டபூள்யூ ஹெச். ஹட்சனும்தான். இதில் துரதிருஷ்டம் - மு.வ. ஏற்கனவே சிறுகதைகளும் நாவல்களும் எழுதியவர். அப்படியிருந்தும் இவற்றை ஏன் அவர் பின்புலங்களாகச் சொல்லவில்லை? ஆச்சரியமாக இருக்கிறது.

எழுபதுகள், எண்பதுகள் காலகட்டத்தில் தமிழ் பயின்ற மாணவர்கள், ஒருவகையில் தீவிரமான மனநிலையுடன்

செயல்பட்டனர். இன்று இணையம் உள்ளிட்ட வசதிகள் வந்த பின்னரும்கூட அரைத்த மாவையே அரைக்கிற வேலை, வெட்டி ஒட்டுதல், நகலெடுத்தல் போன்றவை ஆய்வில் பெருகியுள்ளதற்குக் காரணம் என்ன?

எழுபதுகளின் காலகட்டத்தில் ஒரு தேவை இருந்தது. போதாமை, நிறைவு கொள்ளாமை, தங்களை வெளிக்காட்டிக் கொள்ள வேண்டுமென்ற எழுச்சி எல்லாம் இருந்தன. வெளிகள் திறந்து கிடந்தன. 2000களின் காலகட்டத்தில் இணைய தளங்கள் அறிவின் அகலங்களில் சாதனைகள் புரிந்துகொண்டிருக்கின்றன. இறக்குமதிகள் ஆக்கிரமித்துக் கொண்டிருக்கின்றன. எல்லாம் கைமேல் கிடைப்பதாக ஒரு பிரமை தோன்றுகிறது. இப்படி ஒரு நினைப்பு வருகிறபோது, ஒரு ஆர்ப்பாட்டமும் உண்மையின்மீது ஒரு அசமந்தமும் கிடைத்து வருகிறது. பிரபலங்கள், செல்வாக்குகள், வெளியீட்டுச் சாதனங் களின் வசதிகள் விளம்பரப்படுத்தும் தந்திரங்கள் எல்லாம் கிடைத்து விடுகிறபோது, நகல் எழுத்துக்கள் நர்த்தனம் போடுகின்றன. ஊது காமாலைகள், மரியாதைக்குரியவை போல ஆகிவிடுகின்றன.

தமிழிலக்கியப் பரப்பில் காத்திரமாக ஆய்வு மேற்கொள்ள வேண்டிய முக்கியமான ஆய்வுக் களங்கள் என்று எவற்றைக் கருதுகிறீர்கள்?

பிஎச்.டி என்ற பட்டத்துக்கும், வேலை கிடைக்க வேண்டுமே என்ற வில்லங்கத்துள்ளும் துவண்டு போய்க் கிடக்கிறது, இந்த ஆய்வும், ஆய்வுக்களமும். இதற்குள் காத்திரமான ஆய்வுக்களங்களைத் தேட வேண்டுமே? யார் ஆய்வு செய்யப் போகிறார்கள்? எதற்காக ஆய்வு செய்யப் போகிறார்கள்? என்பதுடன் சம்பந்தப்பட்டது, இது. உரையாசிரியர்களைப் பற்றிய ஆய்வு இன்னும் சரியாக மேற்கொள்ளப்படவில்லை. முக்கியமாக சேனாவரையர், இளம்பூரணர் போன்றவர்களின் உரை கூறும் பண்பு, மொழிப் புலமை, தத்துவச் சார்புகள். நச்சினார்க்கினியர் பற்றி மொழியியல் துறையில் ஆய்வு நடந்திருக்கிறது, ஆனால், அவருடைய இலக்கியப் புலமை, வருணாசிரமக் கொள்கை சார்பும் சார்பின்மையும் சரியாக ஆராயப்படவில்லை. பிற்காலச் சிற்றிலக்கியப் படைப்புகளில் பாளையக்காரர், ஜமீந்தார் பற்றிய பேச்சுகள் அதிகம். பாலியல் அம்சங்களும் நிரம்ப உள்ளன. காலம் திசைமாறுகிற பகுதியில், ஆய்வு மேற்கொள்ளும்போது, புதிய சேதிகளும், இலக்கிய முயற்சிகளும் நிறைய வெளிப்படும், இருபதாம் நூற்றாண்டு தமிழிலக்கிய

வளர்ச்சிக்குப் பின்புலமாக விளங்கிய படைப்புகள் குறித்து பெரிய அளவில் ஆய்வுகள் இல்லை. அவை முக்கியம் என்று நினைக்கிறேன்.

ஞானபீடம், சாகித்ய அகாதெமி போன்ற அமைப்புகளின் செயற்பாடுகளில், இணைந்து தாங்கள் செயல்பட்டபோது, உங்களுடைய நிலைப்பாடுகள் என்னவாக இருந்தன? அந்த அனுபவங்களைச் சொல்லுங்கள்

நான், சாகித்ய அகாதெமி உறுப்பினராக இருந்தபோது, பிற உறுப்பினர்களுடன் சேர்ந்து, பல புதிய திட்டங்களைச் செயல்படுத்தினோம். புதிய இலக்கிய வரலாறு, திறனாய்வுப் பனுவல்கள் போன்ற திட்டங்களைக் கொண்டு வந்தேன். அப்பொழுது உறுப்பினராக இருந்த கி.ராஜநாராயணன் எனது செயல்பாடுகளுக்கு மிகவும் ஆதரவாக இருந்தார். அதுபோல சாகித்ய அகாதெமி உறுப்பினர்கள் சிறு நூல்களை எழுதும் போக்கு முன்னர் இருந்தது. எங்கள் குழு, அதைத் திட்டவட்டமாக ஏற்கவில்லை. ஞானபீட விருது வழங்குகிற தேர்வுக் குழுவில் ஈரோடு தமிழன்பன், தமிழண்ணல் ஆகியோருடன் நானும் இருந்தேன். தமிழில் யாருக்கு ஞானபீடம் விருது அளிக்க வேண்டும் என்று முடிவெடுக்க வேண்டியது எங்களுடைய பணி. முன்பு அகிலன் பெற்றிருந்தார். இப்பொழுது யாருக்கு? ஜெயகாந்தனுக்குக் கொடுக்க வேண்டுமென்று எனது சார்பில் பலத்த விவாதம். முதலாண்டு மற்ற இருவரும் ஏற்கவில்லை. அடுத்த ஆண்டில் மீண்டும் ஜெயகாந்தன் பெயரை மீண்டும் முன்மொழிந்தேன். ஜெயகாந்தன் பற்றிய விரிவான அறிவிக்கையும், அவருக்குக் கொடுக்க வேண்டியதன் அவசியத்தையும், அவருக்குக் கொடுக்காமல் இருந்தால் என்ன நடக்குமென்பதையும் விரிவாக எழுதி, ஞானபீடக் குழுவினர்க்கு அளித்தேன். மூவரின் ஒப்புதலுடன் பரிந்துரை, ஞானபீடக் குழுவினர்க்குப் போனது. ஜெயகாந்தன் பற்றி எனக்குக் கருத்து வேறுபாடு இருந்தாலும், ஜெயகாந்தன் இருக்கும்போது, வேறு யாருக்கு ஞானபீடம் விருது கொடுப்பது?

அடிப்படையில் மார்க்சியவாதியான நீங்கள் புதிய கோட்பாடுகளை எப்படி எதிர்கொள்கிறீர்கள்? அமைப்பியல், பின் அமைப்பியல், பின் நவீனத்துவம், பின் காலனியம், பின் பழமைத்துவம் போன்ற புதிய கோட்பாடுகள், தமிழுக்கு அறிமுகமானபோது, அவை குறித்துப் பதற்றமடையாமல், அவற்றைத் திறந்த மனநிலையுடன் தமிழிலக்கிய விமர்சனத்தில் பயன்படுத்திய மனநிலை, உங்களுக்கு எப்படி உருவானது?

புதிய கோட்பாடுகள், மார்க்சியத்திற்கு எதிராக இருப்பது என்பது வேறு, மார்க்சியத்தை எதிர்கொள்ள முடியாமல் போவது என்பது வேறு. மார்க்சியவாதி என்ற அடிப்படையில், இந்த மாதிரி அமைப்பியல், பின் அமைப்பியல், பின்நவீனத்துவம் போன்ற கொள்கைகளை முழுக்க மறுதலித்துவிட்டுப் போக வேண்டியது இல்லை என்பது என்னுடைய கருத்து. மார்க்சியத்தை அமைப்பியல் என்ற பார்வையில் அணுகுவது முக்கியமானது. பின் அமைப்பியல் என்பது அமைப்பியலை மறுதலிப்பது என்பது ஒரு நிலை. அதுபோலப் பின்நவீனத்துவம் என்பது நவீனத்துவத்திற்கு எதிரானது என்ற கருத்து உண்டு. மார்க்சியத்தை அமைப்பியல் என்பதால், நவீனக் கொள்கை என்பதாகக் கருதுகிறவர்கள் உண்டு. அதேநேரத்தில் மார்க்சியத்தை எதிர்க்கிறவர்கள், பின் அமைப்பியலையும், பின்நவீனத்துவத்தையும் முன்மொழிந்து தங்கள் நிலைப்பாட்டை நிறுவ நினைக்கின்றனர். மார்க்சியவாதி, பின் அமைப்பியலையும், பின்நவீனத்துவத்தையும் அவற்றின் சரியான பொருளில் புரிந்துகொள்ள வேண்டும். வெறுமனே மறுப்பது நோக்கம் அல்ல. எதிர்கொள்வது என்பதுதான் முக்கியம். இந்த இரண்டையும் பற்றி நான் எழுதியிருக்கிறேன். ஆனால், அவற்றை விமர்சித்து, விவாதித்து பின்நவீனத்துவம் தெரியாமல், இன்றையப் படைப்புகளையும், சமூக நிலைமைகளையும் புரிந்துகொள்வது சிரமம். அவற்றை விமர்சிக்காமல் இருக்க முடியாது.

பின்நவீனத்துவம் எல்லோரையும் விமர்சகராக்கியுள்ள சூழலில், விமர்சகர்கள் அருகி வரும் உயிரினமாகி விட்டார்களா? இது குறித்து...

பின்நவீனத்துவம் எல்லோரையும் விமர்சகராக்கியுள்ளது என்பதை என்னால் ஏற்றுக்கொள்ள முடியவில்லை. அது, சற்று தாராளமும், சுதந்திரமும் கொடுத்திருக்கிறது என்பது உண்மை தான். ஆனால், நவீனத்துவத்திற்கு எதிர்நிலையாகப் பின்நவீனத்து வத்தை முன்வைக்கிறார்கள். அது ஏன்? எப்படி? என்பது தெளிவாகத் தெரியவில்லை என்றால், நவீனத்துவத்தைத் திரும்பக் கொண்டு வருவதுபோல ஒரு பிரமை தோன்றுகிறது. இதில், பின் நவீனத்துவத்தில் நவீனத்துவத்தின் ஏதிர்நிலைக் கருத்துகள் தெளி வாகவும், திறம்படவும் சொல்லியாக வேண்டும். பின்நவீனத்துவத்தை வைத்து விமர்சனம் எழுதுவது லேசுப்பட்ட காரியம் அல்ல. இது, விமர்சனத்தை முழுக்கத் தீர்த்து விடாது. பின்நவீனத்துவத்துக்கு அப்பால் எத்தனையோ நிலைப்பாடுகள் உண்டு. மொழியியலும்,

மானிடவியலும், தொல்லியலும் பல விமர்சன முறைகளைக் கோடு காட்டியுள்ளன. விமர்சனம் அருகி விடாது, தீர்ந்து போகாது. புதிய உலகமயமாக்கல் பொருளாதாரம் பல சவால்களை நம் முன்னர் தொடர்ந்து வீசிக்கொண்டிருக்கிறது.

இலக்கியப் படைப்புகளைச் சமூக மாற்றத்தில் முக்கிமானதாகக் கருதுகிற மனநிலை, சிதலமாகிக் கொண்டிருக்கிறதா? கார்ப்பரேட்டுகளின் மேலாதிக்கத்தில் இலக்கியப் படைப்புகளின் இடம், எதிர்காலத்தில் என்னவாக இருக்கும்?

இலக்கியப் படைப்புகளைச் சமூக மாற்றத்தில் முக்கியமானதாக கருதுகிற மனநிலை எங்கு இருந்தது? எப்படி இருந்தது? என்பதில் எனக்குக் கருத்து வேறுபாடு இருக்கிறது. அப்படியொரு மனநிலை சரி இல்லை. சங்க இலக்கியம் எழுதியவரும் சரி, சிலப்பதிகாரம், தேவாரம் எழுதியவர்களும் சரி அப்படியொரு நினைப்புடன் எழுதியதாகத் தெரியவில்லை. சமூக மாற்றத்திற்கான அம்சம், அல்லது வெளிப்பாட்டை அதிலிருந்து பார்க்கலாமேதவிர அதையே முக்கியமான வழிமுறையாகப் பார்க்க முடியாது.

நான், எம்.ஃபில் படிக்கும்போது, நீங்கள்தான் எனக்கு ஆய்வு நெறியாளர். அப்பொழுது நான் மார்க்சிய லெனினியக் கருத்தை ஏற்றுக்கொண்டு, மக்கள் கலை இலக்கியக் கழகத்தில் தீவிரமாகச் செயலாற்றிய சூழலில், நீங்கள் சார்ந்திருந்த இந்தியக் கம்யூனிஸ்ட் கட்சியைப் போலிக் கம்யூனிஸ்ட் கட்சி, சந்தர்ப்பவாதக் கட்சி என்றும், புதிய ஜனநாயகப் புரட்சி வரும்போது, நீங்கள் எனக்கு எதிரி என்றும் உங்களிடம் சொல்லியபோது, நீங்கள் புன்னகையுடன் என்னைப் பார்த்தீர்கள். அது ஒருவகையில் அதிகப் பிரசங்கித்தனம் என்று பின்னர் எனக்குப் புரிந்தது. அப்பொழுது உங்களுடைய மனநிலை என்னவாக இருந்தது?

கொள்கைகள் சற்று முன்னே - பின்னே இருந்தாலும், சமூக மாற்றமும் எழுச்சியும் பொது என்றிருக்கும்போது, சிறிய வேறுபாடுகள், எந்தவிதத்திலும் ஆத்திரமூட்டுபவை அல்ல. தந்திரோபயங்கள் மாறுபடலாம் வழிமுறைகளில் வேறுபாடுகள் வரலாம், எது சரியானது மிகச்சரியானது - என்பதில் பார்வைகள் மாறலாம். பொறுத்திருந்து பார்க்கலாம் என்ற நினைப்பில் புன்னகைகள் வரலாம். இதற்காகப் பிரசங்கங்கள் ஏன் அதிகமாகிப் போகவேண்டும்?

பேராசிரியர் என்றால் வரையறுக்கப்பட்ட கட்டுப்பாடுகளுடன் இறுக்கமாக விளங்கிய காலகட்டத்தில், மாணவர்களுடன் இயல்பாகப் பழகிய மனநிலை, உங்களுக்கு உருவான பின்புலம் குறித்து...

இறுக்கமும் கட்டுப்பாடும் மெனக்கெட்டு யாரும் போட்டதில்லை. இவர்களாகச் செய்து கொண்டவை. புதிய அந்தஸ்து, புதிய கோலங் களைத் தந்துவிட்டு விலகிக்கொண்டது. அந்தஸ்துக்கு அர்த்தம் தெரியவிட்டால் அது போலியாகப் போய்விடும். விலகி நிற்பது, விரக்திக்கு வழிவகுக்கும். வேலிகளைத் தாண்டிப் போகும்போதுதான் புதிய உலகம் பூப்பதைப் பார்க்கமுடியும். மாணவர்களுடன் பழகாமல் தனிமைப்பட்டுக்கொள்வது பயத்தினாலும் இருக்கலாம்; பரிதவிப்பினாலும் இருக்கலாம்.

உங்களுடைய எழுத்துப் பணி குறித்து உங்களுடைய குடும்பத்தினரின் அபிப்ராயம் என்னவாக இருக்கிறது?

என் எழுத்துப் பணிக்குப் பின்புலமாக விளங்குகிறவர், என் மனைவி ரமோலா. தொடர்ந்து எழுதுவதற்கு உற்சாகப்படுத்தவும், சிலவேளைகளில் தொந்தரவு செய்வது எல்லாம் என் துணைவியார்தான். முதல் விமர்சகரும் அவர்தான். என் மகள்கள் இருவரும், மகனும் என் எழுத்துகளை அவ்வப்போது வாசிப்பார்கள்; புரிந்துகொள்வார்கள். சிலவேளைகளில் எதிர்கொண்டு அவற்றைப் பற்றிப் பேசுவார்கள். குடும்பப் பின்னணிதவிர, நட்புப் பின்புலம், மாணவர் பின்புலம். இந்தப் பின்புலங்கள் நன்றாக இருந்ததால்தான், என்னால் தொடர்ந்து எழுத முடிந்தது. அது, முக்கியம் இல்லையா?

- நிலவெளி, டிசம்பர், 2019

கலாப்ரியா

நாற்பது ஆண்டுகளாகத் தொடர்ந்து தமிழ்க் கவிதை வெளியில் தீவிரமாக இயங்கி வருபவர் கவிஞர் கலாப்ரியா. திராவிட இயக்க இலக்கியங்களின் தாக்கத்தால் எழுதத் தொடங்கிய கலாப்ரியாவின் இயற்பெயர் சோமசுந்தரம். திருநெல்வேலியில் கந்தசாமி - கோமதி தம்பதியினருக்கு ஒன்பதாவது மகனாக 1950 ஆம் ஆண்டு ஜூலை முப்பதாவது நாள் பிறந்தார். இவருடைய மனைவி சரஸ்வதி, மகள்கள் அகிலாண்ட பாரதி, தெய்வநாயகி. வங்கிப் பணியிலிருந்து ஓய்வு பெற்ற இவர் தற்போது இடைகால் கிராமத்தில் வசித்து வருகிறார். சக படைப்பாளிகளிடமும் நண்பர்களிடமும் கனிவும் தோழமையும் பொங்க எளிமையாக பழகக் கூடியவர். தமிழக அரசின் கலைமாமணி விருது உட்பட பல விருதுகளைப் பெற்ற இவருக்கு 2010 ஆம் ஆண்டிற்கான சிற்பி இலக்கிய விருது வழங்கப்பட்டுள்ளது. ஒரு மழை நாளின் மாலைப்பொழுதில் அவருடன் நிகழ்த்திய உரையாடலின்போது தனக்கே உரித்த எளிமையுடன் அவர் கூறியவை தொகுக்கப்பட்டுள்ளன.

1970களில், நீங்கள் கவிதை எழுதத் தொடங்கியபோது நிலவிய இலக்கியச் சூழல் பற்றிச் சொல்லுங்கள்.

உரையாடலை ஆரம்பிக்கும் முன் ஒன்றைச் சொல்லத் தோன்றுகிறது. அந்தக் கால கணையாழியா இல்லை வேறு இதழா நினைவில்லை. “சந்தோஷம்’ என்று கிரா ஒரு கதை எழுதியிருப்பார். தெருவில் ஒரு சின்னப்பையன், தனக்குத்தானே பேசியபடி விளையாடிக்கொண்டிருப்பான். அவன் ‘கெஃபிக்’ என்று ஒரு சொல்லை எந்த பாஷையிலும் இல்லாத ஒரு சொல்லை அவ்வளவு சந்தோஷமாய் சொல்லியபடி எதிர் நடைக்கும் தன் வீட்டு நடைக்கும் ஓடியாடி இருப்பான். அப்போது ஒரு கோழித் திருடன் வருவான்

அவனுக்கு தன் வீட்டுக் கோழியை "இந்தா எடுத்துக்கோ' என்று கொடுத்துவிட்டு மறுபடி தன் கெக்பிக்' அகராதியிலிருந்து அந்த ஒரேவார்த்தையைச் சொல்லி விளையாட்டைத் தொடர்வான். அந்தச் சிறுவனின் முதிர்ச்சிக்குட்பட்ட பாஷையிலேயே கதை சொல்லப்பட்டிருக்கும். அதேபோல் அவரின் பிஞ்சுகள் நாவலும் நாற்பது வருடத்துக்கு முந்திய என் அனுபவத்தை அதே மனநிலைக்குள் சொல்வது பொருத்தமாயிருக்கும் என நினைக்கிறேன்.

எழுத வந்தபோது எனக்கு, அப்போது வெளிவந்து கொண்டிருந்த தீயம், கணையாழி. கசடதபற, ஜெயகாந்தனின் ஞானரதம். கண்ணதாசன் போன்ற இதழ்கள் வண்ணதாசன் மூலம் அறிமுகம் ஆயின. நடை பத்திரிக்கையின் இரண்டு இதழ்கள், அதில் சி.மணி செல்வம் என்ற பெயரில் எழுதிய யாப்பியல் இணைப்பும் அடக்கம். எழுத்து பத்திரிக்கையின் ஆறு அல்லது எழு இதழ்கள் மட்டுமே படித்திருந்தேன். (அவற்றில் ஒன்றில் நாவலாசிரியர் பூமணியின் ஒரு கவிதை வெளிவந்திருந்தது.) சிறுவயது முதலே லைப்ரரி சென்று வாசிப்பேன். நா.பார்த்தசாரதி, ஜெயகாந்தன் லா.ச.ரா, இ.பா படித்திருந்தேன். ஜெயகாந்தனை இவர்கள் எல்லோருக்கும் முன்பாகவே படித்திருந்தேன். விகடனில் வெளிவந்த கதைகள் எல்லாமுமே படித்திருந்தேன். லா.ச.ரா.வின் ‘அபிதா’நாவலின் மொழி ரொம்பப் புதுமையாக இருந்தது. நான் மு.வ போன்றோரின் நாவல்கள் ஒன்றோ இரண்டோ மட்டுமே படித்திருக்கிறேன் அதற்கு மேல் படித்ததில்லை. அந்தவிதமான வாசிப்புடன் ஒன்ற முடியவில்லை. நடை ரொம்ப தடங்கலாக இருந்தது. அதனாலேயே லா.ச.ராவின் மேல் ஈடுபாடு ஏற்பட்டது. “மனமென்னும் பச்சைப் புற்கள் நடுவே/ காலம் கருநாகமாய்/ விரைகிறது.... என்று நீளும் என் கவிதை லா.ச.ரா மொழியின் நேரடிப் பாதிப்பு.

நா.காமராசனின் ‘கறுப்புமலர்கள்’ புத்தகம் அப்போது ரொம்பப் பிரபலம்.

‘உறங்கி விடு
உறங்கி விடு
யுகத்தீயின் காலடியில்
சுவாசத்தின் சாம்பலுடன்
உறங்கி விடு ’

‘நான் இறந்து போனால் எனக்காக யாரும்
அழ வேண்டாம்
என் கல்லறையை
அந்தப் பன்னீர்ப் பூ மாநிழலில்

கட்டுங்கள்.

ஓ! அந்தப் பன்னீர் மரநிழல் அவை உதிர்க்கும் பூக்கள்”

“பனிக்கட்டி என்பது
தண்ணீரின் சோம்பேறித் தனம்”

போன்ற வரிகளின் மீதிருந்த கவர்ச்சியைச் சொல்லியே ஆக வேண்டும். நா.கா.வின் மீதான ஈடுபாட்டுக்கு அவர் ஒரு மொழிப்போர்

வீரர் என்பதும் ஒரு காரணம். அவரும் காளிமுத்துவும் கலந்துகொண்டு பேசிய இந்தி எதிர்ப்புக் கூட்டத்தைத் தி.மு.க தோழர்கள் பின்னணியில் இருக்க, மாணவர்கள் நெல்லையில் நடத்தி இருந்தோம். அப்போது பதினோராம் வகுப்புப் படித்துக்கொண்டிருந்தேன். வானம்பாடிகளுக்கு முன்னதாகவே 'கறுப்பு மலர்கள்' வந்துவிட்டது. நகுலனின் குருக்ஷேத்திரம் தொகுப்பு, ('நியூ வொர்ல்ட் ரைட்டிங்' மாதிரியான தொகுப்பு), கசடதபற நண்பர்களின் 'இலக்கியச் சங்கமம்' வெளியிட்ட சிறுகதைத் தொகுப்பு தொகுப்பு ஆகியவை அப்போது பிரபலம். வண்ணதாசனிடம்கூட இதற்குக் கதை கேட்டு, அவருக்கு அம்மை போட்டிருந்ததால் அனுப்ப முடியவில்லை என்று நினைவு.

கசடதபற இதற்கெல்லாம் அப்பாற்பட்ட இதழாக வெளிவந்தது. கணையாழி, இ.பா.வின் தந்திரபூமி, சுஜாதாவின் 6969, கே.எஸ்.சீனிவாசனின் காவிய ராமாயணம் ஆகியவற்றுடன் வந்து கொண்டிருந்தது. கசடதபற தொடர்களுக்கு எதிரான நிலைகொண்ட ஒரு சிற்றிதழ். கசடதபற, கணையாழியின் கவிதைகள், எஸ். வைத்தீஸ்வரன், ஞானக்கூத்தனின் கவிதைகள் உடன் வந்தது. "தோழர் மோசிகீரனார்" எல்லாம் அதில் வந்தது. கணையாழி கவிதைகளில் அந்த மாதிரியான நகைச்சுவையான அங்கதமும் அரசியல் சமூக நையாண்டியுடன் இருக்கும்... கசடதபறவில் அதைப் போலவும் சற்றே வல்லினத் தொனியோடு கூடவும் வந்தன. சி.மணியின் "என்ன செய்வதிந்தக் கையை..." என்ற கவிதை.

கசடதபற வின் கவிதைகள் என்னைப் பெரிதும் ஈர்த்தன. கணையாழி கவிதைகளின் பாதிப்பும் இருந்தது. பாலகுமாரன், எஸ். வைதீஸ்வரனின் "உதயநிழல்" தொகுப்பை அனுப்பி வைத்தான். வண்ணதாசன் கல்யாண்ஜி பெயரில் கணையாழி, கசடதபறவில் எழுதி வந்தார்.

இந்துவின் இரண்டாம் பக்கத்தில் (அப்போது, வேலை வாய்ப்புச் செய்திகள் வரும் பக்கம்)

'மேய்ச்சல் பழக்கினால்
என் கிடாரிப் பிடாரி
மேட்ரிமோனியல் பக்கத்தை
தேடி ஓடுகிறது'

என்றும் "என்ன செய்துகிட்டிருக்கே இப்போ/ என்று இனி நானும் கேட்கலாம்/ எனக்கிப்போ வேலை கிடைத்துவிட்டது என்றும் வேலை தேடும் இளைஞனாக எழுதி வந்தார். அந்தப்

பாதிப்புடனும் நான் எழுதி வந்தேன். காமராசனின் பாதிப்பிலெழுதிய கவிதைகள் கண்ணதாசனில் பிரசுரமாகாமல் திரும்பின. வேறு மாதிரியான, கல்யாண்ஜி, வைதீஸ்வரன் பாதிப்பிலான கவிதைகளைக் கசடதபறவுக்கு அனுப்பி வைத்தேன். அவை பிரசுரமாயின. எனது முதல் கவிதையாக 'என்னுடைய மேட்டு நிலம்' அச்சில் அதில் வந்தபோது, என்னைவிட வண்ணநிலவன்தான் அதிகம் மகிழ்ச்சி அடைந்தார். கசடதபறவில் வந்த என்னுடைய 'செருப்புகள்' கவிதை, நாங்கள் / வீட்டுக்குள் புகமுடியாத/ விபச்சாரிகள்/அருகருகே போனாலும் / அணைத்துக்கொள்ள முடிவதில்லை. போன்ற வரிகளுடன் வெளிவந்த கவிதையைப் பற்றி, அது நா.காமராசத்தனமான கவிதை என்று கோ.ராஜாராம் கசடதபறவில் கடிதம் எழுதியிருந்தார். கசடதபற ஓர் அணுகுமுறை வைத்திருந்தது. புதியவர்களுக்காக இலகுவான அளவுகோலையும் அவர்களே தொடர்ந்து எழுதும்போது சற்று கடினமான பார்வையுடன் பரிசீலிப்பது என்று.அது என்னைப் போன்றவர்களுக்கு பெரிய உபகாரமாக இருந்தது. நான் கொஞ்சம் கொஞ்சமாய், கணையாழி, கசடதபறவில் நிறைய எழுதினேன். என் எழுத்தையும் வாசிப்பையும் முழு அளவில் அவை மாற்றி அமைத்தன.

அப்போது தி.க.சி. பொறுப்பில் வந்த 'தாமரை' முக்கியமான நிகழ்வு. அதில் கை.திருநாவுக்கரசு எழுதும் மரபான கவிதைகள் அற்புதமாயிருக்கும். கல்யாண்ஜி சோவியத் லிட்டரேச்சரிலிருந்து சில கவிதைகளை மொழிபெயர்ப்புச் செய்து எழுதுவார். வண்ண நிலவனின் 'மயான காண்டம்' சிறுகதை வெளிவந்தது. வண்ணநிலவன் பேராசிரியர் நா.வா. வின் நண்பர்களுடன் நல்ல தொடர்புடையவர். இருவருடைய வாசிப்பின் தொடர்ச்சியாகத்தான் எனது நவீன எழுத்தின் வாசிப்பு இருந்தது என்றாலும், நான் அதற்கு வந்தடைந்தவிதம் வித்தியாசமானது. "வல்லின" மாத ஏடான கசடதபறவைத் தொடர்ந்து 'எழுத்தாயுத' மாத ஏடாக 'அக்' வெளிவந்தது. சுந்தர ராமசாமியின் முக்கியமான மறுபிரவேசம் அதில்தான் நிகழ்ந்தது. ஜெயகாந்தனை ஆசிரியராகக்கொண்டு 'ஞானரதம்' வந்து கொண்டிருந்தது. அதில் ஜே.கே. எழுதிய கவிதைகள் என்னைக் கவர்ந்தன.

'இணையைப் பிரிந்த இலக்கியச் சோகம்
இதற்கு மட்டும் இல்லையா என்ன?...'

என்று பிரிந்து கிடக்கும் இரண்டு செருப்புகள் பற்றி ஒரு கவிதையில் எழுதியிருப்பார். அவர் விலகிக்கொள்ள தேவ. சித்திர பாரதி ஆசிரியராக இருந்து நன்றாகவே வந்தன இதழ்கள்.

உங்களுக்குள் கவிஞர் என்ற பிம்பம் வலுவடைந்தது எப்போது?

அப்படியெல்லாம் இன்னும்கூட முடிவெடுக்க முடியவில்லை. ஆனால் கசடதபற முதலாண்டு மலருக்குக் கவிதை கேட்டு கடிதம் வந்தபோது நாமும் பொருட்படுத்தக்கூடிய கவிதைகள் எழுதுகிறோம் என்று தோன்றியதுண்டு. அது 1971 செப்டம்பர் வாக்கில் இருக்கும். அப்போதெல்லாம் கணையாழியில் இருந்து ஒரு கவிதைக்குப் பத்து ரூபாய் பரிசுத் தொகை வரும். அது பெரிய உற்சாகத்தைத் தரும். அந்த மணி ஆர்டர் பணத்தை அப்பா கையெழுத்துப் போட்டு வாங்கி பத்திரமாக வைத்திருப்பார். அதை அவர் என்னிடம் கல்லூரிவிட்டு வந்ததும் தருவார். அதை நான் அவரிடமே திருப்பித் தரும்போது அவர் முகத்தில் தோன்றுகிற மகிழ்ச்சி ரேகைகளில் என் கவிதையின் 'கொஞ்சம் பிரகாசமான எதிர்காலத்தைப் பார்த்தேன்.

1969இல் அறிஞர் அண்ணா இறந்தபோது, நீங்கள் பாடிய இரங்கற்பா பற்றிய உணர்வைப் பகிர்ந்துகொள்ளுங்கள். அதுதான் உங்களுடைய முதல் கவிதையா?

1989 அக்டோபர் பதிவுகள் கூட்டத்தின்போது குற்றாலத்தில் நானும் நாகார் ஜூனனும் தனியே பேசிக்கொண்டிருந்தோம். அப்போது அவர், உங்களுடைய கவிதைகளிலும் கல்யாணி கவிதைகளிலும் ஒருவகை கட்டுப்படுத்தப்பட்ட “விரிசிஸம்' தென்படுகிறது” என்கிற மாதிரி பேசிக்கொண்டிருந்தார். “ஒருவேளை கல்லூரிப் பருவத்தில் நாங்கள் தளர்வான யாப்பு நடையில் எழுதியதன் தொடர்ச்சியோ என்னவோ” என்றேன். “ஆஹா இது புதுவிதமான கட்டுடைப்பாயிருக்கும் போலிருக்கே” என்று சிரித்துக்கொண்டே சொன்னார். கல்லூரி நாட்களில், முதல் உலகத்தமிழ் மாநாடு ஒரு உத்வேகத்தை தந்திருந்தது. 1968 வாக்கில் பாரதிதாசன், வாணிதாசன், முடியரசன், கவிதைகளில் ஆர்வம் ஏற்பட்டது. பாரதிதாசனின் “தமிழுக்கும் அமுதென்று பேர், சங்கே முழங்கு, புதியதோர் உலகம் செய்வோம்” பாடல்கள் சினிமாமூலம் பிரபலமாகி இருந்தது. எங்களில் சில கல்லூரி நண்பர்களுக்கு “அவளுக்கும் தமிழென்று பேர்-” என்கிற வாலியின் பாடல் நிரம்பவும் பிடிக்கும். புலவர் வேலாயுதம் என்று ஒரு தெரு நண்பர், திருப்பனந்தாள் தமிழ்க் கல்லூரியில் பயின்றவர், ‘தென்மொழி' பத்திரிகை படிக்கத் தருவார். அவர் அதில் வருகிற வெண்பாப் போட்டிகளுக்கு பாடல் எழுதி அனுப்புவார். வெண்பாக்கள் எல்லாம் வரவில்லையென்றாலும் நானும் கவிதைகள்(!) எழுத ஆரம்பித்தேன்.

என்னுடைய முதல் கவிதையை சமீபத்தில் கண்டெடுத்தேன். டாக்டர் சீட்டுப் போன்ற தாள் ஒன்றில் 24.11.1968 தேதியிட்டு எழுதியிருக்கிறேன் 131ஆவது வரியிலிருந்து 170ஆவது வரையுள்ள பிரதியே கிட்டியுள்ளது. ஏனையவற்றைக் காணோம். ‘பொருநராற்றுப் படை’ போல வரிகளுக்கு எண்கள் எல்லாம் போட்டேன் என்று லேசாக நினைவு வருகிறது.

‘காரணம் எதனாலோ புரியவில்லை காமக்
கண்ணேதும் தெரியவில்லை உன்மேல்
'வாரணமாயிரம்' சூழும் கனாக்கண்ட
வான்மகளும் வடிவிலோர் ஒப்பாகாள் ...‘

144

‘கோரம் பாய் விரித்துப் போடுவோம்/
கொற்கையும் முத்துமாய்ச் சேருவோம்...‘
‘கார்த்திகையின் ஒளியாறு
மார்கழியில் உன்னாலோடும்.
அது ஆர்த்திடும் ஒளிப்புனலில்
என் ஆவியின் உயிர்ப்பாடும்...‘

இதெல்லாம் 1968 இல் எழுதியவை. இவை கல்லூரி நண்பர்கள் மத்தியில் விருப்பத்துடனும் கிண்டலுடனும் படிக்கப்பட்டன.

‘அத்தனை மீனும் ஒரே நிலவாக
அழகுதிர்க்கும் எழிலுருவாக
அன்பே அருகே நீ வரவேண்டும்
அமுதுந்தேனும் நீ தரவேண்டும்’...

இந்த வரிகளை வண்ணதாசன் அடிக்கோடுபோல் “ஓரக்கோடு” போட்டு ரசித்திருக்கிறார். இந்த வகைமையிலிருந்து,

காலந்தவறிய வசந்தம்
என் முன்னே பனிக்காடு
இதழ் உதிர்ந்த மரங்களில் பனிக்கோடு
என் வாவி நீரெல்லாம்
இறுகிவிட்ட படிகப் பூக்கள்...

என்று மாறியது 23.11.1969 இல். இந்த நேரத்தில் தான் அண்ணா அமரரானார். அவர் இறந்து இரண்டு மூன்று தினங்களுக்குப்பின், கல்லூரி திறந்த அன்று இந்துக் கல்லூரி மாணவர்கள் ஒரு அஞ்சலி ஊர்வலம் போனோம். அதற்கான அனுமதியை வாங்குவதற்கு முதல்வர் அறை முன் கூடியிருந்தோம். சற்று தாமதமான காரணத்தாலோ என்னவோ

அனுமதியளிக்க மறுத்துக்கொண்டிருந்தார். மாடி முதல் தளத்தில் அவர் அறை. நான் வெளியே தாழ்வாரத்தில் நின்றுகொண்டு ஏதோ ஒரு காகிதத்தைப் பிய்த்து பறக்க விட்டுக்கொண்டிருந்தேன். அது சத்தமின்றி தரையில் விழுவதை அமைதியாய்ப் பார்த்துக்கொண்டிருந்தேன் அனுமதி கிடைத்தது. இல்லாவிட்டாலும் கிளம்பி விடுவதாகத்தான் முடிவு செய்திருந்தோம். ஊர்வலம் மிக அருமையாக கட்டுக்கோப்புடன் நடந்தது. பாதி தூரத்தில் நாராயணன் என்றொரு நண்பன் வந்து ஒரு இரங்கற்பா அவசரமாய் எழுது என்றான். நோட்டுத்தாளைக் கிழித்து எழுதினேன். வரிகள் சரியாய் நினைவில்லை.

மலையின் மீதிருந்து எறிந்த பூ
பள்ளத்தாக்கில் விழுந்த ஒலிபோல
எம் தமிழர் வருந்தியழும்
ஒலி கேட்கவில்லையோ... அண்ணா...

என்கிற ரீதியில் எழுதியிருந்தேன். சுமாரான சந்தத்தில்தான் இருந்தது. ஆனால் அதைப் பாடியவர் பிரமாதமாகப் பாடினார். நகராட்சி மன்றக் கட்டடத்தில் நடந்தது கூட்டம். முடிந்ததும் எல்லோரும் அமைதியாகப் பாராட்டினார்கள். தாள் காற்றோடு போய் விட்டது

உங்கள் தொடக்க காலத் தொகுப்புகளான வெள்ளம் (1973), தீர்த்த யாத்திரை (1973) எழுதியபோது கவிதை பற்றிய உங்கள் மனநிலை என்னவாக இருந்தது?

1973இல் ஜான்ஸ் கல்லூரியில் நான் எம்.எஸ்சி படித்துக் கொண்டிருந்தேன். தீபம், கணையாழி, கசடதபற, அஃக், வானம்பாடி என எல்லா பத்திரிகைகளிலும் என் கவிதைகள் வந்திருந்தன. ஆங்கில எம்.ஏ வகுப்பில் திருச்செந்தூர் நண்பர் கந்தசாமி என்பவர் பயின்றார். கல்லூரி நூலகத்தில் இருந்த, தீபத்தில் வந்த நா.காமராசனின் கட்டுரையில் என்னை வானளாவப் புகழ்ந்து எழுதியிருந்த இடத்தில் என் பெயரை அடிக்கோடிட்டு முதலாமாண்டு எம்.எஸ்சி மாணவர் என்று எழுதி வைத்திருந்தார். அவரை எனக்கு அதுவரை அறிமுகமே கிடையாது. இன்னொரு நண்பர் தீபத்தில் வெளிவந்த

"புயல் காலத்து விரதங்களை
வசந்த காலத்தில் மறந்து விடுகிறோம்"

என்ற என் கவிதை வரிகளை தன் நோட்டுப் புத்தகத்தில் எழுதி வைத்திருந்ததைக் காட்டினார். ஏதோ கிரீடம் சூட்டியது போலிருந்தது.

நா.காமராசன் கி.ரா.வை கௌரவ ஆசிரியர் என்று போட்டுச் சோதனை என்று ஒரு பத்திரிகை நடத்தினார். இரண்டு இதழ்கள் வெளிவந்தன. முதல் இதழுக்கு "தேன் கவிதைகள் இருபது அனுப்புக" என்று ஒரு கார்டு எழுதியிருந்தார். அதில் "சசியின் நாமம் வாழ்க" என்று 'பிள்ளையார் சுழி' போல எழுதியிருந்தார். அவருக்காக நிறையக் கவிதைகளை பெரிய தாளில் அச்சுக்குண்டாக எழுதி வண்ணதாசனிடம் காண்பித்தேன். அதே நேரம் பா.செயப்பிரகாசம் திருநெல்வேலியில் மக்கள் தொடர்பு அதிகாரியாக இருந்தார். அவர் என் நோட்டிலுள்ள கவிதைகளைப் படித்துவிட்டு "கலாப்ரியாவின் தொட்டிலில்லாத குழந்தைக்கு ஒரு தாலாட்டு" என்று ஒரு கட்டுரை எழுதித் தீபத்துக்கு அனுப்பினார். அது திரும்பி வந்து விட்டது. அதை என்னிடம் தந்தார். அப்போதுதான் வண்ணதாசன் ஏன் கசடதபற வெளியிட்ட 'புள்ளி' போல குட்டியாய் உனக்கு ஒரு தொகுப்பு கொண்டுவரக் கூடாது என்று கேட்டு, உள்ளூர் பிரஸ் ஒன்றில் அச்சிட்டு "வெள்ளம்" வந்தது. பெரிய வரவேற்பு கிடைத்தது. அதைத் தொடர்ந்து பல மினி சைஸ் புத்தகங்கள் புற்றீசல்போல வந்தன. ஆச்சரியமும் மகிழ்ச்சியுமாய் இருந்தது. அதன் மூலம் மு.ராமசாமி, சிவசு, கார்லோஸ், தி.சு.நடராசன் என நிறையப் பேர் கிடைத்தனர். நகுலன், ஞானக் கூத்தன், தி.ஜானகிராமன், புவியரசு, கங்கை கொண்டான், தமிழ்நாடன் என பலர் விமர்சனமும் கடிதங்களும் எழுதினார்கள். தேனி, சீருடையான் (கடலை வியாபாரம், நெல்லை ஓட்டல் முன்புறம், தேனி என்ற முகவரியுடன்) போன்ற அறிமுகமே இல்லாதவர்கள்கூட நீண்ட கடிதம் எழுதியிருந்தார்கள். அநேகமாக அந்த அசாத்திய வரவேற்பு என் படிப்பைக் காலி செய்து விட்டது என்று சொல்லலாம்.

'தீர்த்த யாத்திரையின்' கதையே வேறு. அதன் பெரும்பாலான கவிதைகளை நான் தேர்வுக்கு தயார் செய்யும் பயமும் பரபரப்பும் நிறைந்த சூழலில் எழுதினேன். அப்பாவின் விருப்பத்திற்கு எதிராகவே நான் எம்.எஸ்.சி சேர்ந்திருந்தேன். அது என் மகத்தான லட்சியமாய் இருந்தது. எனக்கு கணிதத்தில் ஆராய்ச்சி செய்ய வேண்டுமென்ற ஆசை. அந்த நோக்கிலேயே படித்தேன். ஒரு ஆசிரியர் சொன்னார், முதலில் நீ பட்டம் வாங்குவதில்தான் கவனமாயிருக்க வேண்டும். அது இல்லாவிட்டால் உன்னை யாரும் ஆராய்ச்சிக்கே அனுமதிக்க மாட்டார்கள் என்று. ஆனால் என் ஆர்வக் கோளாறு அதை ஏற்றுக்கொள்ளவில்லை. தேர்வுக்கு தேவையானவற்றுக்கும் மேல் படித்துக் குழப்பிக்கொண்டேன். தேர்வில் வெற்றி என்பது சந்தேகம் என்று சமயத்தில் தோன்றும். இந்த மாதிரியான இருண்மையும்

ஒருவகை தற்கொலை மனோநிலையிலும் எழுதியவை 'தீர்த்த யாத்திரை' கவிதைகள். அவை 'வெள்ளம்' தொகுப்பிலிருந்து வெகுவாய் மாறுபட்டவை. அவற்றில் ஒன்றுகூட எந்தப் பத்திரிகையிலும் வெளிவராதவை. நினைத்ததுபோலவே என் படிப்பு முறை தேர்வில் என்னைக் கை விட்டது. அந்த வருடம் நான் தேர்வாகவில்லை. அந்த மன உளைச்சலிலிருந்து என்னை விடுவிக்க வண்ணதாசன் இந்தக் கவிதைகளை தொகுப்பாக்க முயற்சி மேற்கொண்டார். முதல் வாசிப்பில் அந்தத் தொகுப்பு 'வெள்ளம்' அளவு வெற்றி பெறவில்லை. ஆனால் எதிர்பாராதவிதமாக சில நண்பர்கள் அதை வரவேற்றார்கள். கோவை ஞானி, கார்லோஸ் போன்றோர் அதில் அடக்கம். 'தீர்த்த யாத்திரை' தொகுப்பு வெளிவந்ததும் தற்காலிக வேலை கிடைத்து மதுரை வந்து விட்டேன். அங்கே என் வாழ்க்கை பலவிதமாய் தடம் புரண்டது. அவை என் கவிதைகளிலும் வெளிப்பட்டது.

அந்தக் காலகட்டத்தில் உங்களைச் சுவர்ந்த கவிஞர்கள் யார்?

ஞானக்கூத்தனின் சர்ரியலிசக்கவிதைகள், நகுலனின் இருந்தலியல் வகைக் கவிதைகள், பிரமிளின் 'கைபிடி அளவு கடல்' ஆகியவை என்னை வெகுவாகப் பாதித்தன.

'இறக்கத் துடிக்கும் வாலா
உயிருடன் மீண்ட உடலா'

என்ற பிரமிளின் பல்லி கவிதையை நோக்கிக் கேரட் எட்டாத குதிரைபோல ஓடிக்கொண்டிருந்தேன்.

நீலமணியின் சிறிய கவிதைகள் என்னை வெகுவாகக் கவர்ந்தன. அவருடைய சில கவிதைகளை என்னிடம் அது நீங்கள் எழுதியதுதானே என்று கேட்டிருக்கிறார்கள். உதாரணமாத ஒரு கவிதை

'வண்டோடு,
சம்போகம் செய்துவிட்டு
குளிக்காமல்
கடவுள் தோளேறும்
மாலைப் பூ

அவரின் வேறு சில கவிதைகள்:
'ஒண்டுக் குடித்தனக்
கூட்டுக் குடும்பி
கண்டு பிடித்தது ரப்பர் வளையல்'

பேர்ட்ஸ் வியூ
'உலகத் தமிழ் மாநாட்டுக்குத்
திறக்கப்பட்டன 21
புதிய லெட்ரீன்கள்"

முதல் உலகத் தமிழ் மாநாட்டின்போது 21 சிலைகள் திறக்கப் பட்டதைப் பகடி செய்து எழுதப்பட்டது, நீலமணி யாப்புச் சுத்தமான மாபுக்கவிதைகளும் எழுதுவார் என்று நினைவு. நா.கா பாணியில் சொன்னால் நகுலன் என் 'செல்லக் கவிஞர். ஆனால் இதை ஆளுமையின் மீதான மதிப்பும் பாதிப்பும் கருதி சொல்வதாகவே கொள்ளவேண்டும்

ஒரு படைப்பாளியின் தொடக்கக்காலப் படைப்பில், ஆதர்ச படைப்பாளிகளின் செல்வாக்கு இருப்பது தவிர்க்கவியலாதது. அந்த வகையில் இளம் பருவத்தில் உங்கள் கவிதையாக்கத்தில் யாருடைய தாக்கம் இருந்தது

பொதுவாக கசடதபற கவிஞர்களான ஞானக்கூத்தன், சி.மணி, நீலமணி. பாலகுமாரன், வைதீஸ்வரன் ஆகியோரைச் சொல்லாம்.

எழுபதுகளில் சுறுசுறுப்புடன் இயங்கிய வானம்பாடிக் கவிஞர் குழாமில் இணைந்து செயல்பட்டீர்களா?

நான் எல்லா இதழ்களிலும் எழுதினேன். முதன்முதலாக வானம்பாடியிலிருந்து "கங்கை கொண்டான்' பேனா நண்பர்போல் அறிமுகமானார்." மானுடம் பாடும் வானம்பாடிக்குக் கவிதை தாருங்கள்" என்ரு கடிதம் எழுதியிருந்தார். "காதல் மானுடத்தில் சேர்த்தியில்லையா" என்று எங்களுக்குள் கடிதப் போக்குவரத்து நடந்துகொண்டிருந்தது. அப்புறம் செயப்பிரகாசம் எங்கள் ஊர் வந்து சேர்ந்தார். அவரைப் பார்க்கும்படி கங்கை கடிதம் எழுதியிருந்தார். பார்த்தோம். அவருடைய பிரமாதமான கதைகள் அம்பலகாரர் வீடு, ஒரு ஜெருசலேம் போன்றவை தாமரையில் வந்தன. அவர் மூலமும் வானம்பாடி நண்பர்கள் புவியரசு, மேத்தா, அக்கினி புத்திரன் சிற்பி, ஞானி, மங்கலம் சந்திரசேகர், சி.ஆர்.ரவீந்திரன் என்று பலர் அறிமுக மானார்கள். கோவை 'மலர்விழி அச்சகம்' என்று நினைவு. நானும் சுங்கையும் சென்று மேத்தாவின் 'கண்ணீர்ப்பூக்கள்' தொகுப்பின் முதல் பதிப்பிற்கு கொஞ்சதைப் 'ப்ரூஃப் பார்த்தோம். வானம்பாடியில் பத்துக் கவிதைகள் எழுதியிருப்பேன். மிகப் பிரபலமான "குருடர் பள்ளியில் கொடியேற்றம்" கவிதை வானம்பாடியில் வந்ததுதான்.

மிக மிக அன்பான நண்பர்கள். தமிழ்நாடன், புவியரசு ஆகியோரிடம் சுற்றுக்கொண்டவை ஏராளமாக இருக்கும். இருவரும் சோவியத் கவிதைகளை மொழிபெயர்த்துச் சொல்லுவதில் சமர்த்தர்கள். தமிழ்நாடன் குடும்பத்துடன் இன்றுவரை மாறாத என்றுமே வற்றாத பாசம் இருக்கிறது. ஆனால் அதன் செயல்பாடுகளில் கலந்து கொண்டதில்லை.

வானம்பாடிக் கவிதைப் போக்கிற்கும் உங்களுடைய கவிதைகளுக்குமிடையிலான வேறுபாடு பற்றிச் சொல்லுங்கள்

"தீர்த்த யாத்திரை" தொகுப்பிலிருந்து என் எழுத்து வகைமை மிகவும் மாறிப்போனது, பிறிதாகவும் 'ஷார்ப்பாக'வும் இருந்த என் வெள்ளம் கவிதைகளின் வகைமை மாறிப்போனது. என்னுடைய கவிதையின் விளிம்பு நிலை மனிதர்களை ஆடையில்லாமல் அவர்கள் ஏற்றுக்கொள்ளத் தயங்கினார்கள் எனலாம். ஆனால் பிற்காலத்தில் ஞானி போன்றவர்கள் அதை ஏற்றுக்கொண்டார்கள். ஆனால் அவர்களுக்குரிய சில நிபந்தனைகள் இல்லாமலில்லை என்று நினைக்கிறேன். சிலரின் நீளமான ரொமாண்டிக் தன்மையுள்ள கவிதைகளில் எனக்கு உடன்பாடில்லை. அவர்களுக்கிருந்த தத்துவார்த்தப் பிடிப்பு கவிதையின் அழகியலை மறுத்தது என்றே சொல்லவேண்டும். இத்தனைக்கும் என் கவிதைகளில் காணப்படும் சமுதாயக் கண்ணோட்டத்திற்கு வானம்பாடி நண்பர்கள், செயப்பிரகாசம், சேவற்கொடியோன் ஆகியோரின் தொடர்பு, பெரும் பங்கு உண்டு என்பதை நான் ஒத்துக்கொள்ளத் தயங்கமாட்டேன்.

மனத்தின் நுட்பங்களுக்கு முக்கியத்துவம் தந்து இருண்மைப் பின்புலத்தில் வெளியான நடுத்தர வர்க்கத்துப் புதுக் கவிதைப் போக்கிலிருந்து வானம்பாடிகள் வேறுவிதமாகச் சிறகடிக்கவில்லையா?

வானம்பாடியும் சரி, கசடதபற 'வல்லின' ரசனையுள்ள இதழ்களும் சரி குறைந்த காலமே வெளிவந்தன (மூன்றாண்டுகள்). அந்தக் காலகட்டத்தின் கவித்துவப் போக்குகளை மட்டுமே வைத்து இந்தக் கேள்வியை அணுகவேண்டும். வானம்பாடியைத் தவிர்த்து மீதமுள்ள அனைவருமே, அனைத்துமே, இருண்மைப் பின்புலம் என்று கூற முடியாது. அதற்கு நீங்கள் இன்னும் பின்னோக்கி (அல்லது முன்னோக்கி) வரவேண்டும். ஆத்மாநாம், பிரம்மராஜன், மற்ற 'ழ' கவிஞர்களிலிருந்து நீங்கள் சொல்கிற மிடில்கிளாஸ் மற்றும் அப்ஸ்கியூரிட்டி வகைமையின் பரவுதலைச் சொல்லலாம்.

கு.ப.ரா. நபிச்சமூர்த்தி கவிதைகளின் தன்மை வேறு. ஆனால் அவை வானம்பாடிகளுக்கு நேர் எதிரானவைதான். அந்த நேரத்தில் வானம் பாடி இல்லவே இல்லை. ஆனாலும் வானம்பாடியின் சித்தாந்தம் என்பது, பொருளாதார அடிப்படையில் அதாவது ஓரளவு மார்க்சீய அடிப் படையில் (இப்படிச் சொல்லக் காரணம், அதில் இருந்த சிலருக்கே மிகத் தெளிவான மார்க்சீயப் பார்வை இருந்தது), எல்லாவற்றுக்கும் தீர்வு இருக்கிறது என்ற புரிதலே. உதாரணமாக ஒரு குழந்தையை இழக்கும் துயரத்தின் விளைவுகளுக்கு ஜே.கிருஷ்ணமூர்த்தி தருகிற ஆறுதல் வேறு. ஆனால் மார்க்சீயத்தில் அதற்கும் தீர்வு உண்டு என்று சொல்வது வேறு. இது என்னைப் பொறுத்து வெறும் பொருள் சார்ந்த விஷயம் மட்டுமில்லை. "ஆனால் உங்கள் கேள்விக்கு ஒரு வரியில் சொல்வதானால் ஆம்".

சமூகப் பிரச்சினைகள் இன்று பல்கிப் பெருகும்போது, 'வானம்பாடி' கவிஞர்களுக்கான தேவை இருக்கிறதுதானே?

சமூகப் பிரச்சினைகளுக்காக கவிஞர்களின் தேவை எப்போதுமே உண்டுதான். ஆனால் நீங்கள் அதற்கு ஒரு முன் மாதிரி ('மாடல்') சொல்வதை ஏற்றுக்கொள்ள முடியவில்லை. ஏனென்றால், சமூக நிகழ்வுகள் ஒருக்காலும் ஒரே அடையாளத்துடன் இருப்பதில்லை. அடையாளத்தைச் சிதைப்பதுதான் சமூக நிகழ்வுகளின் விதியற்ற விதி.

உங்களைத் திராவிட இயக்கப் பின்புலமுடையவர் என்று வெளிப்படையாக அறிவித்துக்கொண்டிருக்கிறீர்கள். ஆனால் உங்கள் கவிதையில் திராவிட இயக்கச் சாயல் பெரிதும் இல்லை. குறிப்பாக மொழிப் போராட்டம் குறித்து எழுதியுள்ளீர்களா?

நீங்கள் "சாயல்" என்று எதை உருவகிக்கிறீர்கள் என்று தெரிய வில்லை. மொழிப் போராட்டம் நீண்ட பாரம்பரியம் உடையது. என்னைப் பொறுத்து, அது 1967இல் இருமொழிக் கொள்கைக்குப் பின் முடிந்துவிட்டது. அந்தத் தீ அணைந்துவிட்டது. அண்ணாவுக்குப் பின் அரசியல் சமன்பாடுகள் மாறி விட்டன. 67 தேர்தலின் கூட்டணி அரசியலே அதைத் தொலைத்துவிட்டது. நான் கவிதை எழுத வரும்போது அதற்கான சூழலே இல்லை. தவிரவும் வெறுமனே ஒரு மொழி மீதான எதிர்ப்பை அணையாமல் காத்துக்கொள்ள வேண்டுமா என்ற கேள்விகள் எழுந்தன. ஆனால்,

நீ
காலண்டர் கிழிக்காமலிரு
எனக்கு கவலையில்லை
நான் தொண்டனாயிருந்தவன்,

பதவி பறி போகாமலேயிருக்கலாம்
நீ சூரியனையும் பாராமலேயிரு.

... ...

போராடி
எரிந்து போனவர்களை மட்டும்
நான் மறக்கவே மாட்டேன்.
போ- எனக்காக
பயப்படவேண்டாம் '
சந்தோஷமாய்ச் சாப்பிடு

என்று பல அரசியல் கவிதைகளில் உள்ளார்ந்த பதிவுகள் இருக்கின்றன. மற்றபடி மதம், புராணம் சார்ந்து என் கவிதைகளில் எதிர்ப்பான, அவற்றை கேள்விக்குள்ளாக்கும் கவிதைகள் நிறையவே உள்ளன. சுயம்வரம் குறுங்காவியத்தில் இதைக் காண முடியும்.

பதின்பருவத்தில் எம்.ஜி.ஆர். ரசிகனாக இருந்தது சரிதான். ஆனால் இன்றும்கூட நீங்கள் 1960களின் திரைப்படச் சூழலிலிருந்து விலகி நிற்க முடியாதது ஏன்?

நீங்கள் எதை வைத்து இப்படிச் சொல்கிறீர்கள் புரியவில்லை. நான் அப்படி இருந்தவன் என்பதை மறைக்க விரும்பவில்லை. அப்படி அவசியமில்லை என்றுதான் சொல்கிறேன். 1960களின் நினைவை சினிமாவை வைத்தே நான் மீட்டெடுக்கிறேன். இது ஒரு மனப்பயம் போலத்தான். லால் பகதூர் சாஸ்திரி எப்போது இறந்தார் என்றால், 'அன்பேவா' படம் மாட்னி பார்க்கப் போய் பிரதமர் மறைவையொட்டி காட்சி ரத்து என்று திரும்பி வந்த நினைவு - அது 1966 ஜனவரி. அவ்வளவுதான். இதேபோல் அப்பா செத்துப்போனது, நாளை நமதே வந்த மறுநாள், ஜூலை 5 1975. அம்மா செத்துப்போனது எப்போது? தெரியாது. ஏன்? படம் பார்க்கும் பழக்கமே போய்விட்டது 1979லிருந்து. இன்னொரு விஷயம், ரசிகத்தன்மை என்பது தமிழ் வாழ்வில் ஒரு சங்கப்பலகை மனோபானம். அது ஒரு நட்பு வட்டம். இன்று நாம் இலக்கிய நண்பர்களையே பெரிதும் சந்திக்க விரும்புகிறோம். ஏன், உவப்பத் தலைக்கூடி உள்ளப் பிரியவா?' என் சமீபத்திய உரைநடை நூலான 'நினைவின் தாழ்வாரங்களில்' இது எனக்குப் பெரிதும் உதவியிருகிறது.

கிராமத்துச் சோக்காளி, நகர்ப்புற மைனர் போன்ற ஆளுமைகளுடன் நெருங்கிய தோற்றமுடைய சோமசுந்தரம் திடீரென 'கலாப்ரியா'வாக வடிவெடுத்த சூழல்/மனநிலை பற்றி....

இது ரொம்பச் சுலபம். காதலுற்ற மானுடன் கவிஞனாகிறான்... அப்புறம் நகர்ப்புற மைனர் என்பதில் நான் வேறுபடுகிறேன். 'சுத்த சல்லிப்பய சகவாசம்' என்பதே பொருத்தம். அதுவும் நான் "கெட்டுப் போனவனேதவிர கெட்டவனில்லை". ஆனால் மன நிலை மாற்றம், 'சசி', பார்க்காமல் பார்த்ததின் ரசவாதம்தான். நீங்களும் நானும் விடிய விடிய விழித்து, நான் உங்கள் கேள்விகளுக்குப் பதில் சொல்லிக் கொண்டிருக்கும்போது, அந்தப் பெண் நடப்பது எதுவும் தெரியாமல், என்ன செய்துகொண்டிருக்கிறாளோ... எப்படி இருக்கிறாளோ. இந்தக் கூத்தெல்லாம் தெரியுமா, இது வேடிக்கையாய் இல்லை ?

'வெற்றி அடைந்தவன்(?)
நான்
அதைக் கொண்டாட விடமாட்டாய் நீ.....'
யாரோ எழுதி வைத்தது.

'தெறிகள்' இதழில் எழுபதுகளில் வெளியான உங்கள் 'சுயம்வரம்' குறுங்காவியம் படித்துப் பலரும் கிறுகிறுத்துப் போயினர். காதலையும் சமூக இருப்பினையும் நுட்பமான கலவையில் வெளிப்படுத்திய வீர்யமான கவிதைவரிகள் அடங்கிய நெடுங்கவிதை எழுதுவதற்கான சூழல் பற்றி...

எலியட்டின் 'வேஸ்ட் லேண்ட்' போல ஒரு நெடுங்கவிதை எழுத வேண்டுமென்பதுதான் என் ஆசை. அதைப் படிப்பதற்கே முடியாது என்று சில ஆங்கில மாணவ நண்பர்கள் வாதிட்டனர். அது ஓரளவு உண்மைதான். ஆனால் அதன் கட்டுமானத்தை உணர முடிந்தது. வாழ்க்கை எங்கேயும் அது போலத்தான் இருக்கிறது என்று தோன்றியது. "நமக்கு வாய்த்திருக்கிற வாழ்க்கை நாம் விரும்பியதுதானா" கேள்வி எழுந்தது. அடூர் கோபாலகிருஷ்ணனின் "சுயம்வரம்" படம் பார்க்கும்போது யதார்த்தா பிலிம் மதுரையில் வலுப்பட்டது. சொஸைட்டியின் சார்பில் வெளியிட்டார்கள்

திருநெல்வேலி மண், தாமிரபரணி ஆறு, பிள்ளைமார் வாழ்க்கை என விரியும் எழுத்துமுறை உங்களுக்குள் எப்படி உருவானது ?

நான் இதைத்தானே வாழ்ந்திருக்கிறேன். இந்த 'மொழி"யைத்தானே பேசி வந்திருக்கிறேன். இந்தப் பொருமலும் பொச்சரிப்பும் காலை வாருதலும் கை கொடுத்தலும் சந்தோஷமும் சகவாசமும் நையாண்டியும் கிண்டலும் கொண்டாட்டமும் அழுகுணித்தனமும் எங்கேயும் இருக்கிறதுதான். என்ன நாங்க, ஒருத்தரை ஒருத்தர் காட்டிக் கொடுக்கோம், அவ்வளவுதான். இதெல்லாம் எல்லார்ட்டயும் இருக்கறதுதான். நாம் காலகாலமா ஆவணப்படுத்துகிறோம் அவ்வளவுதான்.

கவிஞன் சர்வதேசப் பார்வையுடன், புதுவகையான மொழியில் மனித இருப்பைப் பதிவாக்க வேண்டும் என்று கூறுகிறவர்களுடன் உங்கள் கவிதை முரண்படுகிறதே...

மொழி ஒரே மொழிதான். நங்கூரத்தின் வடிவம் இன்றைக்கும் அதேதான். கொஞ்சம் பயன்பாட்டுக்கு ஏத்த மாதிரி சில்லரை மாற்றங்கள் செய்துகொள்கிறோம். இயற்கையை வெல்லும் முயற்சியில் புதிய பொருள்களுக்கும் புதிய வினைக்கும் புதிய பெயர், புதிய சொல். மொழி, பழைய மொழிதான். ஏனெனில் மொழி இயற்கையானதல்ல. சொல்லின் வழியே மட்டுமே நம்மால் சிந்திக்கவும் ஏன் கனவு காணவும் முடியும். எனக்கு ஒரு கனவு வந்தது. ஏதோ ஒரு வட இந்திய ரயில்வே ஸ்டேஷன். ஒரு செருப்பு தொலைந்து போகிறது. அந்த ஊரின் பெயர்ப் பலகையை வாசிக்கிறேன். இந்தியில் இருந்தாலும் வாசிக்க முடிகிறது. ஆனால் யாரிடமும் விஷயத்தைச் சொல்ல முடியவில்லை. எனக்கு இந்தியை எழுத்துக் கூட்டி வாசிக்க மட்டுமே முடியும். பேசத் தெரியாது. இந்தக் கனவு எனக்கு நிறைய உணர்த்திற்று. என் மொழியில் மட்டுமே, என் பயன்பாட்டு மொழியில் மட்டுமே நான் எதையும் பதிவு செய்ய முடியும். பயன்பாட்டு மொழி என்பது சொற்களை, முடிகிற வகையிலெல்லாம் கலைத்துப் போடுவதில் வருவதில்லை. அப்படி முயன்றோமானால், எண்ணற்ற சாத்தியங்கள் வந்து கொண்டேயிருக்கும். எந்தச் செய்தியும் புலப்படாது. மையச் செய்தி இல்லையென்றால் அங்கே மனித 'இருப்பு' என்பது கேள்விக்குரியது. ஒருவகை உட்டோபியாதான் சாத்தியம். நீங்கள், உங்கள் கவிதை வெளியில் எங்கே, எவ்வளவு விரிவாகச் சுற்றி வந்தாலும் மையத்தை அழிப்பது என்பது அரைகுறைச் சாத்தியம்தான். அனாதி தூரத்திலும் அனாதிக்கு அர்த்தம் இருக்கிறது. சட்டம் இருக்கிறது, பிஹேவியர் இருக்கிறது. அது அனந்தங்களின் ராஜ்யம். அதற்கு எல்லாமே மையம் என்பதுவே அதன் சட்டம். ஆக, என் கவிதை தன் அறுதித்தன்மை காரணமாக எங்கும், யாருடனும் முரண்படவில்லை. யார் கவிதையும்

கலைந்து, கூழாக, ஜெல்லியாக இருக்காது. நம் இறந்தகாலத்தின் படிமங்களைத்தான், நம் நிகழ் காலத்தில், நம் மொழி வழியே நம்முடனேயே நிகழ்த்தும் உரையாடல் மூலம் கவிதையாக்குகிறோம். இறந்த காலம் என்பது, நீங்கள் இந்தக் கேள்வியைக் கேட்ட அந்த நொடியும் இறந்தகாலம்தான்.

சர்வதேசப் பார்வை என்பது சர்வதேச அரசியல் என்றால்தான் பொருள் அதிகம் தர முடியும். ஏனென்றால் பிரச்சினைகள், ரொம்பவும் அடிப்படையானதுதான். புறம் எங்கும் அரசியல்தான் சகலத்தையும் கலைத்துப் போடுகிறது. அது அகத்தினுள் ஒரு கவிதையின் மொழிச் சேர்க்கையைக் கலைத்துப் போடுகிறது. உதாரணம் யவனிகா ஸ்ரீராம் போன்றோரின் கவிதைகள். ஆனால் அதிலும் ஒரு அறுதித் இருக்கிறது. கவிதையின் அறுதித்தன்மையிலிருந்து அவர்களது கவிதை வேறுபடுவதைத்தான் நீங்கள் இவ்வாறு முரண்படுவதாக நினைக்கிறீர்கள். இது ஒரு நீளமான ப்ராசஸ் என்பதற்காக இரண்டு பேரையும் ஒப்பிட்டுக்கொண்டேன் யவனிகா கோபப்படமாட்டார் என்றும் ஒரு நம்பிக்கை.

இன்னொன்று நேரடியான பாதிப்பு என்பதையும் கணக்கிலெடுக்க வேண்டும். கவிதைக்கான உக்கிரமும் அது ஏற்படுத்தும் தாக்கத்தின் உக்கிரமும் அப்போது சொல்லொணா வலியுடன் இருக்கும். அது மென்மையானதைப் பற்றிச் சொன்னாலும்.

மனித வாழ்க்கையில் ஆதாரமான அம்சங்களான பாலியல், வன்முறை இரண்டையும் கவிதைக்கான பாடுபொருளாகத் தாங்கள் தேர்ந்தெடுத்தது தற்செயலானதுதானா?

அவை ஆதாரமானவை. அதில் ஒளித்துவைக்க எதுவுமில்லை என்று நான் எண்ணியதுண்டு. பொதுவாக எதையும் பகிர்ந்துகொள்கிற தன்மை எங்கள் தெரு நண்பர்களிடையே இருந்தது. ஒரு நாள், ஆற்றுக்கு குளிக்கப் போகிறபோது, முந்தின நாள் 'அடல்ட்ஸ் ஒன்லி' கனவுகளினால், சொப்பனஸ்கலிதத்தால் லுங்கியில் ஏற்பட்டிருந்த கறை பற்றிப் பேசியபோது விளையாட்டாக நாங்கள் ஒரு முடிவெடுத்தோம். அது விடலைப்பருவம். இனிமேல் யாரும் கரமைதுனம் செய்தால், மறுநாள், அதை 'சபையில்' சொல்லிவிட வேண்டும். அப்படிச் செய்வதால் அந்தப் பழக்கத்திலிருந்து விடுபடவும் செய்யலாம் என்று ஒரு சால்ஜாப்பும் சொல்லிக்கொண்டோம். இதெல்லாமும் எனக்கு மனத்தடைகள் இல்லாமல் செய்துவிட்டன. மற்றபடி சிந்தனையோட்டத்தைப் பொறுத்து வன்முறை தற்செயலுமான

விளைவும்தான். ஆனால் இந்த இரண்டுக்குமிடையே மட்டும் என் கவிதைகளை அடக்குவதை நான் ஒப்புக்கொள்ள மாட்டேன். என் பிற்காலக் கவிதைகளில், அழகிய குடும்பம் பற்றியும் கவிதை களின் ப்ராசஸ் பற்றியும் கவிதைகள் நிறைய எழுதியுள்ளேன். அது அவ்வளவாய் கவனம் பெறவில்லை. ராஜமார்த்தாண்டன், விக்ரமாதித்யன் போன்றோர் சொல்லியிருக்கின்றனர்.

கவிதையின் வழியே நீங்கள் கண்டறிய விரும்பும் உலகம் என்னவாக உள்ளது?

கவிஞன் என்றில்லை, இது ஒவ்வொரு படைப்பாளிக்குமான கேள்வி. உடனடியான பதில், அன்பு மயமான உலகம். ஆனால் அதன் சாத்தியப்பாடுகள் முழுக்க கேள்விகள் நிறைந்தவை. வாழ்க்கை தொடர்ந்து கேள்விகளையே சொல்லித் தருகிறது. தீர்வு என்பதோ நிபந்தனையற்ற மகிழ்சி என்பதோ எந்தத் தேடுதல் மூலமும் கிடைக்காது. அன்பு செலுத்துவதும் சாத்தியமில்லாத ஒன்று. நாம் எப்போதுமே வரிசையில் நிற்கிற மனிதர்கள்தான். ஆத்மாநாம் சொன்னதுபோல் வரிசையில் நில்லுங்கள் அது முக்கியமானது. ஆனால் கூடியமட்டும் கடந்த காலத் தவறுகளுக்காகவாவது, அதை திருத்திக்கொள்ளவாவது கலகக் குரல் கொடுக்க வேண்டும். பீர்பால் கதையில் வருகிற மாதிரி, அரண்மனை முற்றத்தில் வைக்கப்பட்ட பெரிய பாத்திரத்தில், அடுத்தவன் பாலை ஊற்றுவான் என்று எல்லோரும் தண்ணீரை ஊற்றுகிற செயலைச் செய்யாமல் நாம் ஒரு குவளைப் பாலையே ஊற்றுகிற, மனோதர்மம் வளர்க்கிற காரியத்தை கவிதை செய்தால் போதும்.

கவிதை மூலம் எந்த வகையில் கவிஞனின் ஆளுமையை வெளிப்படுத்த முடியும் என்று கருதுகிறீர்கள். குற்றாலத்தில் 'பதிவுகள்' என்ற அமைப்பின் மூலம் கவிதைப் பட்டறை முதலாகப் பல்வேறு இலக்கிய நிகழ்வுகளை நடத்தினீர்கள். அது பற்றி விரிவாகக் கூற முடியுமா?

மொழிக்கும் சமூகத்துக்கும் தன் நன்றிக் கடனைச் செலுத்துகிற வகையில் 'பங்களிப்பு மிக்க' கவிதைகள் முக்கியமானவை. ஆனால் இந்தப் பிரக்ஞையோடு எழுதினால், கவிதையில் கவிதை இருக்காது. "நொந்தது சாகும்" "நையப்புடை என்ற வாக்கினை மனப்பூர்வமாக" வரித்துக்கொண்டால் வருவது நல்ல கவிதையாகவே இருக்கும்.

'பதிவுகள்' யோசனை பிரம்மராஜனால் முன் மொழியப்பட்டது. அது அவரின் மூளைக் குழந்தைதான். பெயரினை நான் சொன்னேன்.

அதை நடத்துகிற பொறுப்பை நான் ஏற்றுக்கொண்டேன். குற்றாலமும் இடம் கொடுத்தது. கவிதைப் பட்டறையாக நடத்துவதுதான் நோக்கம். ஆனால் தமிழ் மூளை அதற்குப் பழகியிருக்கவில்லை என்று புரிந்தது. கருத்தரங்கம், கட்டுரைகள், விவாதங்கள் என்றே அது நகர்ந்தது. அதுவே பெரிய வெற்றியாகவும் அமைந்தது. பிரம்மராஜன் தந்த சுதந்திரத்தால் என்னால் எல்லாப் பிரிவு இலக்கியவாதிகளையும் திரட்ட முடிந்தது மகிழ்ச்சியான விஷயம். முதல் பட்டறைக்கான முதல் பதிவுக் கட்டணத்தை சுந்தர ராமசாமி அனுப்பியிருந்தார். அவர் மிக மிக ஆர்வத்துடன் இரண்டு பட்டறைகளில் கலந்துகொண்டார். வழக்கம்போல காத்திரமான பங்களிப்பையும் செய்தார்.

முதல் பட்டறை நகுலன், சு.ரா, ஞானி என்று பல பிரபலங்களும் கோணங்கி, அவர் அழைத்து வந்த எஸ்.ராமகிருஷ்ணன் போன்ற இளையவர்களும் பிரமாதமாக அமைந்தது. இன்னும் நிறையப் பெயர்களைச் சொல்லலாம். அத்தனை பேர் பங்கெடுத்துக்கொண்டது பெரிய மகிழ்ச்சியைத் தந்தது. நாகார்ஜுனன் தன்னுடைய 'கவிதை புரிந்து கொள்ளலைப் பற்றி'ய கட்டுரையை அடிப்படையாக வைத்துக்கொண்டு முதல் நாள் பகல் ஒரு மணி வாக்கில் பேச ஆரம்பித்தபோது, மொத்தக் கூட்டமும் பசி மறந்து விக்கித்து நின்றது. அமைப்பியல் வாதம் பற்றிய அறிமுகம்தான் அது என்றாலும் பிரமாதமான விஷயம். சுந்தர ராமசாமி, “இதை நீங்கள் தமிழ் மூளைக்கு புரியும்படியா இன்னும் விளக்கமா சொல்லணும்” என்று சற்று உணர்ச்சி மேலிட்டுச் சொன்னார். அப்படியெல்லாம் எளிதில் “நனைந்துவிட”க் கூடியவரில்லை அவர். பிரம்மராஜனும் கவிதை புரிந்துகொள்ளலைப் பற்றி, பிரமிளின் கவிதைகளை கட்டுடைத்து ஒரு அருமையான கட்டுரை வாசித்தார். இரவில் “மொசார்ட்' பற்றிய திரைப்படம் போட்டோம். மூன்று நாளும் மூன்று உலக சினிமாக்கள்.

மைக், மேசை, நாற்காலி எதுவுமில்லாமல், எல்லோரும் தரையில் அமர்ந்து கூடிப்பேசுகிற பாணியில் நடந்த கூட்டம். அந்தவகையில் அதுவே ஒரு முன்னணியாய் அமைந்தது. 1987பதிவுகளைத் தொடர்ந்து தமிழ்நாடெங்கும் கருத்தரங்குகள் நடந்தன. மூன்று வருடம் தொடர்ந்து நடந்தது. கருத்தரங்கிற்கு வெளியே நண்பர்களாகவும் மாணவர்களாகவும் குழுக்களாக கலந்துரையாடல் நடந்தது, இதன் முக்கியமான பக்க நிகழ்வு. மொத்தம் ஏழு கூட்டங்கள் நடத்தினோம். ஆனால் ஏதோ ஏகப்பட்ட அரங்குகள் நடந்ததுபோல் ஒரு நினைப்பு இருக்கிறது.

பதிவுகள் போன்ற இலக்கிய அமைப்பின் தேவையை இலக்கிய உலகில் பலரும் அறிந்துள்ளனர். ஏன் நீங்கள் தொடர்ந்து 'பதிவுகள்' கூட்டத்தினைக் கூட்டுவதில்லை?

சரியாகக் கேட்டீர்கள் ஏன் 'கூட்டவில்லை என்று. நான் ஒரு ‘ப்ளாட்பார்ம்’ அமைக்கும் வேலையைத்தான் செய்ய முடியும். பங்கேற்பாளர்கள்தான் அதன் வெற்றியை நிர்ணயிக்க முடியும். கட்டுரையாளர்களின் *insipidness* ஒரு முக்கியக் காரணம். கடைசிவரை கட்டுரையுடன் வரமாட்டார்கள். கடைசியில் வந்து 'பேசுவார்கள்'. அது அப்புறம் கலந்துரையாடலின்றிப் போய்விடும். அப்புறம் குடிக்கலாச்சாரம். துவக்கக் கூட்டங்களில் எல்லோருமே இரவில் கொஞ்சம் உற்சாகமாக இருந்தோம். அப்புறமாக அது நேரம் காலம் இல்லாத விஷயமாகப் போய்விட்டது. இதற்கு நானுமே விலக்கில்லை. அதனால் பல பிரச்சினைகள் உருவாகின. ஒவ்வொரு கூட்டம் நடந்து முடியும்வரை நான் அதிகப் பரபரப்பில் இருப்பேன். காவல்துறையினரிடமெல்லாம், முன்னதாகவே சொல்லி வைப்பேன். தவிரவும் குற்றாலத்தின் வாசனையே இப்போது மாறிவிட்டது. எப்போது வேண்டுமானலும் நடத்தலாம். எல்லோரின் ஒத்துழைப்பும் இருக்கும்பட்சத்தில்.

சமகாலத்தில் கவிதை எழுதிக்கொண்டிருந்த கவிஞர் களுடனான உங்களுடைய உறவு எப்படி இருக்கிறது?

எந்தக் காலத்திலும் நான் எல்லோருடனும் நல்ல உறவே பங்கேற்கவைத்திருந்தேன். பதிவுகள் மூலம் எனக்கு ஏகப்பட்ட நண்பர்கள் கிடைத்தனர். விக்கிரமாதித்யன் வீட்டுக்கே அழைத்து வந்து நிறையப் பேரை அறிமுகப்படுத்துவார். கடுமையான அணுகுமுறைகளை எங்கள் வீட்டில், என் மனைவியின் சமையலை ருசி பார்க்காத இலக்கியவாதிகளே இல்லை எனலாம். இளையவர் புதியவர், முதியவர் என்ற பேதமே கிடையாது. அவர்கள் படைப்பு சார்ந்தும் நான் வைத்துக்கொள்வதில்லை. ஆனால் மனதில் பட்டதை மறைத்ததுமில்லை. இளைய கவிஞர்களின் பல கவிதைககளை நான் கலந்து பேசி சிறுசிறு மாற்றங்கள் செய்து கொடுப்பேன். ஏற்றுக்கொள்வார்கள். ஃப்ரான்சிஸ் கிருபா, ரவி உதயன், எஸ்.பாபு எனப் பல பேர். என்னை கடுமையாய் விமர்சிக்கிற ஒரு கவிஞரின் ஆரம்பகாலக் கவிதைகளைக்கூட நான் திருத்தி அமைத்து அவர் மனப்பூர்வமாய் நன்றி சொல்லி இருக்கிறார். அவர் வளர்ச்சியைக் கண்டு எனக்கு மகிழ்ச்சியே (அவர் வளர்ந்தாரா என்பதை காலம்

தீர்மானிக்கும், என் வளர்ச்சியில் பெரும் அக்கறை கொண்டிருந்த நகுலனை நான் என்றும் மறக்க மாட்டேன். பலர் அப்படி என் மரியாதைக்குரியவர்களாக இருந்திருக்கிறார்கள், இருக்கிறார்கள்.

90களுக்குப் பின்னர்தான் தமிழில் நவீன கவிதை உருவாகி யுள்ளது என்ற வாதம் பொருட்படுத்தக் கூடியதுதானா?

இல்லை என்கிற வகையில் பொருட்படுத்தக் கூடியது. மாற்றம் என்பது இயற்கை நியதி. 90களில் நவீன கவிதைகளில் இன்னொரு வரவேற்கத்தக்க மாற்றம் நிகழ்ந்தது. தொடர்ந்து எழுதிக் கொண்டிருப்பவர்களில் பலரைக் குறிப்பிட முடியும். குறிப்பாக தேவதச்சன், தேவதேவன், நம்பி(என்னையும் சேர்த்துக் கொள்ளலாம்), முக்கியமாக ப்ரேம் ரமேஷ். எல்லோருமே 70, 80, என ஒவ்வொரு பத்தாண்டுகளையும் பிரதிநிதித்துவப்படுத்தி தொடர்பவர்கள்.

நவீன கவிதையின் போக்குகள் என்று நீங்கள் எதை நினைக் கிறீர்கள்?

அன்றன்று புதுமையடி தமிழ்க் கவிதை என்பதுதான் உண்மை. கவிதைகளின் வழியே இதை இன்று அவதானிக்க முடியாது. ஒவ்வொன்றும் ஒவ்வொரு வகை. நான்கைந்து ஆண்டுகளுக்கு முன்னதாகக்கூட, தலித்தியம், பெண்ணியம் என்பது போன்ற வகைமை இருந்தது. அது, வெற்றிகரமாக, அற்புதமாக, நிலைகொண்டு விட்டது. மூாக் ப்ரேவரின் பாதிப்பு திடீரெனக் கூடி ஒலித்தது. இப்போதைய போக்கு பிடிபட இன்னும் காலம் போக வேண்டும்..

கதை அல்லது அனுபவம் என்று சொல்லப்படுகிற உரை நடையின் மொழி இயக்கம், நவீன கவிதா மொழியில் எவ்வாறு இருந்து வருகிறது?

உண்மையில் அனுபவம், அதை வெளிப்படுத்துதல் என்பதுதான், தொல்லியல் வழக்காறான நாட்டார் கதைகள்தான், புனைவின் துவக்கமாக இருந்திருக்க வேண்டும். அது பல வடிவமாக மாறிய பின்னர் உரை நடை என்று மறு பெயர் அடைந்தது என்று நினைக்கிறேன். தொன்மை மிக்க ஆஸ்திரேலியக் குகை ஓவியங்களில் பெண் உறுப்பும் மிருகங்களும் காணப்படுகின்றன. இது சித்திர மொழியிலான அனுபவ வெளிப்பாடு அல்லாமல் வேறென்ன இதை நீங்கள், உங்கள் பகுப்பில் என்னவென்பீர்கள்?. எல்லாமே ஒன்றோடு ஒன்றிணைந்தவைதான். நவீன கவிதையின் ஒரு சிறு படிமம் உங்களுக்கு ஒரு கதையை

நினைவுபடுத்தக் கூடும். ஒரு கவிதையில் சொல்லப்படும் மொத்தக் கதையுமே ஒரு படிமமாக உருக்கொள்ளும். இன்றைய கவிதை மொழியில் கதைக் கூறுகள் இல்லை என்பதையும் மறுப்பதற்கில்லை.

புலன் வழி காட்சிப்படிமங்களில் உறையும் ரொமான்ட்டிசிசம் நவீன கவிதையில் உயிர்ப்பிக்கப்படும் பரப்பு எவ்வாறு இருக்கிறது?

கவிதையில்தான் ரொமாண்டிசிசமாக அனுபவம் மாற்றம் பெறுகிறது. புலன் வழிக்காட்சி என்பது பருண்மையான யதார்த்த மாய்த்தான் இருக்கும்.

நவீன கவிதையில் ஆண், பெண் என்ற வேறுபட்ட உடலியல் ஆக்கம் இயங்குகிறதா?

ஆம். குட்டி ரேவதி, மாலதிமைத்ரி, லீனா கவிதைகளில் என்னால் இதை உணர முடிகிறது. குட்டி ரேவதியின் 'முலைகள்' கவிதையும் 'என் முலை தேடி' கவிதையையும் ஒருமுறை மனதுக்குள் ஒப்பிட்டபோது எனக்கு இவ்வாறு தோன்றிற்று. எனது தலைப்பே இதைச் சொல்லக் கூடும்.

அடையாளங்களையும் நேரடி அர்த்தங்களையும் தொலைத்துக் கொண்டிருப்பதுதான் நவீன கவிதையின் கவிதா நகர்வா?

அடையாளம் என்பது நிலையான விஷயமே இல்லை. அப்புறம் சொல்லால் எழுதப்படும் கவிதை அர்த்தத்தை எப்படி தொலைக்க முடியும். ஒரு வகையான ஃபேண்டசியே எப்போதும் சாத்தியம். அல்லது மறைவான ஒரு குறியீட்டு மொழியில் சொல்லவேண்டிய நிர்ப்பந்தம் ஏற்படும்போது அர்த்தம் தொலைந்ததுபோல் இருக்கலாம். நீங்கள் தொலைக்கிற அர்த்தத்தை நானும் நான் தொலைப்பதை நீங்களும் அவரவர் புரிந்துகொள்ளலுக்கேற்ப கண்டெடுக்கவே செய்கிறோம்.

சமூகத்தளம் என்ற கூட்டுப் பிரக்ஞையின் பாசாங்குகளை நவீன கவிதை, மரபுக்கவிதைகள்போல் அல்லாமல் வேறு எவ்வாறு அணுகுகிறது?

"சமூகம் என்பதே, சக்திமிக்க இயற்கைக்கெதிரான பாசாங்கான கட்டுமானம்" என்பதுடன் நான் ஒத்துப் போகிறேன். "இயற்கைக்கு

மனிதன் பிடித்தமானவனில்லை". அகழ்வாரைத் தாங்கும் நிலம்... 'என வள்ளுவர் உணர்ந்திருப்பது இதையே என்று நினைக்கிறேன். நவீன கவிஞன் தன் அந்நியப்படல் மூலமாகவே சமூகப் பாசாங்குகளை அணுகுகிறான். அந்நியமாதல் என்கிற விஷயமும் பத்தாண்டுகளில் வேறு பரிமாணம் கொண்டுள்ளது. ஒரு காலத்தில் அது மனிதத் தீவுகளை உருவாக்கிற்று. இன்று ஒவ்வொரு மனிதனும் ஒரு தீவு.

தனிமனித இருப்பின் இயங்கியலை நவீன கவிதை எவ்வாறு உள்வாங்குகிறது?

இதைத்தான் அர்த்தமிழந்த கவிதை என்று சொல்கிறார்களோ என்னவோ.

தன்வயப்போக்கை வலியுறுத்துகின்ற நவீன கவிதையில் வரலாறு உருவாகிறதா?

ஒவ்வொரு தனிமனிதனும் தனது வரிகளை வரலாற்றில் சேர்த்துவிட்டே போகிறான்.

முடிவின்மையில் ஆரம்பம் கொள்கின்ற நவீன கவிதை வேறு எங்காவது முடிகிறதா?

நீங்கள் ஆரம்பம் என்பதை நான் முடிவென்கிறேன்.

இன்றைக்கும் நீங்கள் எழுதிக்கொண்டு இருக்கிறீர்கள். நவீன கவிதையில் தங்கள் பங்கு என்ன?

மணிரத்தினம் பாணியில், "நான் நல்லவனா, கெட்டவனா?" அதை காலமும் வாசகருமே சொல்ல வேண்டும்.

மூத்த கவிஞர்கள் பற்றிய பேச்சுகளை முழுதாகப் புறக்கணித்து விட்டு, அண்மையில் கவிதை எழுதுகிற கவிஞர்கள் பற்றி மட்டும் பேச்சுகளை உருவாக்குவது ஒரு வகையில் தந்திரம்தானே?

அப்படி நிகழ்வதாக நான் உணரவில்லை. இதில் தந்திரமெல்லாம் இருந்தாலும் யாரும் யாரையும் ஒதுக்கி வைத்து விட முடியாது.

சங்ககாலத்திலிருந்து இரண்டாயிரமாண்டுகளாகக் கவிதை எழுதிக் கொண்டிருக்கும் தமிழ்ப் பாரம்பரியம் நவீன கவிதைக்குத் தடையாக இருக்கிறதா?

இல்லை. என்னைப் பொறுத்து உதவியாகவே இருக்கிறது.

பண்டையக் கவிதைகளிலிருந்து நவீன கவிஞன் எவற்றை எடுத்துக் கொள்ள முடியும்?

கவிதையின் நீட்சியாகவே என் கவிதைகளைப் பலரும் சொல்கிறார்கள். எடுக்காமலும் முடியும். இயங்க முடியும். ஆனால் அது அவனுள்ளேயே இருக்கிறது என்பதுதான் மிகப்பெரிய முரண்.

கடந்த நாற்பதாண்டுகளாகக் கவிதையாக்கத்தில் முனைந்து செயல்படும் சூழல் உங்களுக்கு அலுப்பூட்டவில்லையா?

இல்லை. மாறாகச் சமீபமாகக் கவிதை எழுதாமலிருப்பதைக் குறித்து கவலையாகவே உணர்கிறேன். உரை நடை எழுத ஆரம்பித்த பின்தான் உணர்கிறேன்; கவிதை ஒரு ஆத்மார்த்தமான விஷயம்தான்.

உங்களுடைய கவிதைப் படைப்பாக்கம்பற்றி உங்கள் குடும்பத்தினரின் புரிதல் குறித்து...

சில எளிய கவிதைகளை அவர்கள் ரசிக்கிறார்கள். ஆனால் என்னை எல்லாவகையிலும் சகித்துக்கொள்வது என்பதே கவிதைகளையும் என்னையும் அவர்கள் புரிந்துகொண்டிருக்கிறார்கள் என்று சொல்லலாம இல்லையா?

பிள்ளைமார் சாதியில் பிறந்த காரணத்தினால், உங்களுடைய கவித்துவ ஆளுமை செழுமையடைந்துள்ளதா?

வாசிப்பு அறிமுகத்துக்கு இது உதவியாய் இருந்தது என்பதை மறுப்பதற்கில்லை. அப்புறம் என் ஆளுமை குறித்து எனக்கு சந்தேகம் இருக்கிறது. என் வாழ்க்கை முறை அப்படி அமையவில்லை. நண்பர் கடற்கரய் விளையாட்டாகச் சொன்னதுபோல் நான் ஜாதிப்பிரஷ்டம் பண்ணப்பட்டாலும் ஆச்சரியமில்லை.

இலக்கியப் படைப்பாக்கத்தில் அறம் எந்த அளவு பின்புலமாக இருக்கக் கூடும்?

எத்தரப்பிற்கும் பொதுவான, நன்மையான, அரசியல் ஊடாடாத அறம் என்று ஒன்று இல்லவும் இல்லை. அதனால் அறம் என்பதற்கு நவீன வாழ்வில் பொருளில்லை. அது சார்ந்து படைப்பு இயங்க வேண்டுமென்று எதிர்பார்க்க முடியாது.

தேர்ந்த கலைஞன் ஒழுக்கவாதியாக, சமூகத்துக்கு இணக்க மானவனாக இருக்க முடியுமா?

அவசியமில்லை. -ஒழுக்கவாதியாகவே ஒழுக்கத்தைக் குறித்து அதிகக் கரிசனத்துடன் பேச முடியும். தவிரவும் ஒழுக்கத்துக்கு எது உரைகல் என்பதையும் யோசிக்க வேண்டும்.

உங்களுடைய கவிதை முறையை நகலெடுப்பவர் பற்றி என்ன கருதுகிறீர்கள்?

ஆரம்பம் அதுவாக இருக்கலாம். ஆனால் தொடர்ந்து அதைச் செய்வது நல்லதல்ல.

கடந்த கால இலக்கிய வாழ்க்கையைத் திருப்பிப் பார்க்கும் போது மனத்தில் என்ன தோன்றுகிறது?

மகிழ்ச்சியாகவே உள்ளது. "இன்னும் கொஞ்சம் பக்கங்கள் எழுத முடியுமானால்" இன்னும் நிறைய நண்பர்களைச் சந்திக்க இயலுமானால், மகிழ்ச்சி அதிகமாகும்.

வண்ணதாசன் என்கிற ஆளுமைக்கும் உங்களுக்குமான உறவு பற்றி ?

வண்ணதாசனை என்னுடைய பத்தாவது வயதிலிருந்து அறிவேன். அவர் வீட்டின் மாடியில் கேரம் போர்ட், '88' சீட்டு விளையாட்டு, பைண்ட் பண்ணிய பழைய குமுதம், சினிமாப் பாட்டுப் புத்தகங்கள் படிப்பது என, பல வயது நண்பர்கள் விடுமுறைகளைக் கொண்டாடுவோம். வண்ணதாசனுக்கு நாங்கள் யாருமே தோள் மட்ட நண்பர்கள் கிடையாது. எல்லோரும் அவரைவிட இரண்டு மூன்று வயது சிறியவர்கள். அதனால் அவர் எல்லோருக்கும் கல்யாணி அண்ணன். அவர் அற்புதமான ஓவியர். கோபுலுவின் பாதிப்பு அதிகம். அவருடைய அண்ணன் கணபதி அவர்கள்தான் எங்கள் எல்லாக் கலைக்கும் முன்னோடி. அவருடைய படங்கள் வர்ணம் சாயலில் இருக்கும். பத்திரிக்கையில் வருகிற ஓவியங்களைப் பார்த்து இரண்டு பேரும் சாக்பீஸால் செங்கல்தரை, ஊஞ்சல்ப் பலகை என்று வரைந்து கொண்டே இருப்பார்கள். தினத்தந்தியில் சிரிப்புப் படம் வரைந்து "மேற்கண்ட சிரிப்பு படத்தை வரைந்து ரூபாய் ஐந்து பரிசு பெறுபவர் தி.சி.கணபதி/ தி.சி.கல்யாணசுந்தரம்/ 21.இ. சுடலைமாடன் கோயில் தெரு" என்று அடிக்கடி வரும்.

மேஜையை சாய்த்துப் போட்டு, டிராயிங் ஷீட்டை 'த்ம்ப் பின்னால்' ஒட்டி என்னிடமுள்ள சினிமா பிலிமை ப்ரொஜெக்ட் செய்து பெரிய பேனர் மாதிரி வரைந்து பார்ப்பார் கல்யாணி அண்ணன். அப்போது பாவமன்னிப்பு, பாசமலர் படங்களின் பேனர்கள் பிரபலம். சபா ஆர்ட்ஸ், மோகன் ஆர்ட்ஸ் ஆகியோரும் பிரபலம். அதை வரைய ஸ்லைடை ப்ரொஜெக்ட் செய்து வரைவார்கள் என்று கேள்விப்பட்டு ஃபிலிமை ப்ரொஜெக்ட் செய்து, வரைந்து பார்த்தார் கல்யாணி அண்ணன். அவர் தன்னுடைய பதினாறு வயதிலேயே நல்ல கதைகள் எழுதினார். அவருடைய முதல் கதை கே.டி.கோசல்ராம், எம்.பி, ஆசிரியராய் இருந்த 'புதுமை' இதழில் வெளிவந்தது. அவருடைய ஓவியத் திறமையே அவருடைய கதைகளின் அற்புதமான, நுணுக்கமான, சித்தரிப்புகளுக்குக் காரணம் என்று கூடச் சொல்லலாம்.

பொதுவாக ஒரு ஆளுமையின் நிழலில் வளருகிற செடியும் பட்டுப் போகும். சிலர் அதைக் கவனித்து தன் நிழல் நாற்றங்காலில் இருந்து பிடுங்கி வயலில் நட்டு விடுவார்கள். வண்ணதாசன் அப்படி ரகம். நான் வண்ணதாசனிடமிருந்து கற்றவை ஏராளம். அவரைப் பார்த்துப் பார்த்து வளர்ந்தவன் நான். சமீபத்தில் ஒரு கட்டுரை எழுத யோசித்தேன். தெருவில் ஒரு நாயுடு குடும்பம் இருந்தது. அவர் அரசு கடைநிலை ஊழியர். அவர் வீட்டின் சமையலறை தெருவை ஒட்டி இருக்கும். பெரும்பாலான வீடுகளில் அப்படித்தான். எல்லா வீடுகளிலும் அடுப்படிச் சன்னல் சிறிதாக, உயரத்தில் இருக்கும். அதில் அரிவாள்மனையைச் சொருகி வைத்திருப்பார்கள். அதன் கூர்மையான வெட்டுகின்ற பகுதி தெருவை நோக்கி இருக்கும். தயிர் மத்தும், காம்பு வெளித்தெரிய, செருகப்பட்டு இருக்கும். அவர் வீட்டையொட்டி, தெருவில் பீயள்ளுகிற வண்டியை, துப்புரவுத் தொழிலாளி அவர் வீட்டு ஜன்னலருகேதான் நிறுத்தியிருப்பார். காலையில் பத்து மணி வரை வீட்டில் இருப்பது ரொம்பக் கடினம். (அப்படியானால் தொழிலாளியின் நிலை என்ன என்று பலமுறை நினைத்ததுண்டு.) அந்த வீட்டுப் பாட்டியும் துப்புரவுத் தொழிலாளியும் ரொம்ப நேரம் பேசிக் கொண்டிருப்பார்கள் தெலுங்கில். இதை வைத்து ஒரு கட்டுரையை ஆரம்பித்தேன். நான் சித்தரித்தவையெல்லாம் ஏற்கெனவே எங்கோ எழுதிய மாதிரி இருந்தது. திடீரென்று வண்ணதாசனின் ஒரு கதை நினைவுக்கு வந்தது. அவர் தொகுப்பை எடுத்து அதைத் தேடிப் பிடித்துப் படித்தேன். நான் எழுதியவை எல்லாம் அவர் கதையில் அப்படியே இருந்தன. நான் எழுதியதை சந்தோஷமாகக் கிழித்துப் போட்டேன்.

என்னுடைய பெரும்பாலான ரகசியங்கள் அவருக்குத் தெரியும். அந்தவகையில் ஒரு சினேகிதன். நான் ஏதாவது சிறு பிள்ளைத்தனமாக 'பீற்றி'க்கொண்டால் அவர் எனக்கு வண்ணநிலவனைச் சுட்டிக் காட்டுவார், "பார், ராமச்சந்திரன் எவ்வளவோ சாதித்திருக்கிறார். நீயோ நானோ அவருடைய திசையில் பத்தடிகூட நடக்கவில்லை. கொஞ்சம் அடங்கு" என்று இடித்துரைப்பார் ஒரு மந்திரிபோல். என்னுடைய ஆதிக் கவிதை ஒன்றில் ஆயிரம் பிறவி எடுத்தாலும் அன்னைத் தமிழே நீயே எனக்கு வேண்டும்." என்று என் நோட்டில் எழுதி வைத்திருந்தேன். அதற்குக் கீழே "தமிழா உனக்கு வேண்டும் தமிழுக்கு நீ வேண்டும்" என்று திருத்தி எழுதியிருந்தார் அந்த நல்லாசிரியன்.

கடந்த பத்தாண்டுகளில் வெளியாகிக்கொண்டிருக்கும் இடைநிலை இதழ்களைப் பற்றி என்ன நினைக்கிறீர்கள்?

வாசிப்புக்கு நிறைய விஷயங்கள் தருகின்றன. சமூக அக்கறையுள்ள, அரசியல் மேலாண்மையை வலியுறுத்துகிற கட்டுரைகள் தாங்கி வருவது ஆரோக்கியமான விஷயம். ஆனால் பத்திகளின் ஆதிக்கம் அதிகமாகாமல், படைப்பாக்கத்துக்கு இடையூறு இல்லாமல் பார்த்துக்கொள்வது நல்லது. ஏனென்றால் தவறான பத்திகள் வெறும் அரட்டைக்கே வழி வகுக்கும்.

இன்று கவிதை எழுதத் தொடங்கியிருக்கும் இளம் கவிஞர்களுக்குச் சொல்வதற்கென்று உங்களிடம் ஏதாவது வார்த்தைகள் உள்ளனவா?

படியுங்கள். பழையது புதியது எல்லாவற்றையும். எதிலிருந்தும் கற்றுக்கொள்ள முடியும். எல்லோராலும் எழுத முடியும். யாருக்கும் எதுவும் பிதுரார்ஜிதம் இல்லை.

- உயிர் எழுத்து, ஆகஸ்ட் 2010

பிரபஞ்சன்

பிரபஞ்சன் பிறப்பு 1945. பாண்டிச்சேரியை பிறப்பிடமாகக் கொண்டவர். சுமார் 40 ஆண்டுகளாக எழுதிக்கொண்டிருக்கும் தமிழின் மூத்தபடைப்பாளி. இவரது 'மானுடம் வெல்லும்' தமிழின் முன்மாதிரி வரலாற்று நாவலாக மதிக்கப்படுகிறது. தமிழில் சுமார் 300 சிறுகதைகள், 8 குறுநாவல்கள், 6 நாவல்கள், 200க்கும் மேற்பட்ட கட்டுரைகள் எழுதியிருக்கிறார். தமிழ்நாடு அரசு, பாண்டிச்சேரி அரசு இலக்கியச் சிந்தனை பரிசுகளைப் பெற்றவர். மேற்குவங்க பாஷாபரிட்சத் பரிசு, சாகித்ய அகாதமி பரிசும் இவர் பெற்றவை. இவரது படைப்புகள் இந்தி, மலையாளம், தெலுங்கு, கன்னடம், ஆங்கிலம், பிரெஞ்சு மொழிகளில் ஆக்கம் செய்யப்பட்டுள்ளன. புகழையும் விமர்சனங்களையும் மிக இயல்பாக எதிர்கொள்ளும் எழுத்தாளர். அமைதியும் இனிமையும் தோழமையுடனும் இவரோடு பேசியதிலிருந்து உருவான பேட்டி தயாராகியிருக்கிறது. திருச்சி, சென்னை என்று வேறுவேறு இடங்களில் பேச்சு தொடர்ந்தது. எழுத்து, சமூகம், சாதிப் பிரச்னைகள் என்று பல விஷயங்களை இப்பேட்டியில் அவர் பகிர்ந்துகொண்டிருக்கிறார்.

இலக்கியத்துடனான தொடர்பு ஏற்பட்டதுகுறித்து எப்போதாவது வருத்தப்பட்டிருக்கிறீர்களா? அது ஏன், இப்படி ஆட்டிப் படைக்கிறது என்று?

இலக்கியம், நுண்ணியதளத்திலும் புறவயத்திலும் பல கேள்விகளை வாசகர்முன் வீசியெறிகிறது. மனித இருப்பு பற்றிய பல ஆழ்ந்த விசாரங்களை நமக்குள் பரப்பிவிடுகிறது. நமக்குள் நாம் கட்டிவைத்திருக்கும் பல பிம்பங்களை, கருதுகோள்களை அது அசைத்துப் பார்க்கிறது. யதார்த்தத்தைப் பேசினாலும் வரலாற்றைப் பேசினாலும் இலக்கியம் சமகால மனிதனை, சமகாலப்

பிரச்சினையையே அலசுவதாக அது இருக்கிறது. மூளையில் ஞாபகப் பதிவுகளில் பலப்பல புதிய படிமங்களைக் கொண்டுவந்து நிரப்புகிறது. இலக்கியம் அறம்சார்ந்த புனைவுகள் ஆனபடியால், நம் மதிப்பீடுகளை ஒன்று, காலாவதியாக்குகிறது அல்லது இறுகச் செய்கிறது. பல தத்தளிப்புகளை வாசகரிடத்தில் ஏற்படுத்திவிட்டு அது நழுவி விடுகிறது. மனதில் எப்போதும் ததும்பிக்கொண்டே இருக்கிற ஒருவகை கொந்தளிப்பை ஏற்படுத்திவிடுகிறது. முன்னர் நாம் கண்டுணர்ந்த ஒன்றின் புதிய பரிமாணத்தை, வேறுவகையில் புதிதாகக் காட்டுகிறது. இலக்கியம், நிறைய சந்தேகிக்கவைக்கிறது.

கட்டமைத்த பிம்பங்களின்மீதும் பிரதிமைகளின்மீதும் அவநம்பிக்கைகளைத் தூவுகிறது. நரம்புத்தளர்ச்சியை ஏற்படுத்துகிறது. எழுதுகிறவரை மட்டுமல்ல; கூரிய வாசகரையும் சற்றேறக்குறைய மனப்பிறழ்வு நிலைக்கு அருகில் கொண்டுவைக்கிறது. 'மெட்டமார்பசிஸ்' படித்தபிறகு நம் முதலாளிகள், நம் உறவுகள், நம் வேலை, அந்தப் பிடுங்கி உத்தியோகம், அதிகாரவர்க்கம், எல்லாமுமே கரப்பான்பூச்சிகள் ஆவதைத் தவிர்க்கமுடியாது. எல்லாமே அற்பத்தனமும், போலிமையும் கொண்டதாகவே காட்சி தரத் தொடங்குகின்றன. சமூகத்தில் நம் இருப்பு, நம் ஸ்திதி மட்டும் அல்ல, நம் சின்னச்சின்ன துரோகங்கள், காட்டிக்கொடுத்தல்கள், நாம் நிறுவமுயலும் அதிகார மையங்கள், நம் வெளித்தெரியவராத ஊழல்கள் எல்லாமும்தான் கரப்பான்பூச்சிகளாகின்றன. கரப்பான்பூச்சிகளுக்கு மத்தியில் நாம் ஒரு கரப்பானாகிறோம். இருபதாம் நூற்றாண்டின் மனித இருப்பு இதுதான். நாமே கரப்பான் ஆதல், கரப்பானாகி நம்மைநாமே வேடிக்கை பார்த்தல். நம்மை கரப்பானாக்கவே சட்டமன்றம், காவல்துறை, நீதிமன்றம், பல்கலைக்கழகங்கள், ஊடகங்கள் எல்லாமே உழைத்துக்கொண்டிருப்பதாக எனக்குத் தோன்றுகிறது. நான் இதை நம்புகிறேன். நம்புவதாலேயே என் சமன் குலைகிறது. எந்த நிறுவனத்திலும் என்னால் நீடிக்க முடியவில்லை, எவரோடும் நீடித்த சினேகம்கொள்ள முடியவில்லை. எப்போதும் எனக்குள் பதற்றம் நிலவிக்கொண்டேயிருக்கிறது. இரத்த அழுத்தம் ஏற்படுகிறது, எரித்துச் சாம்பலாக்கும் கடுங்கோபம் ஏற்படுகிறது. இலக்கியம், அமைதிக்கானது அல்ல; அமைதியைக் குலைப்பதற்காகவே என்று தெரிகிறது.

இலக்கியத்தை எப்படி உள்வாங்கிக் கொள்கிறீர்கள்? உங்களுக்குள் சிறந்த படைப்புகள் ஏற்படுத்தும் நுட்பமான பாதிப்புகள் பற்றிச் சொல்லுங்கள்?

மகாபாரதம் ஒரு நல்ல உதாரணமாக இருக்கும். தருமனிலிருந்து துரியோதனன், கர்ணன், அர்ச்சுனன் என்று எந்தப் பாத்திரத்தையும் எடுத்துக்கொள்ளுங்கள். கர்ணனைப் பார்க்கலாம். மிகச்சிறந்த வில்லாளி இன்னும் ஒருமுறை நாகாஸ்திரத்தை அர்ச்சுனன்மேல் ஏவத்தான், வெற்றி தேவதை அவன் காதுகளுக்குள் சொல்லியிருக்க வேண்டும். ஆனாலும் அவன் தம்பி என்பதற்காக அல்ல; குந்திக்கு

அவன் கொடுத்த வாக்குறுதி காரணமாகவே அவன், தானே தன் மரணத்தை கைதட்டிக் கூப்பிடுகிறான். தான் ஏமாற்றப்படுகிறோம் என்று தெரிந்தே கவச குண்டலங்களை தானம் செய்கிறான். தந்தை, தாய் தெரியாமல், ஒரு தாசி மகன் என்றே நகையாடப்பட்டு, காயங்களால் நிரம்பிவழிந்த இருதயத்தை உடையவன் என்பதையும் நாம் மறக்கக்கூடாது. ஆயுதத்தின்முன், தன் இருதயத்தை காட்டிக் கொண்டு நிற்கிறான். நாம் வியந்துதான் போகிறோம். ஆனால் திரௌபதியின் ஆடையை உரிந்து, அவளை அம்மணமாக்குங்கள் என்று துரியோதனனுக்குச் சொல்லிக்கொடுத்த காலித்தனமும் அவனிடம் இருக்கிறது என்றால் கர்ணன் யார்? வீரன்காலி; கொடையாளிபொறுக்கி, சரிதானே? தர்மன் ஒரு பொறுப்பற்ற சூதாடி. தருமத்தைக் காக்க முயன்று பரிதாபகரமாகப் பொய்யோடு சமரசம் செய்துகொள்பவன். கணவனுக்காகப் புறவுலகையே இருட்டாக்கி, தன்னைப் பொறுத்தவரை, உலகத்தை அஸ்தமிக்கச் செய்துகொண்டவள் காந்தாரி; அடிப்படையில், மனசுக்குள் ஒரு குரூரமான வீம்புக்காரி. திருதராஷ்டிரன், ஒரு கொலைவெறியன். அர்ச்சுனன், கிருஷ்ணனால் மிகமுயன்று வீரனாக்கப்பட்டவன். சாதி, குலத்தை கேடயமாக்கிக்கொண்டு, இன்றைய அரசியல்ரீதியில் சொன்னால், அமைச்சர்கள், அரசாங்கக்கூட்டில் பெரும் பணம் சுருட்டும் நவீன முதலாளி வர்த்தகச்சூதாடியைப் போல செயல்பட்டவன்.

விஷயம் என்னவெனில், வியாசனுக்கு மனிதன் அல்லது மனிதம் புரிபட்டுவிட்டது. முழுக்கமுழுக்க உத்தமத்தனம் எனும் உறையில் திணிக்கப்பட்ட தலையணை அல்லன் மனிதன். தீமையையே வரம் வாங்கி வந்தவனும் அல்லன் என்றபோதும் கதைசொல்லல் காரணமாகவே வியாசன் மகத்தான படைப்பாளி ஆகிறான். இராமாயணத்தைக் காட்டிலும் என்னைப் பாரதமே கவர்ந்ததன் காரணம், அது தரும் தரிசனம்தான். எனக்கு மனிதர்கள் புனிதர்களாக ஒருபோதும் இருந்ததில்லை. அதேவேளை, பலவீனக் கட்டுகளால், விட்டு வெளியேறமுடியாத துயரச்சுழல்களில் சிக்கிய மனிதர்கள், குற்றவாளிகள், கொலைகாரர்கள், சமூக விரோதிகள் என்று ஊடகம் சொல்கிற மனிதர்கள்மேல் மிகுந்த கரிசனம் ஏற்படுகிறது. இது குற்றவாளிகளின் குற்றச்செயல்களை ஆதரிப்பது ஆகாது. இன்னும் தெளிவாகச் சொன்னால், மகாத்மா காந்தியின் பல பரிசோதனைகளில் எனக்கு மரியாதை உண்டு. என்றாலும் கோட்சேவைத்தான் நான் ஆராய விரும்புவேன். மகாவீரர், புத்தர் போன்ற மகான்கள், மனிதர்களுக்கு

மண்ணுக்குமேலே இருப்பவர்கள். கோட்சேதான், கடைத்தெருவில் பீடி பிடித்துக்கொண்டு தெருவை வேடிக்கை பார்த்துக்கொண்டிருக்கிறான். இவன் என் சாதி. கொலையை, யார் யாரைக் கொல்வதும் என்னால் ஏற்க முடியாது. ஆனால் அந்த ஆவேசக் கொலை மனம், என்னைத் துயரப்படுத்துகிறது. நீதிமன்றங்களுக்குப் பின்னால் இருக்கும் கைவிடப்பட்ட, இருள்படர்ந்த, மரத்தோப்புகளில்தான் எனக்குச் சுவாரஸ்யம். நீதிமன்றத்துக்குள் அல்ல. என் இடம் காவல் நிலையம், நீதிமன்றம் அல்ல. அது அதிகாரம் குவிக்கப்பட்ட கொலைக்களம். மலையாள எழுத்தாளர் சக்காரியாவின் ஒரு கதை, கோட்சேவை ஆராய்கிறது. மனிதர்கள், நன்மைக்குள் இல்லை. தீமைக்குள்ளும் இல்லை. வேறு எங்கோ சிதறிக் கிடக்கிறார்கள். இராவணனின் பத்துத் தலையின் அர்த்தம் இதுதான். இப்படியாகத்தான் இலக்கியம் எனக்குள் நுழைகிறது. மேலும் இலக்கியம் சொல்வது மிகவும் கொஞ்சம்தான். நான் இட்டுக்கட்டிக்கொள்வது அதிகம். இதுவரை நான் ஆயிரம் புத்தகம் படித்திருப்பேன். எனக்குள் அவை பத்து லட்சம் புத்தகங்களாக விரிகின்றன.

மனிதனைக் குணாீதியில் மேம்படுத்துவதில் இலக்கியப் படைப்புகளுக்கு எதுவும் இடமுண்டா?

பெரும்பாலும் இல்லை. மனிதனைக் குணரீதியில் மேம்படுத்துவது இலக்கியத்தின் வேலையாக என்றுமே இருந்ததில்லை. இலக்கியத்தின் நோக்கமும் அதுவல்ல. குள்ளஞ்சாவடிச் சந்தைக்கு மாடு பிடிக்கத்தான் போகிறோம். பக்கத்தில்தானே குறிஞ்சிப்பாடி. தம்பிக்குப் பெண்ணும் பார்த்துவிட்டுப் போலாமே என்றாற்போல. மாடு பிடிப்பதுதான் நோக்கம். பெண் பார்ப்பது அடுத்ததுதான். இலக்கியம், சமயங்களில் சில உன்னதமான தருணங்களைப் படம்பிடித்து விடுவதுண்டுதான். 'வென்றிலன் என்றபோதும்' என்று இராவணன் பேசும் இடம், கும்பகர்ணனின் மரணம். கரமசோவ் சகோதரர் திமித்ரி காணும் கனவாகட்டும், எல்லாம் குணரீதியில் மேம்படுத்தும் நோக்கம்கொண்டவை அல்ல. எனக்குத் தெரிந்த, இலக்கியம் கற்ற பலர், படைத்த சிலர் மிகச்சிறந்த கயவர்கள்.

மேன்மையான படைப்பை ரசிக்கத் தெரிந்த வாசகனால், சமூக விரோதச் செயலில் ஈடுபடுவது சாத்தியமா?

சாத்தியம்தான். மேன்மையான இலக்கியம், விடுதலை என்றெல்லாம் பேசிக்கொண்டு லஞ்சம் வாங்கியவர்களை/

வாங்குபவர்களை நான் அறிவேன். ஒருக்கால் லஞ்சத் தொகையை கொஞ்சம் குறைத்துக்கொள்வார்களாக இருக்கும். சுதந்திரம், சமத்துவம், சகோதரத்துவம் என்கிற வாசகங்களோடு சம்பந்தப்பட்ட இருபெரும் சிந்தனையாளர்கள், எழுத்தாளர்கள் வால்டரும் ரூசோவும். ரூசோவை அவனுக்குக் கிடைத்திருக்கவேண்டிய பல சௌகர்யங்களை அழித்து, திட்டமிட்டு அழித்து, தெருவில் அலையவிட்டவன் வால்டர். 1789ஆம் ஆண்டைய பிரெஞ்சுப் புரட்சியின் தத்துவ தரிசனங்களான அந்த மூன்றையும், தன் தேச எல்லைக்குள் அடக்கிக்கொண்ட பிரான்ஸ் தேசம், தன் காலனி நாடுகளில் செய்த வன்கொடுமை நம் நெஞ்சை உறையவைப்பவை. பிரிட்டனின் நாடுபிடிக்கும் வெறியை, உலக நாடுகளை அடிமைப்படுத்திய நீசத்தனத்தை, வேர்ட்ஸ்வொர்த் தலைமுறைக் கவிகள் வியந்து சிலாகித்தவர்கள். தமிழ் மன்னரின் நாடுகளைக் கைப்பற்றி, அவற்றை எரியூட்டி, அந்நாட்டுப் பெண்களை தாசிகளாக்கிய இன்னொரு தமிழ் மன்னனின் அயோக்கியத்தனத்தை வியந்து பாராட்டிய சங்கப் புலவர்கள் சிலர் மேன்மையான படைப்புகளை ரசித்தவர்கள்தான்,

படைப்புகள், மனிதனின் ஆளுமை உருவாக்கத்தில் எத்தகைய பாதிப்புகளை ஏற்படுத்துகிறது என்று கருதுகிறீர்கள்?

முன்கேட்ட அதே கேள்வியைப் போன்றதான இந்தக் கேள்விக்கும் முன்பதிலைத் தொடர்ந்து விசாரிக்கலாம். நீங்கள் வாசகனைப்பற்றி கேட்டீர்கள். நான் எழுத்தாளர்களைச் சொல்லிக்கொண்டிருந்தேன். வாசகன், எழுத்தாளனின் அனுபவத்தைத் தன் அனுபவமாக, தன் புனைவுகளையும் சேர்த்து படைப்புக் கற்பனையோடு தன் கற்பனையும் இணைத்து வாங்கிக்கொள்பவன். நுட்பமான வாசகன் படைப்பையும், படைப்புப் போன்ற படைப்பல்லாத போலியையும் புரிந்துகொள்பவனாக, போலிகளை புறம்தள்ளுபவனாக இருப்பான். இருக்க வேண்டும். திறமான படைப்பாளிகளைக் காணும் அவன்/ அவனுடைய அந்தக் கணம், உன்னதமாக இருக்கும். ஒரு புது அனுபவத்தைப் பெற்றவராக வாசகர் உயர்ந்திருப்பார். அதேசமயம், போலியையும் சுலபமாகக் கண்டுபிடிக்கும் சக்தி உள்ளவராகவும் வாசகர் இருப்பார். ஒரு புதிய பார்வையை ஸ்வீகரித்தவராக வாசகர் கிறங்கிப்போயிருப்பார். இந்த வாசகர், அதிகாரத்தைக் கட்டமைக்கமாட்டார். பதவி, அதிகாரங்களைக் காசு பண்ணவும், பிரபலம் பண்ணவும், பரிசு பெறவும் பயன்படுத்தமாட்டார். இதையெல்லாம் நம் சூழலில் சில எழுத்தாளர்கள் செய்துகொண்டிருக்கிறார்கள்.

நல்ல படைப்பு தரும் ரசம், சாரமாக வாசகரிடம்/மனிதரிடம் உறைந்துபோகும். ஆண்டாளின் 'மார்கழித் திங்கள் பாடலில், 'ஏரார்ந்த கண்ணி எசோதை இளஞ்சிங்கம்' என்று, ஒரு வரிக்குப் பாஷ்யகாரர் எழுதும் உரை மிகச்சிறந்த உதாரணம். ஏர் என்றால் அழகு. ஏர் ஆர்ந்த என்றால் அழகு வளரும் என்று பொருள். அழகு வளரும் கண்ணியாம் எசோதை. அழகு நாளுக்கு நாள் வளருமா? வளர்ந்ததாம். எப்படி? அழகே உருவான கண்ணனின் அழகு நாளும் வளரவளர, அதை பார்த்துப் பார்த்து எசோதையின் கண்ணுக்கும் அழகு கூடிக்கொண்டே வந்ததாம். அதுமாதிரி படைப்பாளி, வாசகர் அனுபவப் பரிமாற்றம் வளர்ந்துகொண்டே இருக்கும். மொண்ணைப் படைப்புகளைத் தேர்பவன் மொண்ணையாகவே இருப்பான். 'குருடும்குருடும் குருட்டாட்டம் ஆடி' என்கிற கதைதான்.

தமிழில் நவீன இலக்கியம் வாசிக்கும்/படைக்கும் வாசகர்/ படைப்பாளிக்குச் சங்க இலக்கியம், பக்தி இலக்கியம் போன்ற பண்டைய இலக்கியப் பயிற்சி எந்தவகையில் தேவைப்படுகிறது?

சங்க இலக்கியம், பக்தி இலக்கியப் பயிற்சி அவசியம் என்றே நினைக்கிறேன். இலக்கியம், புனைவுகள் கடந்த பிரதேசம். புனைவு வெளியில் நடக்கிறவர், நடக்க நினைக்கிறவர்கள், கடந்துசென்ற புலத்தை அறிந்தவர்களாக இருப்பது நல்லது. சங்க இலக்கியம் நிலம், பொழுது, காலம், வெளி, புள், இசை, நடனம் முதலான ஸ்தூலங்களின் சமவெளியில் தன் புனைவுகளைக் கட்டி எழுப்பியது. இதன் வாசிப்பு, வாசிப்பவரின் மனசில் உருவாக்கும் படிமம், வார்த்தைகள் பயன்படுத்தப்பட்டவிதம், விதைகள் எழுதிச்செல்லும் மனோபாவம் எல்லாம் படைப்புக் கிலியையே கூர்தீட்ட வல்லவை, சங்க இலக்கியத்தின் கணிசமான அகப் பாடல்கள் பகுதிகள் பேச்சு ரூபமாக அலைந்த அனுபவங்கள், கருத்துகள் அல்ல. கருத்துகள் பயனற்றவை. நீதி உரைக்கும் பனுவல்கள், மனிதர்க்குத் தேவை இல்லாதவை. அனுபவப் பரிமாறல்களே இலக்கியம் என்றால் சங்கப் பனுவலும் அறியவேண்டியதுதானே. நிச்சயம் நெகிழ்வு தருபவை. தமிழின் பழைய இலக்கியப் பரிச்சயங்கள் இல்லாமல்கூட பலரும் சிறப்பாக எழுதிவருகிறார்கள்.

திருக்குறள் போன்ற நீதி இலக்கியம், மூன்றாந்தரமான இலக்கியப் படைப்பு என்ற கருத்து இலக்கிய உலகில் நிலவுகிறது. திருக்குறள் கூறும் நீதியைப் படித்துவிட்டு யாராவது

திருந்தியிருக்க வாய்ப்புண்டா? திருக்குறளில் ஒவ்வொரு அதிகாரத்திலும் அதுதான் முக்கியமானது என்ற பாவனை எரிச்சலூட்டுகிறதே?

திருக்குறள் அறம் கூறவந்த எழுத்து. இந்த ரகமான எழுத்துகள், கருத்தைப் பிரதானமாக முன்வைப்பவை. சங்க இலக்கிய அகப் பாடல்கள் போன்ற அநுபவங்கள் கூறும் நோக்கம் வள்ளுவருக்கு இல்லை. காமத்துப்பாலில் சில அழகிய தெறிப்புகள் உண்டு. இலக்கிய மரபில், சில சங்கப் புலவர்கள், இளங்கோ, ஜெயங்கொண்டார், கம்பன், புகழேந்தி போன்ற சிலரே படைப்பாளர்கள். வள்ளுவர், நாலடியார் ஆசிரியர்கள் போன்றோர் வேறு துறையினர். படைப்பிலக்கியம் அவர்கள் நோக்கமில்லை. ஜே.கிருஷ்ணமூர்த்தியும் க.நா.சு.வும் ஒரு துறையாளர்கள் இல்லை என்பதுபோலவே வள்ளுவரும் சங்க ஔவையும். தமிழர்கள், செய்யுள் எழுதியவர்கள் எல்லாரையும் கவிஞர்கள் என்றே பயிற்றுவிக்கப்பட்டவர்கள். திருக்குறளை மட்டுமல்ல; எந்த நீதிசொன்ன நூல்களையும் படித்த ஒருவன் திருந்தமுடியும் என்று தோன்றவில்லை. வாழ்வு தழுவிய அனைத்து அம்சங்களையும் தொடவேண்டும் என்று ஆசைப்படுகிறார் வள்ளுவர்.

வாழ்வின் பொய்ம்மைகள் நூறு அனைத்தையும் ஒவ்வொரு அத்தியாயமாகச் சொல்லும்போது, அந்தத் தீமையே உசத்தியான தீமை என்று சொல்லி அழுத்தம் தரவேண்டிய கட்டாயம் அவருக்கு. நபர் பக்கத்திலேயே இருந்தாலும், கோர்ட் சேவகன், 'ராமசாமி ராமசாமி ராமசாமி' என்று மூன்று முறை சொல்லுகிறாரே, அது மாதிரிதான் இதுவும். ஒருவகையான மரபுதோஷம். தவிரவும், ஒவ்வொரு பொருள்பற்றியும் பத்துக் குறள்கள் எழுதுவது என்று முடிவுசெய்து ஒரு வடிவம் கொடுக்க ஆசைப்பட்ட வள்ளுவர், கூறியதுகூறலைச் செய்வது தவிர்க்கமுடியாததாகிறது.

எழுத்தில், அது அனுபவப் பரிமாற்றமான படைப்பாக இருந்தாலும் அல்லது அறம், நீதி சொல்லும் உருவாக்கமாக இருந்தாலும், முன்கூட்டிய வடிவ இறுதி, எழுத்தாளர்களைச் சங்கடம் செய்யும் என்பது வள்ளுவருக்கும் பொருந்தும். இலக்கிய வாசிப்பில், கம்பன், கலிங்கத்துப்பரணி, மாட்டுவாகடம், ஔஷத சிந்தாமணி எல்லாம் ஒன்று என்பதான மொண்ணைப் போக்கும், கவிதைக்கும் சினிமா பாடலுக்கும் இடையே இருக்கும் வித்தியாசமும் படைப்புக் கலைஞனுக்கும் பராமரிப்பாளனுக்கும் ஊடே இருக்கும் வேறுபாடும்

அறியாத அறிவுப்புல படிமுறை நம்முடையது. படைப்பாளனைவிட கூர்மையாக இருக்கவேண்டியவர் வாசகரே!

திருக்குறளில் பிறன்மனைச் சேரல் அதிகாரத்துக்கும் கம்பராமாயணத்துக்கும் இடையில் ஒப்பிட்டுப் பார்க்கும்போது படைப்பாளி என்ற நிலையில் எதை முக்கியத்துவப்படுத்துவீர்கள்?

திருக்குறள் பிறன்மனைச் சேரல், நீதிகளால் ஆனது. காலம்தோறும் ஞானிகள், முனிவர்கள், அருளாளர்கள் எனப்படுபவர்கள் சமூகத்துக்கு, அச்சமூகம் சார்ந்த அரசியலுக்கு ஏற்ப நீதிகளைச் சொல்வார்கள். குடும்ப அமைப்பு என்பது நிறுவனமாகி வந்த காலத்தைச் சேர்ந்தவர் வள்ளுவர். ஒழுங்கான குடும்பம், குழந்தைகள், அது சார்ந்த பாதுகாப்பு, குடும்பங்களால் நிலைபெற வேண்டிய அரசு ஆகியவைகளைக் கட்டமைக்கும் பணியை அவர் செய்தார். பிறன்மனையை நயந்து, அவளை ஊசலாட்டத்துக்கு உட்படுத்தல் குடும்ப அமைதியைக் குலைத்தல் போன்றவற்றை அவர் சமூகத் தீங்காகக் காண்கிறார். எல்லாக் காலத்திலும் இப்படியான நீதி உரைகள் பெருகவே செய்யும். இலக்கியப் படைப்பாளனுக்கு நீதிகளைப் பற்றிய கவலை இல்லை.

பிறன்மனை நயத்தலில், ஆண் பார்வையே மேலோங்குகிறது. பெண்ணின் நிலைபாடு பற்றிய புரிதலை, அறம் சொல்வோர் ஒரு விஷயமாகவே கருதுவது இல்லை அல்லது கணவனின் நிலைமை பற்றியும் நாம் கேள்வி எழுப்புவது இல்லை. எப்போதும் பெண்ணே, குற்றவாளிக்கூண்டில் ஏறுகிறாள்.

படைப்பாளன், நயத்தலிலோ, நயத்தல் தீது என்பதிலோ அக்கறைகொள்பவன் இல்லை. அப்படி, நயந்து, நயத்தலால் ஏற்படும் பிரச்சினைகள் பற்றியதே படைப்பாளன் அக்கறை. படைப்பாளன் நீதிபதி இல்லை; போலீஸ்காரன் இல்லை. ஒழுங்கு என்பதிலோ இன்மை என்பதிலோ பற்றற்றது. அப்படி வாழநேர்ந்த மனிதர்களின் பாடு பற்றியதே படைப்பு அக்கறை.

கம்பன் படைப்பாளி. ராமனைக் காட்டிலும் அதிகமாக இராவணனை நேசிக்கிறான் கம்பன். கம்பனைப் படிப்போர்க்கு இது தெளிவாக விளங்கும். ஒரு பெண் பற்றி, தந்தையும் மகனும் உரையாடிக்கொள்ளும் ஆச்சர்யம் கம்பனில் உண்டு. 'அச்சத்தால் அல்ல, நியாயத்தால் சொல்கிறேன்' என்று மன்றாடுகிறான் இந்திரஜித். இராவணன், காதலனாக இல்லை; கௌரவம் பார்ப்பவனாக மாறிவிடுகிறான். அவன் போருக்குப் புறப்படும்போதே சாகத்தான்

போகிறோம் என்ற தெளிவோடுதான் போகிறான். நியாயத்தின் பக்கமாக நிற்பதா, தன்மதிப்புமேல் நிற்பதா என்பதே அவன் பிரச்சினை.

சீதையை விட்டுவிட்டால், 'என்னை யான் எனக் கருதுவாரோ' என்று கேட்கிறான் இராவணன். 'இராவணனா இப்படிச் செய்தான் என்றல்லவா உலகம் சொல்லும்' என்கிறான் அவன். என்னையே நோக்கி இந்த நெருடும் பகையை நான் தேடிக்கொண்டேன் என்கிறான். முரண் சீதையின்மேல் உள்ள காதல் பற்றியது இல்லை. தனக்குள், தான் செய்தது தவறு என்று இராவணன் அறிவான். என்றாலும் அதற்கான பிராயச்சித்தத்துக்கு அவன் தயார் இல்லை. இராமன் அவனைக் கொல்லவில்லை, சீதையின் புறக்கணிப்பு அவனைக் கொன்றது. கோபம், காதல், பலம், பலவீனம் என்று மனிதர்க்கே உரிய நாடகத்தை நிகழ்த்துகிறான் கம்பன். உண்மையில், இந்த நாடகம்தான் சமூகத் தேவை.

இன்றுவரை குழந்தைகளுக்கு நீதி சொல்வதுபோல எழுதப்படும் படைப்புகளை எப்படி மதிப்பிடுகிறீர்கள்? அவற்றினால் குழந்தைகளுக்கு ஏதாவது பயன் உண்டா?

குழந்தைகளுக்கு நீதி சொல்லுதல் அறிவீனமானது. குழந்தைகளை அழகுகளோடும், இயற்கையோடும், இசையோடும், இணையவிடும் முயற்சியே சிலாக்கியம். இன்றுவரை தமிழில் குழந்தைக்கான இலக்கியம் கவலையாகவே இருக்கக் காரணம், குழந்தைகள் மனோபாவம் தெரியாமல் எழுதப்படுவது. லட்டு, புட்டு, கிட்டு என்று எழுதுவதோ, நீதி சொல்வதோ குழந்தைக் கவிதைகள் ஆகாது. குழந்தைகளை 1330 திருக்குறளையும் மனப்பாடம் செய்து மேடையில் ஒப்பிக்கவிடும் வன்முறை நம் நாட்டில் யதார்த்தம். குழந்தைகளின் குழந்தைமையைப் போதிக்க வேண்டும் குழந்தை இலக்கியம். 'அறம் செய விரும்பு' என்று குழந்தைக்குச் சொன்னால், குழந்தைகளுக்கு என்ன புரியும்? பெரியவர்களுக்கே 'அறம்' புரியாது. கல்லாதான் கற்ற கவிக்கும் அவனுக்கும் வான்கோழியை உதாரணம் காட்டுவது முட்டாள்தனம். எந்த வான்கோழியும் மயிலைப் பார்த்துத் தன் தோகையை விரிப்பதில்லை.

'அறம்' என்று தமிழர் வாழ்வில் தொடர்ந்து வலியுறுத்தப் படுவது ஏற்புடையதா? உங்களுக்கு அறத்தில் நம்பிக்கை உண்டா ?

அறம் என ஒன்று இருக்கிறது. அது நீதி உரைப்பது இல்லை. நியாயம் வழங்குவது இல்லை. தீர்ப்பு சொல்வது இல்லை. சகமனிதரைப் புரிந்துகொள்வதே என் அறம். கோவலனைப் புரிந்துகொள்ளும் மனமே அறம். மாதவியிடம் அவன் போனது சரியா, தவறா என்பது என் பிரச்சினை இல்லை. அது அவன், அவள் பிரச்சினை. கண்ணீரை, துன்பத்தை, துயரை, வறுமையை, இயலாமையை தவிர்க்கமுடியாத சமரசத்தைப் புரிந்துகொள்வதே என்னைப் பொறுத்தவரை அறம். நான் பாதிக்கப்பட்டவர் பக்கமே நிற்கிறேன். உலகம் ஒழுக்கவாதிகள் என்கிற வன்முறையாளர்களால் இயங்குவது அல்ல. பலவீனர்களால் அல்லது மனிதர்களால் இயங்குவது. பலவீனமே மனிதனின் பலம். மூடத்தனமே அவளது யதார்த்தம், பாவம் செய்வதே இயல்பு.

தனிமனித அறம், சமூக அறம் என்ற பாகுபாட்டில் சமூகத்துக்கென தனித்த அறம் இருக்க வாய்ப்புண்டா?

சமூகம், தன் பாதுகாப்புக்கும், இயங்குதலுக்கும் தோதாகச் சில முறைகளை வகுத்துக் கொள்கிறது. சட்டத்தை ஏற்படுத்திக் கொள்கிறது. அதைக் கறாராக அமல் நடந்த ஏஜென்சிகளை ஏற்படுத்திக்கொள்கிறது. காவல்துறை, நீதித்துறை எல்லாம் சமூகத்தின் ஏஜென்சிகள்தானே. இந்த ஏஜென்சிகள் மீறல்களின் தன்மையை ஆராய்ந்து நீதிகளை அமல்படுத்துகின்றன. தனிமனிதர்கள் இவைகளின் நெருக்குதலால் துயர் அடைகிறார்கள். மனப்பிறழ்வு, சிறைச்சாலை, அணுகுண்டு வீச்சு, பெண் நிலை, அரவாணிகள் துயர் எல்லாம் சமூக அறப்பிறழ்வுகள். லஞ்சம், ஊழல், அதிகார துஷ்பிரயோகம், அரசியலில் குண்டர்களின் ஆளுகை, மசூதி இடிப்பு, தலித்துகளுக்கு எதிரான போக்கு இசுலாமியர்களை விதேசிககள் என்பதான சித்தரிப்பு போன்றவை எல்லாம்ச் சமூகத்தின் அற மீறல்கள். சுயப்பிரக்ஞை உள்ள தனி மனிதர்களைச் சமூகம் நசுக்குகிறது. வேலை செய்வதும், செய்யாமல் இருப்பதும் தனிமனிதர் பிரச்சினை. ஒருவன், செய்யும் வேலைக்கும், அவனுக்குமான உறவு, பங்கு என்ன என்பதைக் குறித்த புரிதல் சமூக அறத்தில் இல்லை.

உழைத்தால் உயரலாம் என்கிறது சமூக அறம். உழைக்கத் தயார். உயர்த்துவதற்கான உத்தரவாதத்தை யார் தருவது? வல்லரசு ஆவோம் என்கிறார் அப்துல் கலாம். எதற்கு வல்லரசு ஆக வேண்டும் சண்டை போடுவதற்கா? இந்தியா, பாகிஸ்தான் ராணுவத்துக்காகச் செலவிடும் பணத்தில் என் சுதந்திரம், என் வளம், என் அமைதி, என் மகிழ்ச்சி

திசை தவறிப்போகிறது. அணு ஒப்பந்தத்துக்கும் எனக்கும் சம்பந்தம் இல்லை. இந்தியா உலக வங்கியில் வாங்கும் கடனுக்கும் எனக்கும் சம்பந்தம் இல்லை. உலக முதலாளிகள் இங்கு கீரை விற்பது எனக்குச் சம்மதம் இல்லை. ஆனால் காரியங்கள் எல்லாம் என் அனுமதி பெறாமலே நடக்கின்றன. என் அறம், தனிமனித அறம் வேறு சமூக அறம் வேறு. தனிமனித அறமும், சமூக அறமும் முரண்படும்போது, நான் தனிமனிதன் பக்கமே நிற்பேன்.

தமிழில் புதிய இசங்கள் காரணமாக வீரியமான படைப்புகள் வித்தியாசமாக வெளியாகிக் கொண்டிருக்கின்றன. அவற்றை மூத்த படைப்பாளர் என்றரீதியில் எப்படி எதிர்கொள்கிறீர்கள்?

எந்தப் புதிய வருகையையும் நான் மகிழ்ச்சியாக வரவேற்கிறேன். இசங்களின் வருகையால் இலக்கிய வடிவம் மாறுகிறது. சொல்முறை மாறுகிறது. நேர்க்கோட்டுப் படைப்புகள் ஒளி இழக்கின்றன. மொழி கட்டமைப்பு மாறுகிறது. புதுத் தொனி தமிழில் உருவாகிறது. கோணங்கி, பிரேம்-ரமேஷ், பா.வெங்கடேசன் போன்றவர்கள் முயற்சி மிக முக்கியமானவை. ஏற்கெனவே செய்யப்பட்டதைப்போல இன்னொன்றை இலக்கியம் அனுமதிப்பதில்லை. வெற்றியைப் பிரதி எடுக்கும் போக்கு உடைபடும் காலம். இது வரவேற்கத்தக்க விஷயம்.

தமிழில் ஒரே நாவல் என்னுடையது, தமிழின் நவீனப் புனைவுமொழி என்னிலிருந்து பிறக்கிறது, பால் அடையாளமற்ற பிரதிக்கு நானே அத்தாட்சி போன்ற குரல்கள் இன்று ஒலித்துக் கொண்டிருக்கின்றன. இவை பொருட்படுத்தக்கூடியனவா?

இவைகளெல்லாம் அபத்தங்கள். வெட்கம்கெட்ட பேச்சுகள். பாரதி என்ற புதுக்கவிக்கு முன் பாரதி என்ற கவியைச் சமைக்க வள்ளலாரும், தாயுமானாரும், ஜி.சுப்பிரமணிய ஐயரும் உழைக்க வேண்டி இருக்கிறது. மிக உயர்ந்த நாவல் ஒன்று உருவாகும் காலத்தில் எண்ணற்ற நாவல்கள் எழுதப்பட்டுக்கொண்டுதான் இருக்கும். காலம் கோரும் தீட்சண்யத்தை ஒரு பெரும் தர்சனத்தை ஒரு நாவல்தான் கொண்டிருக்கும். அந்த நாவலை விண்ணப்பம் போட்டோ, முன்மொழிந்தோ நிலை நிலைநிறுத்திவிட முடியாது. ஜே.ஜே.சில குறிப்புகள் அது வெளிவந்தபோது பெற்ற வரவேற்பு ஒன்று. இப்போது அதன் இடம் பரிசீலனைக்கு உள்ளாகியிருக்கிறது. ப.சிங்காரம் அண்மையில்தான் கவனிப்புக்கு உள்ளாகியிருக்கிறார். காலம் கலைத்துப் போடும் சீட்டு எப்படி விழும் என்பதை யாரும்

கணிக்க முடியாது. இந்த மொதல் மொதல் முத்துச் சிப்பிகள் எல்லாம் காணாமல் போகும்.

இலக்கிய வளர்ச்சிக்கு, குழு மனப்பான்மை தேவை என்ற கருத்து நிலவுகிறதே? குழு அரசியலால் நல்ல படைப்புகள் மெல்ல அடையாளப்படுத்தப்படுகின்றன. அதேநேரத்தில், ஒரு சாதாரண படைப்பு, குழு சார்ந்தவரால் எழுதப்படுகிறது எனில், தூக்கிவைத்துக் கொண்டாடப்படுகிறதே. இப்படியான தூக்கி நிறுத்தப்படும் இலக்கியம் தொடர்ந்து செல்வாக்குப் பெறுமா?

குழு மனப்பான்மை முற்றும் தவறு என்று சொல்வதற்கு இல்லை. ஓர் இலட்சியம், வாசகப் பரப்பு, படைப்பு மனோபாவம் கொண்டவர்கள் குழுவாக இணைவது தவிர்க்கமுடியாதது. அவர்கள் பத்திரிகை கொண்டு வருவதும் இயல்புதான். தன்னைச் சார்ந்தவர்களை இனம் காண்பதும் வெளிப்படுத்துவதும்கூட தேவைதான், தன்னைச் சார்ந்தவர்களின் வழுக்கல்களுக்கு முட்டுக்கொடுக்கும்போதும், எதிரிகளின் பலத்தைக் காணாமல் கடப்பதும், கண்டுகொள்ளாமல் தவிர்ப்பதும் நடப்பதுதான் குழுவின் பலவீனம். ‘மெண்டல்’ என்று குழுவைச் சார்ந்தவரை விமர்சிப்பதும், அங்கயீனத்தை கதைப் பொருளாக்குவதுவரை இந்தக் குழு அரசியல் போகிறது. விமர்சனத்துக்கு அப்பாற்பட்டவராகத் தம்மைக் கருதிக்கொள்ளும் பலவீனர்களால் நிரம்பியிருக்கிறது குழு அரசியல். குழுவால் தூக்கி நிறுத்தப்படுவது உடனே சரியும்.

எழுபதுகளில் வண்ணதாசன், பூமணி, பிரபஞ்சன், கோ.ராஜாராம், சா.கந்தசாமி, வண்ணநிலவன் போன்ற பலர் தீவிரமாக எழுதியபோது, படைப்பாளர்களிடையே சக படைப்பாளர்களை மதித்து அங்கீகரிக்கும் போக்கு நிலவியது. இன்று நெற்றியடியாகச் சக படைப்பாளர்களின் படைப்புகளை வீழ்த்துவதன்மூலம் தன்னுடைய இடம் உறுதிப்படும் என்று நம்பும் போக்கு உள்ளது. இந்த முரண்பாட்டை எப்படி எதிர்கொள்கிறீர்கள்?

எழுத்தாளர்கள் ஒருவகை பதைபதைப்போடு இருக்கிறார்கள். தாங்கள் கவனிக்கப்பட வேண்டும் என்று எழுத்துக்கு உவக்காத பல காரியங்களைச் செய்கிறார்கள். தங்கள் வெளியை யாரும் திருடிவிடக் கூடாது என்று பயம் கொள்கிறார்கள். ரூபமாகவும், அரூபமாகவும் சிலரை கற்பனை செய்துகொண்டு, நிழல் யுத்தம் செய்துகொண்டு

ஜீவிக்கிறார்கள், சதி வேலை, கீழறுப்பு வேலை எல்லாமும் நடக்கின்றன. சிறுபத்திரிகை அல்லது நடுப்பத்திரிகைகள் அதிகார மையங்களைக் கட்டமைக்க முயலுகின்றன. அதிகாரம், விமர்சனமாக தாக்குதலாக, பயமூட்டலாக வெளிப்படுகிறது. விஷ்ணுபுரம் வெளிவந்தபோது அதைக் கவனிக்காமல் கடக்கும் முயற்சியும், அப்புறம் தாக்கும், புறக்கணிப்பும் நடந்தன. பெரிய எழுத்தாளர்கள் எனப்படும் பலர், தகுதிச் சான்றிதழைக் கையில் வைத்துக்கொண்டு அலைந்த பலரும் அதைப் புறக்கணிக்கவே முயன்றார்கள். எல்லாவற்றையும் மீறி விஷ்ணுபுரம் இன்று நிலைபெற்றிருக்கிறது.

எழுபதுகளின் தொடக்கத்தில் நானும், பூமணியும், ராஜாராமும், வண்ணநிலவனும், வண்ணதாசனும், செயப்பிரகாசமும் இன்றும் பலரும் எழுதவந்தபோது, எங்களுக்குள் பகை இல்லை. காரணம், பயம் இல்லை. அவரவர் கை மணலைக் கொண்டுவந்து பரிமாறினோம். வண்ணநிலவனிடம், வண்ணதாசனிடம், பூமணியிடம், இன்று சந்தித்தாலும் விட்ட இடத்திலிருந்து தொடர்ந்து உரையாடவும், புழங்கவும் என்னால் இயலும். அவர்களாலும் முடியும். அந்த 70களின் தொடக்கத்தில், நிறுவனம், பணம், அதிகாரம் எதுவும் இல்லை. எங்கள் நோக்கம், எழுதுவது, படிப்பது என்பது மட்டுமாக இருந்தது. இயல்பான அன்புடனும், புரிதலுடனும் நாங்கள் பழகினோம். அது இப்போது இல்லை. அடுத்தவரை அங்கீகரிக்கும், இருப்பை ஏற்றுக்கொள்ளும் அடிப்படை மனிதத்தன்மை இல்லாமல் போய்க்கொண்டிருக்கிறது. எழுத்து வந்துவிட்டமையால் பலர் எழுதுகிறார்கள். படைப்பை முன்னிறுத்தும் படைப்பாளிக்கு இது எல்லாம் பிரச்சினை இல்லை. இந்த விஷ வளையத்துக்குள் சிக்கிக்கொள்ளாமல் இருக்கவே அவன் பாடுபட வேண்டியிருக்கிறது. எழுத்தின் நோக்கம் நகர்ந்துவிட்டது.

இன்று 500, 600 பக்கங்களில் மெகா அளவில் சீரியஸ் நாவல்கள் தமிழில் வெளிவருவது மகிழ்ச்சியளிக்கிறது. அவை கண்டுகொள்ளப்படாமல் விடப்படுவதற்கான தந்திரம் என்னவாக இருக்கிறது? புதிய திரைப்பட ரிசல்ட்போல, புதிய நாவல் எப்படி? ஊத்திக்கிடுச்சா? ஓகே.வா? இப்போக்கு இலக்கிய வளர்ச்சிக்கு ஆரோக்கியமானதா?

உங்களுக்கும் எனக்கும் மகிழ்ச்சி அளிக்கிறதுதான். நமக்கு எவரும் பகையாக இல்லை. அவரவரும் ஒரு பிடி மண் எடுத்து வந்து பொத்தலை அடைத்துக்கொண்டிருக்கிறோம். மற்றவர்களுக்கு வேறுவேலைகள் இருக்கின்றன. ஒரு மண் குடத்தை வாங்கி,

அதுக்குப் பாவாடை சுற்றி அம்மனாக உருவாக்கிய பூசாரியின் பிழைப்பு, இன்னொரு அம்மன் கடையை எதிரிலேயே போடுகிற இன்னொருவனைப் பொறுத்துக்கொள்ள முடியுமா? எதிரிக் கோயில் பிரபலமும் அடைந்து ஜனங்களையும் இழுத்துவிட்டது என்றால் பழைய பூசாரிக்கு உறக்கத்திலும் வயிறு எரியாதா? நடப்பது அதுதான். எதிரிப் பத்திரிகை குழாமைச் சேர்ந்தவர், நல்ல படைப்பொன்றை வெளியிட்டு அது கவனிப்புக்கு உள்ளாகிவிடக் கூடாது என்ற கவலை, ஆத்திரம், எரிச்சல் எல்லாம் ஏற்பட்டு, அடியாட்களைக்கொண்டு எதிராக எழுதவைக்கும், எல்லா கயமையும் இணைந்து நடக்கிறது. சிறுபத்திரிகை 'புதிய எழுத்து' மனோன்மணிக்கு இந்த மாதிரி கீழறுப்பு வேலைகள் தெரியுமா? தெரியாது. அவர்தான் உண்மையான சிறு பத்திரிகை இலக்கியவாதி. மனோன்மணிபோல இன்னும் சிலர். நல்ல எடுத்துக்காட்டு, புனைகளம். இவர்கள்தான் உண்மையான இயங்கு சக்திகள். ஜனரஞ்சக பத்திரிகைகளில் இடம்பெறும் கீழ்மைகள், இலக் கியத்தின்பேரால் வருகிற பத்திரிகைகளில் நடக்கின்றன.

உங்கள் சமகாலத்திய எழுத்தாளர்களில், மேடைப் பேச்சுகளிலும், கட்டுரைகளிலும் துணிச்சலான கருத்துகளை முன்வைத்திருக்கும் நீங்கள் ஒரு படைப்பாளி என்ற நிலையில் மனத்தடை இல்லாமல் எழுதுவதாக உணர்கிறீர்களா?

மனத்தடை பொதுவாக இருப்பதில்லை. நான் அடிப்படையில் கடுமையான கொள்கைவாதியோ, தியாகியோ இல்லை. எல்லா ஆசைகளும் எதிர்பார்ப்புகளும் இருக்கவே செய்கின்றன. அன்பு செய்தால் அதன் உச்சத்துக்கும், வெறுத்தால் அதன் பாதாளத்துக்கும் போய்விடுவது. கடுமையான முன்கோபம் முதலான பல பலவீனங்கள் எனக்குண்டு. சுபாவமாக எனக்குள்ள நற்குணங்கள் என் பலம். என் பலவீனங்கள், என் சுயநலம் சார்ந்து வெளிப்படுவதில்லை. என் போக்கை அந்தந்தத் தருணங்களே தீர்மானிக்கின்றன. அடிப்படையில் சில தெரிவுகள், சில கொள்கைப் பிடிப்புகள் எனக்குள்ள காரணத்தால், என் கோபம் பிரச்னைகளின் அடிப்படையிலே உருவாகிறது. என் பலவீனங்களை நான் நேசிக்கிறேன். எனக்கு என்னைக் காப்பாற்றிக்கொள்ள இது அவசியம். என் நண்பர்களை நான் அதிகம் விமர்சிக்கிறேன். விமர்சித்த பிறகுதான் தெரிகிறது, அவர்கள் என் நண்பர்களாகவே இருந்தது இல்லை என்று. அரசியலில், எந்தக் கட்சி ஆட்சிக்கு வந்தாலும், நான் எதிர்க்கட்சியாகவே இருப்பேன். என் துணிச்சல், நான் நம்புகிற உண்மைகளின்மேல் நிற்கிறது.

ஒரு படைப்பாளி தன்னைச் சுற்றிலும் நடக்கும் நியாய அநியாயமான விஷயங்களுக்கு எதிர்வினையாற்றுவது முக்கியமானது என்று கருதுகிறீர்களா? சமூகப் பிரச்சினைகள், அரசியலில் கருத்துச் சொல்லும்போது, படைப்புத்தன்மை சிதைவடையும் என்று சிறுபத்திரிகை உலகில் கருத்து நிலவுகிறதே?

நம் சிறுபத்திரிகை உலகில் நிலவும் பக்குவமற்ற கருத்துகளில் ஒன்று இது. அநியாயங்களை எதிர்த்துக் குரல் கொடுப்பது, நியாயங்கள் பக்கம் நிற்பது என்பது படைப்பின் மூலாதாரச் சக்திகளில் ஒன்று, உலகின் பெரிய படைப்பாளர்கள், அரசியல் சார்ந்தவர்களே ஆவர். இந்தக் கனவை விசிறிவிசிறித்தான் அவர்கள் படைப்பின் இழையை நெய்கிறார்கள். இரண்டு யுத்தங்களுக்குப்பின் வந்த உலக எழுத்தாளர்கள் பலருக்கும் அறம்சார்ந்த, அறம் காரணமாக நெருக்கடிகளின் மத்தியில், அநியாயங்களுக்கு எதிராகவே குரல் கொடுத்தார்கள். சிலரிடம் இந்தக் குரல் தூக்கலாக ஒலிக்கிறது. சிலரிடம் கீழ்ஸ்தாயியில் ஒலிக்கிறது. ஆனால் ஒலிக்கிறது. பிக்காசோவின் கோர்னிகா ஓவியம் உரக்க ஒலிக்கிறது. டாஸ்டாவ்ஸ்கி, “ஏன், இந்தக் குழந்தைகளுக்குக் குளிருக்கு ஏற்ற உடை இல்லை. ஏன், இந்தக் குழந்தைகளுக்கு உணவில்லை?” என்ற கேள்விகளை, குண்டுகளைப்போல வெடிக்கிறார். நர மாமிசம், அதுவும் சக கைதியின் மாமிசத்தைத் தின்னுகிற மனிதனைச் சித்தரிக்கிறான் ஓர் ஆசிரியன். கரப்பான்பூச்சியா மனிதன் என்று ஒருவன் கேட்கிறான். ஒருவரை ஒருவர், அடுதலும் தொலைதலும் புதுவது அன்று இவ் உலகத்து இயற்கை என்ற, கசந்த குரலை வெளியிட்ட சங்கக் கவிஞனையும் இதில் சேர்க்கலாம். ‘தனி ஒரு மனிதனுக்கு’ என்ற பாரதியும், கெடுக உலகியற்றியான் என்று சினந்த வள்ளுவனும், அந்தப் பண்ணை அடிமைகளைப் பட்டினி போட்டதைக் ‘கொலை’ என்று சித்திரித்து, அக் கொலையில் எனக்கும் பங்குண்டு என்ற டாஸ்டாவ்ஸ்கியின் உன்னதமான ஆவேசமும் படைப்புச் சக்திக்கு விரோதமாகிவிடாது. தி.ஜானகிராமன் எவ்வளவு அழகியலான மனிதர். மோகமுள் என்கிற இசை, எரிக்கிற காதலை மையம்கொண்ட நாவலில், யமுனா பாபுவிடம் பேசுகிற, பசியின் உக்கிரம்பற்றிய உரையாடல், அழகியலுக்கு விரோதமாய்ப் போய்விட்டது என்று சொல்லமுடியுமா என்ன? படைப்பின் கலைநேர்த்தி, விஷயங்களில் மட்டும் இல்லை. கலை அம்சம், ஆளுமை வெளிப்பாடு ஆகியவைகளைப் பற்றிய பிரச்சினை அது. செகாவ் போன்ற கலைஞர்கள், ஆஷ் டிரேயைப்

பற்றி எழுதுகிறபோது சிகரெட் வாசனை வருகிறது. கலையாக எழுதப்பட்டது, கலையாக மிஞ்சும்.

படைப்பாளிக்கு அரசியல் தேவைதானா?

எல்லோருமே ஏதோ ஓர் அரசியலைச் சார்ந்துதான் இயங்கிக் கொண்டிருக்கிறோம். கட்சிசார்ந்த அரசியல் வெளிப்படையாகத் தெரிந்துவிடுகிறது. மார்க்சியத்தை கட்சிசார்ந்து சிபிஐ, சிபிஎம், சிபிஎம்எல் மற்றும் உள்ள குழுக்கள் வழியாக வெளிப்படுத்துகிறவர் உளர். தத்துவார்த்தத்தில் நிலைபெற்றவர்களும் இருக்கிறார்கள். தலித்தியம் மற்றும் பெண்ணிய அரசியலை கைக்கொண்டவர்கள் இருக்கிறார்கள். நவீனமாகப் பேசிக்கொண்டே வைதிகத்தை, பார்ப்பனியத்தை, இந்துத்துவத்தை மிக நுண்மையாக வடிவமைக் கிறவர்கள் இருக்கிறார்கள். தருமு சிவராமின் வசனத்தில், மிக வெளிப்படையாக இந்துத்துவத்துக்கு எதிரான, பார்ப்பனமினுக்கிகளுக்கு எதிரான குரல் அருமையாக ஒலிப்பதைக் கேட்கலாம். எல்லோருக்குமே ஓர் அரசியல் இருக்கவே செய்கிறது.

படைப்புகளின்வழியே அரசியல் வெளிப்படுகிறது என்பதை ஏற்றுக்கொள்கிறீர்களா? அதை உங்கள் படைப்பின்வழியாக விளக்குங்களேன்?

படைப்பு என்பதே அரசியல் செயல்பாடுதான். தமிழ், இந்திய சூழலில், அரசியல் படராத விஷயம் ஒன்று இல்லை. நீங்கள் சிவன், விஷ்ணுவை வணங்குபவர் என்றால், நீங்களோ, உங்கள் மூதாதையர்களோ மாடனை, முனியை, பேச்சியை, அம்மனையோ வழிபட்டிருக்கிறீர்கள், பின்னால் சிறுதெய்வ வழக்கம் ஒழிந்து பெரு நெறியோடு இணைந்துகொண்டதில் அரசியல் இருக்கிறதே. ‘ஶ’யைப் புறக்கணித்தலிலும் மேல், கீழ் அரசியல் இருக்கவே செய்கிறது. காதலில்கூட அரசியல் உண்டு. சாதி, மதப் பிரச்சினைகளின் கூடாரம், நம் வாழ்க்கை. அரசியலை அறவே நீக்கிய படைப்பென்று ஒன்றும் இல்லை. என் கதைகளும் அரசியல்தான். என் கதையை நானே எடுத்துப் பேசக் கூச்சமாக இருக்கிறது. அது வேண்டாம்.

பார்ப்பனியம் ஆதிக்கம் செலுத்திய 20ஆம் நூற்றாண்டின் முற்பகுதியில் திராவிட இயக்கத்தின் தேவையிருந்தது. 1980களில் சி.என்.அண்ணாதுரை, மு.கருணாநிதி, எஸ்.எஸ். தென்னரசு. டி.கே.சீனிவாசன், கோதை வில்லாளன் எனப் பலர் திராவிட இயக்கச் சார்புடன் படைத்தனர். நூற்றுக்கணக்கான

பத்திரிகைகளும் படைப்புகளும் வெளியாயின. இன்று திராவிட இயக்கப் படைப்புகள் இல்லாமல் போனதற்கு எது காரணம்? சூழல் மாறிவிட்டதா?

உங்கள் கேள்வியில் பதில் சொல்லவேண்டிய மூன்று பகுதிகள் இருக்கின்றன. ஒன்று, 20 ஆம் நூற்றாண்டின் முற்பகுதியில் திராவிட இயக்கத்தின் தேவையிருந்தது என்பது. அந்தத் தேவை இப்போது கூடி இருக்கிறது. முன்பெல்லாம் வெளிப்படையாக மார்பில் தொங்கிய பூணூல், இப்போது இருதயத்தில் ஆணி அடித்து மாட்டப்பட்டிருக்கிறது. பிராமணியம் சார்ந்த மிக நுண்ணிய அரசியலை மிகச்சாமர்த்தியமாக, நவீனச் சொல்லாடலோடு கட்டமைக்கிறார்கள். சங்கராச்சாரியம், விதவைகள் குறித்து வெளிப்படுத்திய கருத்துகளும், வேலைக்குச் செல்லும் பெண்கள் பற்றிய கருத்துகளும் எவ்வளவு விபரீதமானவை. ஜாதிகுறித்து இழிவு செய்தால் குற்றம் என்று சட்டம் இருக்கிற நாட்டில், பெண்ணினம் பற்றிய இந்த உரையாடல் மிகப்பெரும் குற்றம் அல்லவா? இதுபற்றிச் சொல்லும்போது, அடுத்து ஒரு நல்லவரை அந்தப் பீடத்துக்குக் கொண்டுவந்தால் பிரச்சினை தீரும் என்கிறார்கள். அந்த அமைப்பு தொடர, நீடிக்கவேண்டும் என்றும் சொல்கிறார்கள். இது சொல்லும் அர்த்தம் என்ன? பெரியாரை இழிவுபடுத்துகிறார்கள். விமர்சிக்கும் உரிமையை நாம் மறுப்பதற்கில்லை. மாறாக, கேவலப்படுத்துகிறார்கள். இதெல்லாம் கலாச்சாரத் தளத்திலேயே நடக்கிறது.

1949ல் திராவிட முன்னேற்றக் கழகம் அரசியல் அரங்கில் தோன்றியபோது, அதன் ஆற்றல்மிக்க பெரிய கருத்து எதிரியாக பெரியார் இருந்தார். இந்த எதிர்ப்பு 1967 வரை நீடிக்கிறது. இந்தச் சூழ்நிலையில் திமுக, வேர்பிடிக்க வேண்டியிருந்தது. அண்ணா, கலைஞர், நெடுஞ்செழியன், மதியழகன், நடராசன் என்று அக்கட்சியின் பெரும் தலைவர்கள் அனைவருக்குமே பத்திரிகை தொடங்கும் நிர்ப்பந்தம் ஏற்பட்டது. தன் பக்கத்து நியாயங்களுடனும், கழகத்துப் பிறப்பு நோக்கத்தையும் அவர்கள் நியாயப்படுத்த வேண்டியிருந்தது. தவிரவும், அவர்களில் பலர் எழுத்தாளர்களாகவும் படைப்பாளிகளாகவும் இருந்தார்கள். அவர்களுக்கு வடவர் எதிர்ப்பு, இந்தி எதிர்ப்பு, தெற்குத் தேய்வு, காங்கிரஸ் கட்சியின் மிட்டாமிராசு ஆக்கிரமிப்பு, அவசரநிலை எதிர்ப்பு என்று ஏராளமான அரசியல் நெருக்கடிகள், கொந்தளிப்புகள் இருந்தன. எதிரிகள் தெளிவாக எதிரில் நின்றார்கள்.

இன்று திராவிட இயக்கப் படைப்புகள் குறைந்துபோனமைக்குக் காரணம், மத்திய அரசில் அங்கம் வகிக்கின்றமை, கூட்டணி அரசில் தலைமை தாங்கும் சூழல், வெகுமக்கள் அரசியலில் நேரிடையாகவும், வெளிப்படையாகவும் வைதிக, பிராமண எதிர்ப்பைக் காட்டமுடியாத நிலை போன்றவற்றை உடனடி காரணங்களாகச் சொல்லலாம் என்றாலும் இடஒதுக்கீடு முதலான திராவிட இயக்கத் தோற்றுவாய்க்கான அடிப்படைகள் அவர்களால் மறக்கப்படவில்லை. அந்த நெருப்பு கனல்கிறது.

இந்து மத அடிப்படைவாதிகள் பெரும்பான்மையாகும் சூழலில் பாசிசம் ஏற்பட வாய்ப்புள்ளது. இத்தகு சூழலில் படைப்பாளிகள் இதனை எப்படி எதிர்கொள்வது?

நம் காலத்தின் அழைப்பை ஏற்றுக்கொண்டாகவேண்டிய கட்டாயங்கள் எழுதுபவர்களுக்கு உண்டு. இந்தியாவை வைதிக சனாதன பிராமணிய, இந்துத்துவ ஆதிக்கத்துக்குள் கொண்டுவருகிற முயற்சி நடந்து கொண்டிருக்கிறது. சில இடங்களில் அந்தப் பாசிச சக்திகள் வெற்றி பெற்றுக்கொண்டும் வருகின்றன. உதாரணம் குஜராத். இந்த நேரத்தில் அந்த பாசிச சக்திகளுக்கு எதிராக நிற்பதும், போராடும் மக்கள் திரளுக்கு ஆதரவாக நிற்பதும் தாழ்த்தப்பட்டவர்கள், ஒடுக்கப்பட்டவர்கள், சிறுபான்மையினர் பக்கம் நின்று அவர்கள் உணர்வைப் பிரதிபலிப்பதும் எழுத்தாளர்களின் கடமை ஆகிறது. சாதி எங்கே இருக்கிறது, ஒடுக்குமுறை காலாவதி ஆகிவிட்டதே என்பதெல்லாம், ஒடுக்குபவர்கள் முன்வைக்கிற வஞ்சகக் கருத்தாடல். பல அறிவுஜீவிகள் ஏமாந்து கொண்டிருக்கிறார்கள். நுட்பமும் கூடியவர்களாய் மக்கள் எதிரிகள் தேர்ந்துகொண்டிருக்கிறார்கள். அதற்குத் தகுந்தமாதிரி நம் புரிதல்களையும் நாம் கூர்மைப்படுத்திக்கொள்ள வேண்டியிருக்கிறது.

படைப்பு என்பது அழகியல்சார்ந்து ரசனை வயப்பட்டது என்ற பார்வை அப்படியே ஏற்றுக்கொள்ளத்தக்கதா?

அழகியல், ரசனை என்பதெல்லாம் யாரின் வாய்ச்சொல்லாக வெளிப்படுகின்றன என்பது முக்கியம். யாருக்காக, எவைகளை மகிமைப்படுத்த இவை கட்டமைக்கப்படுகிறது என்பது முக்கியம். தமிழ்ப் பண்பாடு என்கிறார்கள். யாருடைய பண்பாடு அது? இழிசனர், ஏவல்பெறு மாக்கள், அடிமைகள் என்று சமூகத்தின் பெரும்பான்மையினரைப் புறம்தள்ளி, மேல்மக்களின் வழக்காறுகளை

விதந்தோதும் புனைவுகளே நம் பூர்வீகம், பண்பாடு என்றால், நாம் அதை ஏற்பதற்கில்லை. உண்மையில், கைக்கிளை என்பதும் பெருந்திணை என்பதுமே, நம் பெரும்பான்மை மக்களின் பண்பாடாக இருந்திருக்கும் என்று நான் நினைக்கிறேன். கைக்கிளை என்பது சிறுமை ஒழுக்கம் என்கிறார்கள். எது சிறுமை, எது பெருமை? சம்பந்தப்பட்ட அந்த இருவருக்குள் ஏற்படும் இணக்கத்தை எதன் பொருட்டும் சிறுமை என்று 'மேலோர்' சொன்னால், அதை நாம் எப்படி ஏற்பது? சிறுமை என்பது ஒழுக்கத்தால் வந்தது அல்ல. அந்த நபர்கள் சார்ந்த சாதியால் வந்தது. அதுபோல் பெருந்திணை என்பதும், பெரும்பான்மை மக்களின் வாழ்முறையிலானவை, வைதிக, சனாதனத்தின் சமூகப் பொருளாதாரக் கண்ணோட்டத்தால் புறக்கணிப்புக்குள்ளாயின. தூய்மை, தீட்டு. சுத்தம், ஒழுக்கம் போன்ற கருத்தாடல்கள் வெறும் மூன்று சதவீத ஜனங்களின் கட்டமைப்புகள். அதை 97 சத மக்கள் ஏற்றுக்கொள்கிறார்கள் இலக்கியமும், இந்தக் கண்ணோட்டத்தில்தான் அழகியல் ரசனைகளைக் கட்டமைக்கிறது. தலித்தியமும், பெண்ணியமும், மேலெழுந்து, சங்க இலக்கியம், காப்பியங்கள்வழி கட்டமைக்கும் அழகியல்கள் கேள்விக்குள்ளாக்கப்படும் காலம் இது. நம் பழைய பிரதிகள்சார்ந்து கட்டமைக்கப்பட்ட எல்லாக் கருதுகோள்களும் சாயம் வெளுத்து வருகின்றன. படைப்பு எதார்த்தமோ, நவீனமோ, வாழ்நிலை சார்ந்த விமர்சனம்தான். விலக்கப்பட்ட ஒழுக்கங்கள், விளிம்புநிலை வாழ்நிலை, இவைகளின் ஆதாரத்தில்தான் நம் புதிய அழகியல், ரசனை உருவாக வேண்டும். உருவாகிக்கொண்டும் இருக்கிறது.

தமிழில் சிறுகதை தேக்கமடைந்து, சீரியஸான சிறுகதை எழுத்தாளர்கள் ஒரு கை விரல்களுக்குள் அடங்கிவிடும் சூழலை, இன்றும் சிறுகதை ஆக்கத்தில் உற்சாகத்துடன் ஈடுபடும் நீங்கள் எப்படிக் கணிக்கிறீர்கள்?

சிறுகதை வடிவத்தில்தான் படைப்புக்கான சவால்கள் இருக்கின்றன. மிகவும் கறாரான வரையறைகளைக் கதைகள் கோருகின்றன. சிறுகதைக்கு எந்த இலக்கணமும் இல்லை. எழுதுபவரே அதை வடிவமைக்கும் சுதந்திரம் கிடைக்கிறது. என் மேசைமேல், அதன் அகல நீளத்துக்குள் அடங்கும் வாழ்க்கையும், அனுபவங்களும், என் கைப்பைக்குள் பாதுகாப்பாக இருக்கும் பணத்தைப்போல எனக்கு நிம்மதி தருகின்றன. ஒரு நாளிலோ, ஒரு வாரத்திலோ, பத்து நாளிலோ ஒரு சிறுகதையை முடித்துத் தொலைத்துவிட்டு நிம்மதியாகச் சுற்றுவதற்கான, அலைவதற்கான, விட்டு வெளியேறுதல்

சிறுகதைக்கு இருக்கிறது. ஆண்டுக்கணக்கில், பாத்திரங்களை, அவர்கள் உணர்ச்சிக் கொந்தளிப்புகளைச் சுமந்து திரியும் வலி நாவலுக்கு மட்டும்தான். புறங்கைக் காயம் மருந்துபோட, கழுவ, கண்காணிக்க சௌகர்யமான விஷயம். முதுகுப் புண்ணுக்கு மற்றவர் உதவி அவசியம். எல்லாவற்றுக்கும் மேலே ததும்பிவரும் மனநெருக்கடிகளை ஒரு சிறுகதை எழுதி முடித்து வெளியேற்றி விடும் சாத்தியம், சந்தோஷமான விஷயம்.

நவீன இலக்கியச் சூழலில் அதிகார மையங்கள் செயல் படுகின்றன என்பதை ஏற்றுக்கொள்வீர்களா?

நவீன இலக்கிய முகாம்களில், குறுநில வேளிர்கள், முடியுடை மன்னர்கள், திரிபுவனச் சக்ரவர்த்திகள் எல்லாம் உருவாகி இருக்கிறார்கள். முதலில் பேட்டை பிஸ்தாக்கள், வேளிர்களாவார்கள். பிறகு மன்னர்களைச் சார்ந்து, வழிபட்டு, நரஸ்துதி செய்து, அங்கீகார யாசகம் செய்வார்கள். நாளாக நாளாக, மன்னர்கள் கசடுகளால், பலவீனங்களால், அதிகாரப் போதையால், தளர்ந்து போகையில், அவர்களை வீழ்த்தி, தாங்களே மன்னர்கள் ஆவார்கள். கடந்த ஐம்பது ஆண்டுகளில், அரசியல் கட்சிகளைவிட்டு வெளியேறியவர்கள் முதலில் ‘கணக்கு’ கேட்பார்கள். அப்புறம் ‘கொள்கை’ பேசுவார்கள். அப்புறம் பிற கட்சிக்குத் தாவுவார்கள். இது வேறு தளத்தில், வேறு வண்ணத்தில் இலக்கியத்தில் நடக்கிறது. அதிகார மையம், புனைவுகளால், பிரமைகளால், தந்திரங்களால் கட்டமைக்கப்படும் லௌகிகம் சார்ந்த ஒரு சீரழிவு. பணமும், செல்வாக்கும் பிரயோகமும், அதன் வெளிமுகங்கள். யாரையும் இழிவுபடுத்தும் போக்கு இதன் தர்மம். இலக்கியத்தின் முதல் படியில் நிற்கும் இளைஞர்களே, அந்த அதிகாரிகளின் தூண்டிலுக்குள் சிக்கும் அப்பாவி இரைகள்.

புதிய பார்வை, காலச்சுவடு, உயிர் எழுத்து, குமுதம். தீராநதி, அம்ருதா, உயிர்மை போன்ற இடை நிலை இதழ்களின் பலம் என்ன? பலவீனம் என்ன?

எழுத்து, புனைகளம், புதிய எழுத்து முதலான சில பத்திரிகைகளே இலக்கியச் சிற்றிதழ்கள் என்ற தகுதியைப் பெறுவன. இவற்றின் உக்ரமும், சமரசமற்ற போக்கும், இலட்சியப் பிறப்புமே இவற்றின் சிருட்டிக்கான நியாயங்கள். இவையே படைப்பாளிகளுக்கான உந்து சக்தியும், ஆதாரமாகவும் இருக்கின்றன. இவற்றில் உரம் பெற்றே சிறந்த படைப்பாளிகள் உருவாகிறார்கள்.

இடைநிலைப் பத்திரிகைகள் இன்னும் அகல வாசகர் வட்டத்தைச் சென்றடைந்து, இலக்கிய உணர்வை விஸ்தரிக்கின்றன. குறைந்த அளவில் படைப்பு வெளிப்பாடும், பெரிய அளவில் படைப்பு போன்ற பாவனைகளையும் இவை உருவாக்கும். இந்த வட்டத்துக்குள் அறிமுகம் பெறுகிறவர்கள் மேல் நோக்கி எழுந்தால், படைப்பு ஒருமை சாத்தியப்படும். ஆனால் கீழே சரிவதுதான் நடக்கிறது. இன்று, இடைநிலைப் பத்திரிகைகளின் பிரச்சினை, இந்தக் களத்துக்குத் தகுதி அற்றவர்களால் இது நிரம்பி வழிகிறது. இலக்கியம் தவிர்த்த வேறு வேறு ஆசைகளால் தம்மை நிரப்பிக்கொண்ட மனிதர்களால் நெரிசல் கண்டிருக்கின்றன இடைநிலைப் பத்திரிகைகள்.

சிறு பத்திரிகைகளில் புனைகளம், புதிய எழுத்து, தக்கை, பாலி, சுகன், எனக்குப் பிடித்தவை. நடுநிலைப் பத்திரிகைகளில் உயிர் எழுத்து, தீராநதி, உயிர்மை, சில சமயங்களில் புதிய பார்வை வாசிக்கிறேன்.

இடைநிலை இதழ்களில் சாதிய அரசியல் இருக்கிறதா?

இருக்கிறது. திருடர்களில், ஆதாரங்களைவிட்டுப் போகாத சாட்சியங்களை அகப்பட வைக்காத விஞ்ஞானமயத் திருடர்கள் இருக்கிறார்கள். அது மாதிரியான சில பத்திரிகை ஆசிரியர்கள் இங்கும் இருக்கிறார்கள். உளுந்தில், மிளகில் சிறு மண் உருண்டைகள் கலந்து விற்கிற வியாபாரிகள் இருக்கிறார்கள் தானே, இவர்களைப் பிடித்து விடலாம். இலக்கியத்தில் நுண்கலைத் திருடர்களை, உணர முடிகிறது. எப்போதாவதுதான் அவர்கள் சிக்குகிறார்கள். கால நீட்சியில் எல்லாத் திருடர்களும் ஒருநாள் அகப்படுவார்கள்.

பாலியல் விஷயத்தில் இன்றும் மூடுண்ட தமிழ்ச் சமுதாயத்தில், ஊடகங்கள் சித்திரிக்கும் சுதந்தரமான ஆண் பெண் உறவு முரண்பாடாக இருக்கிறதே?

பாலியல் விஷயத்தில் மூடுண்ட சமுதாயமாக இருப்பதால்தான், ஆண் - பெண் புணர்ச்சி சிற்பங்கள், ஓவியங்கள், கொக்கோகச் சாத்திரங்கள் உருவாக்கப்பட்டிருக்கின்றன. ஒரு திறப்புக்கான சாத்தியங்களை மதங்கள், அவை ஏற்படுத்திய குற்றவுணர்வுகள் அழித்துவிட்டன. குறைந்தபட்சம், ஊடகங்கள் ஒரு திறப்பைச் சாத்தியப்படுத்தினால் அது வரவேற்கப்பட வேண்டும். ஆனால், அவற்றின் நோக்கங்கள் முக்கியம். மருத்துவச் சிறப்பிதழ் வெளியிடும் பத்திரிகைகள் பெண்களுக்கான மார்புப் புற்றுநோய்க்கு மிகுந்த முக்கியம் கொடுக்கிறதுக்கு என்ன காரணமோ, அந்தக் காரணம், மூடிய

கதவைத் திறப்பதற்கான காரணமாக இருக்கக்கூடாது. புற்றுநோய் உடம்பின் வேறுபகுதியில் வரக்கூடாதா என்ன?

பாலியல் ஈடுபாட்டில் கட்டுப்பாடுகள் இன்னும் தேவை என்பதை இளைய தலைமுறையினர் புறக்கணித்துக் கொண்டிருக்கின்றனர். ஆனால், பால் வேட்கையையும், திருமணத்தையும் குழப்பிக்கொள்ளும் சூழலில், பெண்ணுக்குக் கடைசிப் புகலிடம் திருமணம் என்ற வரையறை ஏற்புடையதுதானா?

பால் வேட்கையும் திருமணமும் வேறுவேறானவை. பால் வேட்கை இயற்கை. திருமணம், ஒரு நிறுவனச் செயற்கை. அதனால் தான் முதல் இரவு' என்ற வார்த்தையே எனக்கு அருவருப்பாக, இருக்கிறது. இயல்பான வேட்கையைப் புரிந்துகொண்டு அதற்கு அனுசரணையான சூழல் ஏற்படுத்தப்பட வேண்டும். அப்போதுதான் ஆண் - பெண் உறவு ஆரோக்கியமாக இருக்கும். திருமணத்துக்கு முந்தைய உறவு கண்டிக்கப்படுவது மூடத்தனம் என்பதே என் கருத்து. உறவுகள் எதையும் எடுத்துப் போகாது. மாறாக புது அனுபவத்தால் மனிதர்களை நிரப்பும். திருமணம், ஒரு நிர்ப்பந்தமாக இல்லாத சமுதாயமே ஆரோக்யம். குற்றங்கள், மனப்பிறழ்வுகள் முதலான பல பிரச்சினைகள், இந்தக் கட்டுப்பாடுகளால் நிகழ்வன. பெண்ணும் ஆணுமான இரண்டு தனிமனிதர்களை ஒரு கூரையின்கீழே வாழ நிர்ப்பந்தப்படுத்துவது, ஒரு வன்முறை. இயல்பில், மனிதப் படைப்பு கட்டுகளுக்கும், ஒழுக்க விதிகளுக்கும் எதிரானவை. பூ மலர்வதுபோல இயல்பான பெண் ஆண் மலர்ச்சிக்கு கட்டுப்பாடுகள் மிகப்பெரிய தீங்கு செய்பவை.

பல்வேறு விருதுகள், வெளிநாட்டுப் பயணம் என்றபோதிலும், பொருளாதாரரீதியில் உங்கள் நிலை மேம்பாடு அடையவில்லையே? எழுத்தையே நம்பியதால்தான் இந்த நிலை என்று நினைக்கிறீர்களா?

அதுவும் ஒரு காரணம். எழுத்து என்கிற காரியத்தை 30 சதமாகவும், அதைச் சந்தைப்படுத்தலை 70 சதமாகவும் என்னை விநியோகித்தலை நான் வெறுக்கிறேன். என்னால் வெறுத்து ஒதுக்கப்படுபவர்கள், அதிகார மையங்களில் இடம்பெற்று வாய்ப்புக் கிடைத்தபோது எனக்கு எதிராகத் திரும்பினார்கள். திட்டமிடுதலை ஒரு கலையாகப் பயின்றவர்களே இங்கு வெற்றி பெறுகிறார்கள். சந்திக்கும் நபரின் சக்தி அடுத்த

சில ஆண்டுகளில் அவர்கள் தனக்கு எப்படிப் பயன்படுவார்கள், எப்படி அவர்களைத் தக்கவைத்துக்கொள்வது என்பன போன்ற கணக்கு வழக்குகளை மிகநுட்பமாக செயல்படுத்தும் சாமர்த்தியம் எனக்கில்லை நான் மன்னர்களோடு சூதாடுகிறேன். வீடு, மனை, மாடு சுற்றம் அனைத்தையும் வைத்து சூதாடித் தோற்கிறேன். மன்னர்கள் எப்போதும் இழப்புக்குள்ளாவது இல்லை. இருக்கும் இடம் தேடி என் பசிக்கே அன்னம் உருக்கமுடன் கொண்டு வந்தால்தான் உன்பேன் என்று பிடிவாதமாக இருக்கிறேன். என் பேதமை, என் கோபம், என் அகங்காரம், என் ஆணவம் ஆகியவற்றை மகிழ்ச்சியோடு கட்டிக்காக்கிறேன். நான் இப்படித்தான் இருப்பேன். இதுவே நான். எதை விற்று எதை வாங்குவது என்பதுதான் பிரச்சினை, பலரால் சுலபமாக விற்றுக்கொள்ள முடிகிறது. என்னால் ஆகாது. இப்படியே இருந்துவிட்டுப் போகலாம் என்று இருக்கிறேன்.

உங்கள் எழுத்தைத் தொடர்ந்து வாசித்தவன் என்றநிலையில் கேட்கிறேன். எவ்வளவு கஷ்டத்திலும் நம்பிக்கையின் கீற்று ஒளிர பெரும்பாலான கதைகளில் எழுதுவது எப்படி சாத்தியப்படுகிறது?

காலம், வெளி இந்த இரண்டில்தான் நம்பிக்கைகொள்ள வேண்டியிருக்கிறது. எல்லாம் மாறும். பாரதி புதுமைப்பித்தன், ப.சிங்காரம் போன்றோர் வாழ்ந்த சூழ்நிலைகள் இன்று மாறி இருக்கின்றன அல்லவா? கொஞ்சமேனும், நிகழ்வுகளை எதுவும் தடுத்துநிறுத்த முடியாது. நேற்றைவிடவும் இன்று நன்றாகத்தான் இருக்கிறது இருக்கும் என்று எனக்கு நம்பிக்கை ஏற்படுகிறது. ஜெர்மனியில்கூட இட்லர் இப்போது மதிப்புக்குரியவனாக இல்லை. சிலை சிதைக்கப்பட்டாலும் லெனின் பக்கம் உலகத்தின் கவனம் திரும்பத்தான் செய்கிறது. அமெரிக்காவுக்கு மிகப்பெரிய சவாலாக கேஸ்ட்ரோ, சாவேஸ் இருக்கிறார்கள். அறத்தின் சதுக்கத்தில், பூதம் இன்னமும் அற விரோதிகளை புடைத்துத் தின்னக் காத்துக்கொண்டு தான் இருக்கிறது. கொள் என்பவர் முன் கொள்ளேன் என்பவர்கள் இந்த தெருக்களில் நடந்துகொண்ட இருக்கிறார்கள். தேசாந்திரிகள், கையில் காசு இல்லாமலும் இமயம் நோக்கி நடக்கிறார்கள். மானுட குலத்து ஈரம் இன்னும் வற்றிவிடவில்லையே.

'ஒரு ஊரில் ரெண்டு மனிதர்கள்' மூலம் உங்களை அறிந்துள்ளேன். யதார்த்தத்தில் நீங்களும் அப்படியானவர்தான். நல்லதும், கெட்டதுமான அம்சங்களை ஏற்றுக்கொள்ளும்

மனநிலை முக்கியமானது. உங்கள் படைப்புகளில் இத்தகைய அம்சமானது பரவலாக உள்ளதுதானே?

கெட்டவை, தப்பானவை, ஒழுங்கீனமானவை, சல்லித்தனமானவை, அபத்தமானவை, அற்பங்கள், நோய்கள், புண்கள் இவற்றில்தான் மனிதர்கள் அடர்ந்து இருக்கிறார்கள். பலவீனங்கள் என்று சொல்லப்படுபவையால் ஆனவனே மனிதன். பலம், இயற்கை அல்ல. பலவீனம், முட்டாள்தனம், அபத்தமே மனிதாம்சங்கள். நாம் மனிதர்களோடுதான் இருக்கமுடியும்.

உங்களுடைய மாஸ்டர் பீஸ் 'மானுடம் வெல்லும்' என்று நினைக்கிறேன்.

அப்படித்தான் சொல்லப்படுகிறது. அதை எழுதியபொழுதில் நான் சந்தோஷமாக இருந்தேன். நான் அதை எழுதினேன் என்பதைக் காட்டிலும், அது என்னை எழுதியது என்பதுதான் உண்மை. சில கதைகளை எழுதியபோதும் இந்த அனுபவம் எனக்குக் கிடைத்தது. எப்போதாவதுதான், எழுதுவதின் இன்பம் அல்லது வலி வாய்க்கிறது.

வெகுசன இதழ்களுக்குத் தொடர்ந்து எழுதவேண்டிய நிர்ப்பந்தம். உங்களுடைய தொடர் கதை ஆக்கத்தினை நீர்த்துப்போகச் செய்துவிட்டது. எனினும், டிசம்பர் மாத உயிர் எழுத்து இதழில் 'பித்தி' என்ற ஒரு செறிவான கதையை எழுதியிருக்கிறீர்கள். உங்களுடைய பலவீனமும் பலமும் எதுவென அறிந்துள்ள நீங்கள் மொழியைக் கையாளுவது குறித்து என்ன நினைக்கிறீர்கள்?

சொல் ஒரு தனி அர்த்தத்தைக் குறிக்கிறது எனில், மொழி என்பது அர்த்தங்களின் தொடர்ச்சி. ஒரு பொருளை அமைத்தல் என்ற தொழிலை மொழி செய்கிறது. எல்லா சொல்லும் பொருளை உணர்த்தும் என்பது இலக்கணக் கொள்கை. ஒரு சொல் உருவாக எடுத்துக்கொள்ளும் காலம் வரலாற்றில் மிக நீண்டது. உதாரணமாக, நீர் என்று வானத்தில் இருந்து விழுந்த ஒன்றை, அது குளமாகவும், ஆறாகவும், கடலாகவும் விரிந்த ஒன்றைக் குறிப்பிட பல்லாயிரக்கணக்கான ஆண்டுகளுக்குமுன்னர் ஒருவர் பெயர் வைத்திருக்கிறார். ஒரு குழு, அதை ஆதரித்து, -அதையே அதுக்குப் பெயர் என்று ஏற்று வழங்கி வந்திருக்கிறது. நல்ல மனிதன் என்று ஒருவரை, அவரது அருள், அன்பு, ஈகை, உதவி ஆகியவற்றைக் கருதி ஈரம் உள்ளவர் என்றும், ஈர நெஞ்சினர் என்றும் அழைக்கலாயினர். அந்த நீர் எனும்

சொல்லே, அர்த்தத்தால் விரிவடைந்து, இளகிய நெஞ்சிரைக் குறிக்க ஈரம் என்றாகிறது. நீர் என்ற சொல் உருவான காலத்துக்கும், ஈர நெஞ்சினர் என்ற உருவகம் தோன்றுகிற காலத்துக்கும் உள்ள கால நீட்சி பல ஆயிரம் ஆண்டுகள். தட்பவெப்ப, பூகோளக் காரணங்களின் அமைப்பைக்கொண்டு சொற்களும் மொழியும் உருவாகின்றன. 'பட்ட இடமெல்லாம் தண்ணென்று' தமிழ்க்கவி உணர்வதற்கும் சூடான வரவேற்பு' என்று குளிர்நாட்டுக்காரன் நினைத்து மகிழ்வதற்கும் பூகோள காரணங்கள் இருக்கின்றன. மனிதகுலப் பரவலில் மொழி பெரிய பங்காற்றி இருக்கிறது. ஒரு சொல், ஒரு அர்த்தம், பல அர்த்தம் என்று மொழி விரிவடைகிறது. தொடக்கத்தில் மொழி தட்டையாக, நுட்பம் இல்லாமலும்தான் இருந்திருக்கும். இலக்கியக்காரர்கள் மொழியின்மேல் நுட்பத்தை ஏற்றினார்கள், 'மின்னல் பொழுதே தூரம்' என்ற கவிதை வரியில் அடங்கிய விடுபட்ட நுட்பங்கள், படைப்பாளர் பங்களிப்பு.

சொல்லிய சொற்களைக் கடந்தும் நீண்டும் அர்த்தங்கள் நீட்சி பெறுவதும், சொற்களின் சூன்ய மறைவில் மௌனங்களை உணர்த்துதலும், மௌனத்தை மொழியாக்குவதும், சொல்லாமல் சொல்வதும், ஒன்றைச் சொல்லி வேறொன்றை உணர்த்துவதும் போன்ற அனேக நுட்பங்கள் உருவாக்குவது என்பதெல்லாம் படைப்பாளன் காரியம். மொழி வளர்ச்சி என்பது இதுதான்.

ஆல்பேர் கேமுவின் 'பிளேக்', பிளேக் நோயைப் பற்றிய நாவல் அல்ல. 'கேன்சர் வார்டு' புற்றுநோய் மருத்துவமனையின் சித்தரிப்பல்ல. மொழி எல்லையை விஸ்தரிப்பது என்பது இதுதான். ஒரே அர்த்தத்துடன் ஒரு சொல், மொழி நீடிப்பது என்பது பெருமைக்குரிய ஒன்றல்ல. காலத்தின் சுவடு பதியாத மொழியும் நிலைபெறாது.

மொழியின் அர்த்தசாத்தியத்தை அகலப்படுத்தல், புதிய அர்த்தங்களைச் சேர்த்தல், மொழிதலில் வகைகளை விரிவாக்கல், புதிய உள்ளூறை உவமங்களை உருவாக்கல் அவசியம். இலக்கியம் அதைச் செய்கிறது. ஏற்கெனவே இருப்பதன் வெயில் படாத மறைவுப் பிரதேசங்களைக் கண்டடைய சிலவேளைகளில் கடுமையாக முயல்கிறேன். 'பிந்தி' அதுமாதிரி உருவாக்கம்தான்.

உங்களுடைய படைப்புகளில் எதைச் சிறந்த முயற்சி எனக் கருதுகிறீர்கள்?

எதையும் சொல்வதற்கில்லை. சில சிறந்தவை என்னிடம் உண்டுதான். அதைக் காலத்துக்கும் வெளிக்கும் விட்டுவிடுவதே சரி.

படைப்பாக்கத்தில் எதிர்காலத் திட்டங்கள் என்ன?

ஒரு நூறாண்டு மனிதனை எழுதத் திட்டம். ஒன்றாம் தேதி தொடங்கி எழுதிக்கொண்டு இருக்கிறேன். இரண்டு உலக யுத்தங்கள், ரஷ்யப் புரட்சி, விடுதலை அடைந்த நாடுகள், ரஷ்யா வீழ்ச்சி, திராவிட இயக்கத் தோற்றம், விளைவுகள், கம்யூனிசங்களின் தோற்றம், காந்தி மற்றும் கோட்சே, மனிதத்தன்மையும் அதன் எதிர்நிலையான இந்துத்வ, பாசிச சக்தியும் என்று விரிகிற சராசரி மனிதர் வாழ்க்கையில் அவை ஏற்படுத்தும் நுண்ணிய விளைவுகள் என்பதாக ஒரு நாவல்.

மிகப்பெரிய திட்டங்கள், திட்ட முன்வரைவுகள் என்று எதுவும் எப்போதும் என்னிடம் இல்லை. இழைக்கின்ற விதி முன் ஏக, தருமம் பின் இறங்கிவர நடந்துகொண்டிருப்பதாய் இருக்கிறது வாழ்வு.

அறுபது ஆண்டுக்கால வாழ்க்கையில் சலிப்பு ஏற்படுகிறதா? 'பார்க்க எதுவுமில்லை என்றால் விளக்கை அணைக்கவேண்டியதுதானே' என்ற டால்ஸ்டாய் பற்றி என்ன நினைக்கிறீர்கள்?

அடிக்கடி விரக்தி சூழ்கிறதுதான். விளக்கு அணைப்பது என்பதல்ல, ஏற்ற வேண்டுமா என்று யோசிக்க வைக்கிறது. மாலை இருண்டு, அந்த இருட்டிலேயே பல சமயங்கள் உட்கார்ந்திருக்கிறேன். அவ்வப்போது படிக்கக் கிடைக்கிற நல்ல புத்தகங்கள், பார்க்கக் கிடைக்கும் உலக சினிமாக்கள், நல்ல ஆண் மற்றும் பெண் நண்பர்கள்.

எப்போது குடித்தாலும் ரசிக்கமுடிகிற நல்ல தரமான விஸ்கி, நல்ல ஓட்டங்களில் கிடைக்கிற தரமான ஸ்ட்ராங் மற்றும் சர்க்கரை இல்லாத காபி மற்றும் உணவுகள், அழகிய, சௌகர்யமான ஆடைகள், பேனாக்கள், வீட்டின் முன்புறச் செடியில் வைக்கும் அரும்புகள், பயணங்கள், நிலக்காட்சிகள், எல்லாம் உயிரைத் தக்கவைக்கின்றன. டால்ஸ்டாயின் கோப்பைத் தேநீர் தீர்ந்துவிட்டது. எனக்கு இன்னும் தீரவில்லை. என் ஒரு வயது பேத்தி நிலா வளர வளரப் பார்க்க வேண்டும். அதுவரை சாவை ஒத்திப்போட ஆசையாக இருக்கிறது. எங்கிருந்தோ காலத்தின் சிரிப்பு விட்டுவிட்டுக் கேட்கிறது. என்ன பண்ண? என் வீட்டின் சாவி அதனிடம் இருக்கிறது.

உங்களுக்கு மதம், கடவுள் போன்றவற்றில் நம்பிக்கை இல்லை எனக்குத் தெரியும். ஆற்று நீராக ஓடிக்கொண்டிருக்கும் உங்கள் வாழ்க்கையில் முடிவெங்கே என்று யோசிக்கிறீர்களா?

எப்போது குழந்தைகளிடம் எனக்கு வெறுப்பு வருகிறதோ, எப்போது மனிதர்களைப் பார்க்கக் கசக்கிறதோ, எப்போது காலைவேளைகள் சுவாரஸ்யம் அற்றுப்போகிறதோ, எப்போது நல்ல இசை எனக்கு எரிச்சல் தருகிறதோ, எப்போது உலகம் கெட்டுவிட்டது என்று நோய்க்கூறாகச் சிந்தனை தோன்றுகிறதோ, அப்போது எனக்கு மரணம் நெருங்குகிறது என்று பொருள்.

இன்னும் சாதிக்கவேண்டுமென்ற மனத்துடன் படைப்பு முயற்சியில் தொடர்ந்து ஈடுபடும் படைப்பாளருக்கு காலமும் அகாலமும் ஒரு பொருட்டல்ல, அவனும் ஒரு கடவுள்தானே என்று சொல்லலாமா?

எந்த எழுத்தாளரும் தான் எழுதியதைப்பற்றி திருப்தி அடைய மாட்டார். சாதித்துவிட்டதாகவும் நினைக்கமாட்டார். சொல்லப் போனால் எழுதியதை மறந்துவிட்டு, புதுசாக தேடிக் கொண்டிருக்கும் மனோநிலை மிகவும் முக்கியம். எப்போதும் குறையை, அவஸ்தையை, நிம்மதி இன்மையுடன் அலைபவரே நல்ல எழுத்தாளர். காலம் கடந்தவர் என்ற பொருளில் அவரைக் கடவுள் என்றழைத்தல் தவறாக இருக்கிறது.

இளம் தலைமுறையில் வாசகர்களாவும் படைப்பாளியாகவும் உருவாகிக் கொண்டிருக்கும் இளைய தலைமுறையினருக்குச் சொல்ல எதுவுமிருக்கிறதா?

முந்தையரை உள்வாங்கித்தான் நான் வந்தேன். என்னையும் உள்வாங்கித்தான் அடுத்த தலைமுறை வருகிறது. தனியாகச் சொல்ல எதுவும் இல்லை. அவர்கள் திறமைசாலிகள்.

உங்களுக்குள் படைப்பு மனநிலை உருவாக்கிய ஆளுமைகள் பற்றி சொல்லுங்கள்?

எழுத்து கால கலகக் கவிஞர்கள்பால் ஈர்க்கப்பட்டிருக்கிறேன். ஒரு மனிதன் என்றவகையிலும் கவி என்ற வகையிலும் ஆத்மாநாமை எனக்கு மிகவும் பிடிக்கும். என் முதல் தொகுதியின், முதல் பிரதியைக் கிரியா அலுவலகத்தில் வைத்து அவருக்குத்தான் தந்தேன். தந்தத்தால் செய்யப்பட்ட சிகரெட் பொருத்தியை அவர் அன்பளிப்புச் செய்தார். தஞ்சை பிரகாஷ், தி.ஜானகிராமன், கரந்தைப் பொய்க்கால் நாட்டியக்காரிகள், ஐயன் கடைத்தெருவில் இரவெல்லாம் நடந்த பெரும் பாடகர்களின் கச்சேரிகள், எம்.வி.வெங்கட்ராம், திருவிழா நாடகங்களில் 1965-1975 காலப் பகுதியில் நடித்த நடிகை ஜோதி

எல்லாரும் என்னை உருவாக்கினார்கள். மொழி ஆக்கங்களில் வந்த அனைத்து உலக இலக்கியங்களில் நான் படிக்காதது அனேகமாக எதுவும் இல்லை.

புதுச்சேரி பண்பாட்டு, அரசியல் சூழல் 'பிரபஞ்சன்' என்ற கலைஞனின் உருவாக்கத்தில் நிகழ்த்திய வினைகள் யாவை?

புதுச்சேரி பிரெஞ்சு அரசிடம் சாதிய உணர்வுகள் இல்லை. மக்களிடம் இருந்தது. மேலிருந்துகீழ் நோக்கிய சாதிப்படி முறைகள் அரசுகளில் அன்று இல்லை. பிரான்ஸ் தேசத்து, பாரீஸ் நகரின் தெருக்களைப் போன்றவை எங்கள் ஊர்த் தெருக்கள். அழகிய கடற்கரை. நிறைய சிட்டுக்குருவிகள், காடை, கவுதாரிகள், மைனா, மரங்கொத்திகள், நிறைய மரங்கள், பூங்காக்கள் எங்கு பார்த்தாலும் தோட்டம் துரவுபோல இருந்தது என் சிறுவயதுப் புதுச்சேரி. ரோமன் ரோலந்து பெயரில் இயங்கும் அரசு நூலகம் ஒரு புத்தகச் சுரங்கம். நிறைய தமிழ் உணர்வாளர்கள், புலவர்கள் நிறைந்த நகரம். மாதத்தில் பத்துப் புத்தகம் வெளியிடும் அளவுக்கு எழுத்தாளர்கள். நகரத்து வசதிகளுடன்கூடிய கிராமம் அது. இளமையில் எங்களுடையது மிக வசதியான குடும்பம். அது நசித்து வருவதைக் கண்கூடாகப் பார்த்த அனுபவம், குடும்பத்துக்கு எந்தவகையிலும் உதவமுடியாத என் கையாலாகாதத்தனம், எல்லா துன்பங்களையும் மனசுக்குள் பூட்டி வைத்துக்கொண்டு, முகம் மாறாத புன்னகையோடு செத்துப்போன என் தந்தை, கள்ளும் சாராயமும் சங்க காலம் தொடங்கி இடையறாது பெருக் கெடுத்து ஓடிய வளம், என் இளமைக்காலத்துச் சில சினேகிதர்கள், பல சினேகிதிகள், எங்கள் ஊரின் இனிய, எப்போதும் நிலவிய இளம் தென்றல் காற்று, கள் போதையில் எப்போதும் தவித்தபடி பறக்கும் ஈக்கள், மக்கள் தலைவர் சுப்பையாவின் தலைமையில் சுதந்திரப் போராட்டத்தில் முன்நின்றும் தொடர்ந்து அடர்த்தியுடன் வளர்ந்த கம்யூனிச இயக்கம், எல்லாம் என் புதுச்சேரி எனக்குத் தந்தவை.

உங்களுடைய தந்தையார் அல்லது நெருங்கிய உறவினர்களின் ஆளுமைகளும் தொடர்புகளும் உங்களுக்குள் படிந்து படைப்பாக்க மனநிலைக்குத் தளம் அமைத்தது எப்படி?

பள்ளி, கல்லூரிகளால் கொடுக்கப்படாதவர் என் தந்தை. 13, 14 வயது தொடங்கி என் பிறந்த நாள்களில் அவர் தந்த புத்தகப் பரிசுகள், என் ஆறாம் வகுப்பில் என்னை நூலகத்தில் சேர்த்துவிட்ட அவரது ஆர்வம் என்னை நான் உருவாக்கிக்கொள்ள பெருந்துணை புரிந்தவை.

என் அப்பாதான் என் ஆதர்சம். இறக்கும்வரை, என் வேலை, சம்பளம் எதைப்பற்றியும் என்னை அவர் கேட்டதே இல்லை. என் குடும்பம் அவர் உதவியில்தான் வாழ்ந்தது. அரசியலில் வாய்ப்புகள், சந்தர்ப்பங்கள் பல அவருக்குச் சாதகமாக அமைந்தாலும், அவற்றில் தன் நலத்தின் பொருட்டுப் பயன்படுத்திக்கொண்டதே இல்லை. தமிழ் படிக்கப்போகிறேன் என்றதும் சரி என்றார். இன்று போட்ட சட்டையை மறுநாள் நான் போடக்கூடாது. அவரே என் அறைக்குவந்து சட்டை, பேண்ட்டுகளை எடுத்துப்போய் துவைத்து, பெட்டி போட்டு அலமாரியில் அடுக்கியும் வைப்பார். மலிவான நீலச் சோப்பு போட்டு, திட்டுத்திட்டாய் நீலமான ஒரு கதர்ச்சட்டையில், பத்துப் பனிரெண்டு தையலுடன் கடைசி நாட்களைக் கழித்தார். கோவை ஞானி என் அப்பாவைப் பார்த்து, என்னைப் பார்த்துச் சிலாகித்துச் சொன்ன சொற்களை வருகிறவர் போகிறவர்களிடம் எல்லாம் பேசிக்கொண்டிருந்தார்.

படைப்பாளியாக தாங்கள் உருவெடுத்தது தற்செயலானது தானா? அல்லது இடைவிடாத முயற்சி, கடும் உழைப்பு, அயராத வாசிப்பு போன்றவற்றுக்குத் தங்கள் ஆளுமை உருவாக்கத்தில் பங்கு உண்டா?

குடும்பச் சூழ்நிலைதான் காரணமாக அமைந்தது. வசதியான வீட்டுப்பிள்ளை, தெருப்பிள்ளைகளுடன் விளையாடிக் கெட்டுப் போய்விடக்கூடாது என்று விளையாட்டுகளில் இருந்து நான் அப்புறப்படுத்தப்பட்டேன். ஆறாம் வகுப்பில் நூலகம் போனேன். நிறைய படித்தேன். எழுதுவது சந்தோஷமாக இருந்தது நன்றாக எழுத வந்தது. இடையறாத உழைப்பு, வாசிப்பு, கடினமான முயற்சி எல்லாம் சேர்ந்துதான் எழுத்தாளனாக்கியது என்னை. நான் எழுத்தை நேசிக்கிறேன், எழுத்தாளனாக வாழ்வதில் உள்ள சந்தோஷம் எனக்கு உண்டு. தொடர்ந்து படைப்புகளோடு, இளம்தலைமுறையினர் எழுத்துகளோடு பரிச்சயமும், ஈடுபாடும் இருப்பதால் பின்தங்கிப் போய்விடாமல் என்னால் இருக்கமுடிகிறது.

தங்கள் துணைவியார், குழந்தைகள் உங்களுடைய எழுத்து முயற்சிகளைப் பற்றி என்ன நினைக்கிறார்கள்? குடும்பத்துடன் செலவாகவேண்டிய பெரும்பான்மையான நேரம், இலக்கியப் பணியில் செலவழிந்தது குறித்துத் தங்களுக்கு வருத்தமுண்டா? இதுபற்றி உங்கள் குடும்பத்தினர் என்ன கருதுகின்றனர்?

மற்றவர்கள் என்னைப் பாராட்டும்போது, என் குழந்தைகள் பெருமைப்படுகிறார்கள். ஆனால், என் குடும்பத்துக்கு நான் நியாயம் தரவில்லை. அடிப்படைத் தேவைகளைக்கூட அவர்களுக்கு நான் செய்து தரவில்லை. ஒருகாலத்தில் எதிர்பார்த்தார்கள். இப்போது இல்லாமையைப் பழகிக்கொண்டார்கள். நான் என் தொழிலை நேசிக்கிறேன். இந்த என் வாழ்க்கையில், இப்படி இருக்கிறதுக்காக நான் வருந்தவில்லை. இப்படியாக நான் செதுக்கப்பட்டிருக்கிறேன். அவ்வளவுதான்.

- புத்தகம் பேசுது, ஜனவரி 2008

இறையன்பு

வாழ்க்கையின் நெருக்கடிகளில் அல்லல்படும் இளைய தலைமுறையினருக்குத் தனது எழுத்தின் வழியே தன்னம்பிக்கை அளிக்கும் வெ.இறையன்பு பன்முக ஆளுமைத்திறன் மிக்கவர். கவிஞர், நாவலாசிரியர், கட்டுரையாளர், பேச்சாளர் எனத் தொடர்ந்து இயங்கி வருகின்ற இறையன்பு. தமிழக அரசின் நிர்வாகத்துறையில் உயர் அலுவலராகப் பணியாற்றுகின்றார். எப்பொழுதும் இன்முகத்துடன் பேசுகின்றவரின் செயல்பாடு முழுக்கத் தமிழர் வாழ்க்கையில் மாற்றம் உருவாக்க முடியும் என்ற சமூக அக்கறை சார்ந்துள்ளது. வெவ்வேறு நேரங்களில் அவருடன் பல விஷயங்கள் குறித்து விவாதித்திருந்தாலும் ‘உயிர் எழுத்து இதழுக்கெனத் தனிப்பட்ட முறையில் நிகழ்த்தப்பட்ட நேர்காணல், அவருடைய இன்னொரு முகத்தை வெளிப் படுத்தியுள்ளது. தமிழ் அடையாளத்தை முன்வைத்து விரிந்துள்ள அவரது பேச்சுகள் காத்திரமானவை.

உங்கள் இளம் பருவத்தில் இலக்கியப் படைப்புகளுடன் ஏற்பட்ட அறிமுகம் பற்றிச் சொல்லுங்கள்.

பெற்றோருடைய திருமணத்திற்குப் பரிசுப் பொருட்களாக கிடைத்த புத்தகங்களும் போட்டிகளில் வென்றபோது கிடைத்த நூல்களும் என்னுடைய வாசிப்பு உலகமாக இருந்தது. சின்ன வயதில் கதை கேட்கும் ஆர்வம் அதிகமாக இருந்த காரணத்தால் மூத்த அக்காள் விடுமுறை நாட்களில் அரிக்கன் விளக்கின் அருகில் மகாபாரதம், சக்ரவர்த்தி திருமகன், சிவகாமியின் சபதம் போன்ற புத்தகங்களை உரக்க வாசிக்க நாங்கள் சுற்றி அமர்ந்து கேட்பதுண்டு. ஆறாம், ஏழாம் வகுப்பு படிக்கும்போது இரும்புக்கை மாயாவி, மஞ்சள் பூ மர்மம் போன்ற முத்து காமிக்ஸ் புத்தகங்கள் தேடித்தேடி வாசிக்கப்பட்டன. பத்தாம் வகுப்பில் கவிதைகள் பிடித்தன. துப்பறியும் நாவல்கள்

வாசிப்பதுண்டு. மேல்நிலைப் பள்ளியில் ஜெயகாந்தன் அறிமுகமானார். பிறகு புதுக்கவிதைகள் பிடிக்கத் தொடங்கின. கல்லூரிப் பருவத்தில் சிற்பி, அப்துல் ரகுமான், gritah போன்றவர்களுடைய கவிதைகளை விரும்பிப் படிக்க நேர்ந்தது. ரஷிய சிறுகதைகளையும், நாவல்களையும் முன்னேற்றப் பதிப்பகம் தூக்கி எறியும் காசுக்குத் தந்ததால் அவற்றை நிறைய வாங்கி இரவெல்லாம் படிப்பதுண்டு. இதுவே என்னுடைய சின்ன இலக்கியப் பயணத்துக்கான மெல்லிய தொடக்கம். ஆடு தாண்டும்படி ஆரம்பித்து ஆடு தாண்டும்படியாகவே இன்றும் இருக்கும் என் படிப்பு ஓடை.

வெறுமனே புத்தக வாசிப்பு என்பது மாறிப் புத்தகம் என்பது ஆற்றல் மிக்கது என்பதை அறிந்தபோது உங்களுக்குள் ஏற்பட்ட மாற்றங்கள் என்ன?

வாசிப்பு நம்மை எல்லோரையும் ஈர்ப்பவராக மாற்றிவிடுகிற சக்தி கொண்டது என்பதை தனி உரையாடல்களின்போது நான் உணர்ந்தேன். ஒரு மனிதன் சுவாரசியமாக இருப்பதற்கு அவன் வாசித்த புத்தகங்களே காரணமாக இருக்கின்றன என்று உணரத் தொடங்கியபோது அரிதான புத்தகங்களைத் தேடி அலைய ஆரம்பித்தேன். அவ்வாறு கிடைத்த புத்தகங்கள் வேறுசில பரித்ந்துரைத்தன. அவ்வகையில் அது புதையல் தேடுதலைப் போன்ற சாகசத்திற்கு வழிவகுத்தது. எனக்கென நான் அதிகம் செலவு செய்வதே புத்தகங்களுக்காகத்தான். என்னிடம் ஒரு நாளைக்கு ஒரு நூலாவது எப்படியாவது வந்து அடைந்து விடுகிறது. அதில் ஒரே ஒரு பிரச்சினை இருக்கிறது. வாசிக்கிற விகிதத்தைவிட வாங்குகிற விகிதம் அதிகமாக இருப்பதுதான்.

'நான்' என்ற எண்ணம் தோன்றியபோது, உங்களைப் பற்றிய பிம்பம் என்னவாக இருந்தது?

'எல்லோருக்கும் தெரிகிற ஒருவராக ஆகிவிடவேண்டும்' என்ற அவா கொண்டவனாகவே அப்போது அந்தப் பிம்பம் இருந்தது. இப்போது 'யாருமற்றவராக ஆகவேண்டும்' என்பதே விருப்பமாக இருக்கிறது.

ஒன்றுமற்ற நிலையை அடைவது சாத்தியமா? உங்களுடைய 'நான் யதார்த்த வாழ்க்கையில் குறுக்கிடும் தடைகளை எப்படி என் கொள்கின்றது?

நம் தலைக்குப் பின்னால் ஒளிவட்டம் இருப்பதாவும் நம் பெயருக்குப் பின்னால் ஏதேதோ தகுதிகள் இருப்பதாகவும் நினைக்காமல் இருப்பதுதான் ஒன்றுமற்ற நிலை. அந்த நிலையை அடைகிறபோது எங்கேயும் சிக்கல்கள் வருவதில்லை. இன்னும் சொல்லப்போனால் எல்லா நிகழ்வுகளையும் எல்லா இடங்களிலும் முன்கூட்டியே மனத்தயாரிப்பின் கீழ் எடுத்துக்கொள்கிற ஏற்றுக் கொள்கிற பக்குவங்களை நாம் பெற்று விடுகிறோம். அலுவலகரீதியான வாழ்க்கையில் நம்முடைய பதவியோ, பணியோ சில நேரங்களில் சிலவற்றைச் செய்யவும் மாற்றவும் தேவைப்படும். அவற்றை சமயத்தில் தூக்கிப் பிடிக்கவும், வெறிகொண்டு வீசவும் காரணங்கள் தோன்றலாம். ஆனால் யதார்த்த வாழ்க்கையில் அதற்கான தேவையில்லை. முக்கியமான பணிகள் இல்லாத பல சூழல்களில் அந்தச் சுகத்தை நான் அனுபவித்திருக்கிறேன். அனாமதேயமாக இருப்பது மிகப்பெரிய சுதந்திரம். அதை அனுபவிக்காதவர்களுக்கு அதன்ச் சுகம் புரிவதில்லை.

இன்று பிரபலமான பேச்சாளராக விளங்கும் உங்களுக்கு மேடைப் பேச்சில் எப்படி ஈடுபாடு ஏற்பட்டது?

என் தந்தை எங்களுக்கு மேடையில் பேசக் கற்றுத் தந்தார். என் மூத்த சகோதரரும், சகோதரிகளும் பேச்சுப் போட்டிகளில் பேசுவதைப் பார்த்து நானும் பேசத் தொடங்கினேன். போட்டிகளில் முதல் பரிசு பெறவேண்டும் என்பதுதான் அப்போதைய வேட்கை. இரண்டாம் வகுப்புப் படிக்கும்போது முதல் முறையாகப் பள்ளியில் பேசினேன். நாற்பத்து நான்கு ஆண்டுகளாகப் பேசி வருகிறேன்.

மேடைப்பேச்சுகள் ஒருவகையில் செயற்கையானவை என்றாலும் பேச்சுகள் மூலம் சமூகத்தில் பாதிப்பை ஏற்படுத்த முடியும் என்று நம்புகிறீர்களா?

உண்மையான பேச்சு நம்பிக்கையை ஏற்படுத்த முடியும். ஜூலியஸ்சீஸர் நாடகத்தில் அந்தோணியின் பேச்சு கஸியஸ், புரூட்டஸ் ஆகியோருக்கு எதிராக மக்களைக் கிளர்ந்தெழச் செய்தது என்பது வரலாறு. டமஸ்தனிஸ் உரை கிரேக்கத்தில் மேசிடோனியாவின் அதிகாரத்திற்கு எதிராக அலை எழுப்பியதும் உண்மை. இந்திய விடுதலைப் போராட்டத்தில் மகாத்மா காந்தி ஊர் ஊராகச் சென்று ஆற்றிய உரைகள் ஒவ்வொரு ஊரிலும் காந்தியைபோல ஒருவரை உருவாக்கத் தூண்டியது. தமிழ்நாட்டிலேயே சுயமரியாதை இயக்கம் மேடைப் பேச்சுகளால் இளைஞர் சமுதாயத்தை ஈர்த்தது. சிறந்த சொற்பொழிவு உண்மையாக இருக்கும்பட்சத்தில் உறுதியாகத் தாக்கத்தை ஏற்படுத்தும். ஆனால் அது, ஆழ்மனத்திற்குச் சென்று தங்கிவிடும். அதைத் தொடர்ந்து செயல்களின் மூலமும், எழுத்தின் மூலமும் பின்பற்றுகிறபோது அது மிகப்பெரிய எழுச்சியை ஏற்படுத்தும். சங்கிலித் தொடராக சொற்பொழிவுகளைக் கட்டமைப்பதன் மூலம் படிப்படியாக ஒருவரின் மனத்தில் ஆக்கப்பூர்வமான அதிர்வலைகளை எழுப்ப முடியும்.

'காற்றிலே கரைந்து போகும் சொற்கள்' என்று மேடைப் பேச்சினைப் பற்றிய விமர்சனத்தை எப்படி எதிர்கொள்கிறீர்கள்?

வீசுகிற காற்றிலே கரைந்து போகாமல் கேட்கிற செவிகளில் உறைந்துபோகிற உரைகளும் உண்டு என்பதை ஆவணப்படுத்தப்பட்ட சாக்ரட்டீஸ் உரை முதல் அண்மையில் 150 ஆண்டுகள் நினைவுவிழா கொண்டாடப்பட்ட மார்டின் லூதர் கிங் உரை வரை நமக்கு உணர்த்துகின்றன.

தன்னம்பிக்கை, நம்பிக்கை குறித்த பின்புலத்துடன் வாழ்க்கையை அணுகும் உங்கள் முயற்சியின் விளைவுகளைச் சொல்லுங்கள்.

என்னிடம் நிறைய பேர் அந்த நம்பிக்கை வரிகள் உந்துதலை ஏற்படுத்தியதாகப் பகிர்ந்து கொள்கிறார்கள். ஒரு நீதிபதியின் மனைவி ஒருமுறை மருத்துவமனையில் இருக்கும்போது தொலைக்காட்சியில் எனது உரையைக் கேட்க நேர்ந்ததாகவும், அது அவருடைய உள்ளத்தில் இருந்த கவலைகளை நீக்கியதாகவும் குறிப்பிட்டார். இப்படி எண்ணற்ற அனுபவங்கள். அவற்றையெல்லாம் விவரித்துக்கொண்டுபோவது சுயபுராணம் ஆகிவிடும். சுருக்கமாகச் சொன்னால் 'என் பணி பயனற்றுப் போகவில்லை' என்பது மட்டும் தெரிகிறது.

மனிதனுக்குத் தெம்பூட்டும் வகையில் தொடர்ந்து அரிய கருத்துகளைத் தொடர்ந்து பேச்சிலும், எழுத்திலும் பதிவாக்கி வருகின்றீர்கள். உங்கள் கட்டுரை நூல்கள் நிரம்ப விற்பனையாகின்றன. இத்தகைய நூல்கள் சமூகத்தில் ஏற்படுத்தியுள்ள பாதிப்புகள் என்ன?

நான் இந்திய ஆட்சிப் பணிக்குத் தேர்வானபோது, குடியுரிமைத் தேர்வுகளில் 'தமிழகத்தில் தகுதி பெற்றவர்கள் இருந்தும் பலர் அவற்றுக்குத் தயாரிக்கும் விழிப்புணர்வு இல்லாமல் இருக்கிறார்களே' என்கிற எண்ணம் எனக்கு ஏற்பட்டது. அப்போது நான் எழுதிய நூல்கள் பலவகைகளில் உதவுவதாக இந்தத் தேர்வை எழுதுபவர்களும், எழுதி வெற்றி பெற்றவர்களும் கூறுகிறார்கள். மற்றபடி இவற்றின் மூலம் என்ன பாதிப்பு ஏற்பட்டது என்பதைப் பற்றியெல்லாம் நான் இதுவரை ஆய்வு எதையும் செய்யவில்லை. எனக்குத் தெரிந்ததை எழுதுகிறேன். அவை நல்லவை என்று கருதியே தொடர்கிறேன். நிராகரிப்பதும், ஏற்றுக்கொள்வதும் வாசிப்பவர்களின் உரிமைகள்.

விதிகளை உடைக்க வேண்டுமென்று சொல்லும் நீங்கள் இன்னொரு நிலையில் விதிகளைக் கடுமையாக அமல்படுத்த வேண்டும் என்கிறீர்களே முரண்பாடாக உள்ளதே.

மக்களை மேம்படுத்தும் விதிகள் சிலருடைய தலையீட்டால் செயல்படாமல் இருந்தால் அவற்றை அமல்படுத்த வேண்டும். எங்கெங்கெல்லாம் விதிகள் மக்களின் தலைவிதி என்று சொல்லப் படுபவற்றை நியாயப்படுத்துகின்றனவோ அவற்றை அனைவரின் ஒத்துழைப்போடு உடைத்து எறிய வேண்டும். எந்த விதி உடைக்கப்பட

வேண்டும் என்பதும், எந்த விதி காப்பாற்றப்பட வேண்டும் என்பதும் அவற்றின் தன்மையால் தீர்மானிக்கப்படுகின்றன. செயல்படுத்தப்பட வேண்டிய முக்கியமான விதிகளிலேயே அவற்றின் நோக்கமே முக்கியமேதவிர, வரையறுக்கப்பட்டுள்ள வழிமுறைகளை தேவைப் படும்போது மீறுவது தவறில்லை.

'போர்த்தொழில் பழகு' என ஆணையிடுவது வன்முறைக்கு வித்திடுவதுதானே?

'போர்த்தொழில் பழகு' நூலில் காந்தியின் உத்தியைப் பற்றியும் ஒரு கட்டுரை வருகிறது. அந்த நூல் இளைஞர்களிடம் போர்க்குணம் தேவை என்பதை வலியுறுத்துவதற்காக எழுதப்பட்டது. அநியாயங்களைக் கண்டு சுயநல நோக்கத்தால் ஒதுங்கிக்கொள்வதைக் கண்டிக்கின்ற விதத்திலும், உண்மைகளுக்காகப் போராடும் நோக்கிலும் வரலாற்று பின்னணியைச் சுட்டிக்காட்டி சில உத்திகளை முன்வைத்தது. நமக்குள்ளேயே நடக்கும் போர்களைப்பற்றி அது பேசுகிறது. அஹிம்சை என்பது நம்மீது ஏவப்படும் வன்முறையை தடுப்பதுதானேதவிர தாங்கிக்கொள்வது அல்ல. சின்ன தோல்விக்கே சிறகு உடைந்து போகிற இளைஞர்களுக்கு தோல்விகளை வெற்றிகரமாக எதிர்கொள்ளவும் பழக்குவதற்காகவே 'போர்த்தொழில் பழகு' எழுதப்பட்டது. ஒருவகையில் நாட்டின் மீதும், பண்பாட்டின் மீதும் அதிக ஈர்ப்பை ஏற்படுத்துகிற முயற்சியாகத்தான் அதை நான் பார்க்கிறேன்.

ஜென், பௌத்தம், தாவேயிசம் போன்ற கீழை நாட்டுச் சிந்தனை மரபின் தாக்கம் உங்கள் எழுத்தில் அதிக நிலையில் உள்ளதே...

இவை அனைத்துமே இந்திய மரபு எனும் விருட்சத்தின் வெவ்வேறு கிளைகளே. இந்தத் தத்துவ மரபு என்னிடம் பல விரும்பத்தக்க மாறுதல்களை நாளடைவில் ஏற்படுத்தியது. எனக்குள் ஓர் அங்கமாகவே அவை ஆகிவிட்டன. என்னிலிருந்து அவற்றை என்னால் இப்போது பிரித்துப் பார்க்க இயலாது. எனவே என் சொல்லிலும், செயலிலும் அவை நீக்கமற நிறைந்திருக்கவே செய்கின்றன.

இன்றைய வன்முறையும், அதிகாரமும் சார்ந்த அரசியல் மேலாதிக்க உலகில் புத்தரின் போதனைகளுக்கு இடமிருக்கிறதா?

புத்தரின் உண்மையான வரலாறு பாலி மொழியில் உள்ள சுவடிகளில்தான் காணக் கிடைக்கின்றது. அவற்றைப் பற்றி ஸ்டீபன் பேச்சிலர் விரிவாக எழுதியிருக்கிறார். துரோகமும், வன்முறையும்,

குழப்பமும் அதிகம் நிகழ்ந்த காலம் புத்தரின் காலம். தந்தையையே பட்டினி போட்டுக் கொன்ற அஜாதசத்ருவும், தந்தை வருவதற்குள் மகுடம் தரித்த விதுதபாவும், அடிமைப் பெண்ணுக்குப் பிறந்த பெண்ணைச் சாக்கிய வம்சத்துப் பெண் என்று பொய் சொல்லி திருமணம் முடித்து மிகப்பெரிய அழிவுக்குக் காரணமாயிருந்த மகாநாமாவும் புத்தரின் சமகாலத்தவர்கள். வன்முறைக்கும், அதிகாரத்திற்கும் எதிராகத்தான் புத்தரின் போதனைகள் அவர் காலத்திலேயே அதிகம் இருந்திருக்கின்றன.

தமிழருக்கெனத் தனிப்பட்ட சிந்தனை மரபு உள்ளதா? திருவள்ளுவரின் கருத்துகளை எப்படிப் பார்க்கிறீர்கள்?

விருந்தோம்பல், வீரம், மானம், உயிரை துச்சமெனக் கருதுதல் போன்ற பல பண்புகள் தமிழர்களுக்கான உணர்ச்சி வயப்பட்ட சிந்தனை மரபின் கூறுகள். இவை அன்றைய கிரேக்கத்திலும் இருந்திருக்கின்றன. எளிமை, இயற்கையை பாதுகாத்தல், இருத்தலோடு இயைந்து வாழ்தல் போன்றவை தமிழகச் சூழலில் மிகுதியாக தனித்துவத்துடன் விளங்கி இருக்கின்றன என்பது ஆபிரகாம் எராலியின் அண்மைய புத்தகத்தை வாசிக்கிறபோது தெரிகிறது. அன்று பெரியோரை வியத்தலும், சிறியோரை இகழ்தலும் இல்லாமலிருந்த தமிழ் மரபு இன்று அடியோடு மாறி மிகைப்படுத்துவதையும், தனிமனித வழிபாட்டையும் முன்னிறுத்துவது மாபெரும் மரபுப் பிறழ்வு, இது பண்பாட்டு ஆழிப்பேரலை. திருவள்ளுவருடைய கருத்துகள் சில விதங்களில் அன்று பரவலாக ஏற்றுக்கொள்ளப்பட்ட பத்தாம்பசலிக் கருத்துகளுக்கு எதிர்வினையாக இருந்திருக்கின்றன என்பதை அறிய முடிகிறது. அவற்றில் சிலவற்றை இன்றும் நிர்வாகத்தோடும், பொருளியலோடும் தொடர்புப்படுத்திப் பார்க்க முடிகிறது.

ஷேக்ஸ்பியரின் நாடகங்கள் பற்றி நிரம்ப எழுதியுள்ளீர்கள். ஷேக்ஸ்பியரின் கருத்தியல் போக்குத் தமிழர் வாழ்க்கைக்கு நெருக்கமா?

ஷேக்ஸ்பியரின் நாடகங்கள் பாத்திரங்களின் வாயிலாக படிக்கப்பட வேண்டும். ஒரே பாத்திரம்போல இன்னொரு கதைமாந்தரை அவர் உருவாக்கவில்லை. அவர் படைத்த மாந்தர்கள் மேற்கத்திய மனிதர்கள் மட்டுமல்ல. அவர்கள் பிரபஞ்ச மனிதர்கள். இன்றும் நம்மிடையே ஒரு மேக்பத்தும், புரூட்டசும், இயாகாவும், இரண்டாம் ரிச்சர்டும், ஹேம்லெட்டும், லியர் அரசனும் இருக்கவே செய்கிறார்கள். அவர்கள் எப்போதும் இருக்கத்தான் செய்வார்கள். ஆகவே அவருடைய

நாடகங்கள் பூகோள எல்லைகளை மீறிப் பொருந்துபவையாகவே இருக்கின்றன. உங்களைச் சந்திக்கும் மனிதர்களை நீங்கள் அவர் ஷேக்ஸ்பியரின் எந்தப் பாத்திரத்தை ஒத்திருக்கிறார் என்று கணித்துச் சொல்லிவிட முடியும். அப்படி யாராவது பொருந்தாமல் இருந்தால் அவர்கள் சுவாரசியம் இல்லாதவர்களாக இருப்பார்கள்.

ரஷ்ய இலக்கிய மேதைகளின் படைப்புகளில் உங்களைக் கவர்ந்தவை பற்றி...

இந்தியாவில் நாம் காணும் வறுமை, மக்களின் வாழ்க்கை முறை ஆகியவற்றை ரஷ்ய இலக்கியங்கள் அதிகம் பிரதிபலிப்பதாக எனக்குப் பட்டது. ஆங்கில இலக்கியத்தில் ஒரு கட்டம்வரை பிரபுத் துவம், சொத்துரிமையை தந்திரமாகக் கையாளுதல் போன்றவற்றைப் பற்றியே இருந்தன. டிக்கன்ஸ் வந்தபிறகுதான் சாமான்ய வாழ்க்கை எதிரொலிக்கத் தொடங்கியது. ஆனால் ரஷ்ய இலக்கியம் அங்கிருந்த மக்களின் கண்ணீரையும், ரத்தத்தையும் விரிவாகப் பேசுகின்றது. மொழி பெயர்ப்பிலும் அந்தச் சொல்லாட்சி நம்மை திகைக்க வைத்துவிடுகிறது. இது கருத்து மிகச் செழுமையாக இருக்கும்போதுதான் சாத்தியம். டால்ஸ்டாயினுடைய சிறுகதைகள் சகலத்தைப் பற்றியும் பேசுகின்றன. அவருடைய பார்வை ஆன்மீக இழையோடும் நுட்பங்கள் சேர்ந்தது. சிறுதானியங்களின் மேன்மையைப் பற்றிகூட அவர் எழுதியிருக்கிறார். நெப்போலியனின் இன்னொரு பக்கம் அவருடைய போரும் அமைதியும் நூலில் வெளிப்படுகிறது. ஒரு குதிரையின் பரிதாப வாழ்வுபற்றி யார்ட்ஸ்டிக் என்கிற சிறுகதையில் வடித்திருப்பார். 'காரமசோ சகோதார்கள்' தாஸ்தோவஸ்கியின் உயர்ந்த படைப்பு. செகாவ் எழுதிய 'ஆறாவது வார்டு' மறக்க முடியாதது. அவருடைய 'பந்தயம்' என்கிற சிறுகதை மரணதண்டனை, ஆயுள் தண்டனை ஆகியவற்றைப் பற்றிய துல்லியமான விவாதத்தை நம்முன் வைக்கிறது. கார்க்கியின் 'வழித் துணைவன்' நாம் அன்றாடம் சந்திக்கும் மனிதர்களைப் பற்றியது

பழந்தமிழ் இலக்கியத்தை நவீன வாசிப்பு மூலம் நீங்கள் எப்படி மதிப்பிடுகிறீர்கள்?

பழந்தமிழ் இலக்கியத்தில் பல நவீன யுக்திகள் பிரயத்தனம் இல்லாமலேயே பயன்படுத்தப்பட்டிருக்கின்றன என்பதைக் காணலாம். குணங்களை ஆளுமைப்படுத்துதல் என்பது இரட்சண்ய யாத்ரிகத்தில் வருகிற ஓர் உத்தி. இதைப்பற்றி வேர்ட்ஸ்வொர்த் விரிவாக எதிர்த்து எழுதியிருக்கிறார். ஆனால் கோல்ரிட்ஜ் அதை ஆதரித்துப் பேசியிருக்கிறார். 'அழுக்காறு எனும் ஒரு பாவி' என்றும், 'நிலம்

என்னும் நல்லாள்' என்றும் திருவள்ளுவர் அதைக் கையாண்டிருப்பது கவனத்துக்குரியது. இதைப்போலவே சங்க இலக்கியங்களில் 'நாடக ஒற்றைப் பாத்திர மொழி' கையாளப்படுவதைப் பார்க்கலாம். இன்று மேலாண்மையில் மேற்கு கூறுகிற எண்ணற்ற கருத்துகள் பைந்தமிழ் இலக்கியத்தில் பரவலாக எழுதப்பட்டிருப்பதை அறியலாம். நவீன வாசிப்பு அந்த இலக்கியங்களில் விரவியிருக்கும் வாழ்க்கைப் பயன்பாட்டை உணர்த்துகின்றன.

இலக்கியப் படைப்பு என்பது உங்களைப் பொருத்தவரையில் என்ன? படைப்பின் வழியே உங்களுக்குள் நிகழும் மாற்றங்கள் என்ன?

புனைவு இலக்கியமே தூய இலக்கியப் படைப்பு என்று நான் கருதுகிறேன். படைப்பு இலக்கியத்தை உருவாக்கும்போது உள்ளம் அடைகிற மகிழ்ச்சியும், திருப்தியுமே எனக்கு ஏற்படுகிற மாற்றம்.

உங்கள் எழுத்தின் மீது செலுத்துகிற இலக்கிய முன்னோடிகள் பற்றி...

படைப்பு இலக்கியத்தை நிறைய வாசித்ததாக என்னால் கூற முடியாது. பெரும்பாலும் கட்டுரை நூல்கள், ஆய்வு நூல்கள், வரலாற்றுப் புத்தகங்கள், மனயியல் நூல்கள், அறிவியல் நூல்கள் போன்றவற்றையே எனக்கு அளிக்கப்படும் வாய்ப்பின் காரணமாக அதிகம் வாசிக்கும் சூழலில் நான் உள்ளேன். மிகச்சிறந்த நூல் என்று நெருக்கமான நண்பர்கள் பரிந்துரைக்கும் நூல்களைப் படிக்கிறேன். சில நேரங்களில் அதிகம் தெரியாத படைப்பாளியின் நூலும் மாபெரும் வியப்பை என்னுள் உண்டாக்குகிறது. அவர்களுடைய உண்மையும், நேர்மையுமே நான் கண்ணில் ஒற்றிக்கொள்ள வேண்டிய பண்புகளாக இருக்கின்றன. அந்தவகையில் அவர்கள் எல்லோருமே முன்னோடிகள்.

மேன்மையான இலக்கியப் படைப்புகளை எப்படி மதிப்பிடுகின்றீர்கள்?

மேன்மையான இலக்கியப் படைப்புகள் நம்முடைய உண்மையான வடிவை ஒருநொடி நமக்குப் பிரதிபலித்துவிட்டு அகன்று விடுகின்றன. அந்தத் தாக்கத்திலிருந்து நம்மால் விடுபடவே முடிவதில்லை.

கருத்தியல் சார்ந்த கட்டுரை நூல்கள் எழுதவதற்கு ஆத்தங்கரை ஓரம், சாகாவரம், அவ்வுலகம் போன்ற நாவல்கள் எழுதவதற்கும் என்ன பெரிய வேறுபாடு?

நாவல்கள் எழுதுவது சுகமான அனுபவம். பல நுட்பமான செய்திகளை அவற்றுக்குள் எளிதாக செலுத்திவிட முடியும். ஒரு நாவலைத் தொடங்கிவிட்டால் அது முடிகிறவரை நானும் ஒரு

திகில் அனுபவத்தில் சிக்கிக்கொள்கிறேன். படைத்து முடித்ததும் சில பாத்திரங்கள் எனக்குள் சோகத்தையும், ஆதங்கத்தையும் ஏற்படுத்துகின்றன. பாத்திரங்கள் உயிர்பெற்று நம்மோடு பேசத் தொடங்கிவிடுகின்றன. அவை நம்மிடம் கண்ணீரையும் சிரிப்பையும் வரவழைக்கக்கூடப் போட்டி போடுகின்றன. நாவல்கள் எழுதுவது என்பது சொற்களால் சொல்ல முடியாத சுக அனுபவம். கட்டுரை என்பது என்னைப் பொருத்தவரை முதல் சொல்லை எழுத ஆரம்பித்தால் போதும் கடைசி சொல் வரை தானகவே கட்டமைத்துக் கொள்ளும் அன்றாடப் பயிற்சி.

மரணத்தை முன்வைத்து எஸ். சம்பத் எழுதியுள்ள 'இடைவெளி' (1976) நாவலுக்குப் பின்னர், தமிழில் அதுபோன்ற நாவல் இல்லை. உங்களுக்குச் சாகாவரம், அவ்வுலகம் இரு நாவல்களையும் மரணத்தின் பின்புலத்தில் எழுதுவதற்கு தூண்டுகோலாக இருந்தது எது?

'சாகாவரம்' சாவைப் பற்றிச் சொன்னது. 'அவ்வுலகம்' வாழ்வைப் பற்றி சொன்னது. வாழ்ந்து முடிந்த பிறகும் மரணத்தைக் கண்டு அஞ்சும் மனிதர்களும் கிடைத்தற்கரிய வாய்ப்பான இந்த வாழ்க்கையைக் கசக்கி எறிபவர்களுமே இவற்றை எழுத எனக்குத் தூண்டுகோலாக இருந்தார்கள்.

மரணம் போகட்டும். உங்களுக்கு 'மரணபயம்' இல்லையா? நிழல்போலத் தொடர்ந்து வரும் மரணத்தின் வெக்கையினால் படைப்பாளிகள் முகத்தைத் திருப்பிக்கொண்டு போகும் சூழலில், மரணம் பற்றிய உங்கள் கணிப்புத்தான் என்ன?

மரணத்தை வெகு அருகில் சந்தித்துவிட்டதால் என்னை அந்த பயம் அண்டவில்லை. ஒவ்வொரு முறை சந்தித்தபோதும் 'இன்னும் அடர்த்தியாய் வாழ வேண்டும்' என்கிற புரிதலைத்தான் அது எனக்கு ஏற்படுத்தியது. வரவேண்டிய விதத்தில் நம்மையும், நம்மைச் சுற்றி இருப்பவர்களையும் துன்புறுத்தாமல் வந்து மென்மையாக அரவணைக்கும் மரணம், ஜனனத்தைக் காட்டிலும் மேன்மையானது. அது ஒரு சிலருக்கே வாய்க்கிறது என்பதுதான் செரிக்க முடியாத பரிதாபம்.

இருத்தலுக்கும், இறப்பினுக்குமான இடைவெளியில் மரணம் உயர்ந்திருக்கிறது; இடைவிடாமல் துரத்துகிறதே. நித்திய வாழ்வு, மரணமில்லாப் பெருவாழ்வு குறித்துக்

குறைகாணும் சூழலில், உங்கள் நாவல்கள் மரணமற்ற வாழ்வைக் கேள்விக்குள்ளாக்குகின்றனவே?

மரணமில்லாத வாழ்வு என்பது நமக்கு ஆறுதலைத் தருவதற்காக ஏற்படுத்தப்பட்ட கருத்தாக்கம். பரிணாம வளர்ச்சி அறிவியலின்படி நம்மிடம் இருந்து நம்மினும் மேற்பட்ட ஓர் இனம் தோன்றும் சாத்தியச் கூறுகள் உள்ளன. அப்படி இருக்கும்போது பிறப்பு ஓர் உயிரியல் விபத்து என்பதை ஒத்துக்கொள்கிற நாம் ஏன் இறப்பை மாத்திரம் அந்த விபத்தின் உச்சகட்டம் என்று ஏற்றுக்கொள்ள மறுக்கிறோம்?

பூமியில் மனித இருப்பு என்பது மரணத்துடன் ஒப்பிடும்போது அபத்தம் தானா?

முற்றிலும் அபத்தம்தான். இன்னும் சொல்லப் போனால் பல சின்ன அபத்தங்கள் சேர்ந்த பெரிய அபத்தம். ஆனால் அதை அப்படியே ஒவ்வொரு நொடியும் நினைவுபடுத்திக்கொண்டிருந்தால் இருக்கிற சில நாட்களும் சேதப்பட்டுவிடும். அதனால் முடிந்த அளவிற்கு அதை மகிழ்ச்சியானதாகவும், பொருள் பொதிந்ததாகவும் மாற்ற முயற்சி செய்ய வேண்டியிருக்கிறது. அந்த முயற்சியே உலகியல்ரீதியான எல்லா முன்னேற்றங்களையும் தொடர்ந்து உருவாக்கிக் கொண்டிருக்கின்றது, இந்த நேர்காணல் உட்பட.

புனைவிலக்கியம் ஒருவகையில் பித்து மனநிலையுடன் நெருக்கமானது. உங்களுடைய இன்னொரு முகம் எப்பொழுதும் விழிப்புணர்வு மிக்கது. இந்த எதிரெதிர் முனைகளுக்கிடையில் எப்படி பயணிக்கிறீர்கள்?

பித்து முற்றாததால்தான் அதிகம் புனைவிலக்கியத்தை செய்ய முடியவில்லையோ தெரியவில்லை. அரசு இயந்திரத்தின் பல்லும் திருகாணியுமாக செயல்பட வேண்டிய நீங்கள், நர்மதை நதியில் அணை கட்டப்பட்டப்படுவதால் பழங்குடி மக்களுக்கு ஏற்படப்போகும் பேரழிவுகளை 'ஆத்தங்கரை ஓரம்' நாவலில் சித்தரிப்பது வெறும் மனிதாபிமானம் தானா?

நிச்சயமாக மனிதாபிமானம் மட்டுமல்ல. என்னுடைய பல்வேறு பணிகளில் விளிம்பு நிலை மனிதர்களுக்கும் பழங்குடி மக்களுக்குச் சார்பான நடவடிக்கைகளை நான் எடுத்திருக்கிறேன். 'நான்' என்று சொல்வதைவிட 'நிர்வாகம்' என்றுதான் சொல்ல வேண்டும். சுற்றுச்சூழல் துறையில் இருக்கிறபோது சில இடங்களில் தொழில் நிறுவனங்கள் சுரங்கப்பணிகள் மேற்கொள்வதற்கு தடைகள் விதித்தும் ஆணையிட எங்களால் இயன்ற செயல்பாடுகளைs செய்தோம்.

எல்லோரும் நினைப்பதுபோல அரசு இயந்திரம் விழிகளற்று எதிர்பட்டவற்றையெல்லாம் நசுக்குகிற ரோபோ அல்ல. அதைச் செலுத்துபவர் யார் என்பதும் முக்கியமாக இருக்கிறது. மனிதாபிமானம் இல்லாமல் நியாயம் கிடைக்க வேண்டிய மக்களுக்கு எதையும் செய்ய முடியாது. 'ஆத்தங்கரை ஓரம்' அதை வாசிக்கும் எல்லா நிர்வாகிகளுக்கும் ஒரு சின்ன உறுத்தலை ஏற்படுத்தினால்கூட அதற்கான வெற்றி கிடைத்துவிட்டதாகவே நான் கருதுவேன்.

படைப்பாளி எப்பொழுதும் அதிகாரத்திற்கு எதிரான மனநிலையுடையவர். நீங்கள் எப்படி மனநிலையைத் தக்க வைத்துக் கொள்கிறீர்கள்?

என்னுடைய எல்லாப் பணிகளிலும் அதிகாரம் செலுத்துகிற ஓர் அலுவலராக மட்டும் நான் என்னைப் பார்த்ததில்லை. அந்தப் பணியில் எவ்வளவு தூரம் படைப்பாக்கம் செய்யமுடியும் என்பதையும் சேர்ந்தே சிந்தித்திருக்கிறேன். அரசு உயர் பதவிகளில் புதியவற்றைச் செய்யவும் நிறைய வாய்ப்புகள் இருக்கின்றன. மாவட்ட ஆட்சியராக இருக்கும்போது வரையறுக்கப்பட்ட விதிகளுக்குள்ளேயே பல புதிய திட்டங்களை வகுத்து செயல்படுத்த முடியும். அவற்றை வாலாயமான நிகழ்வாகச் செய்யாமல் கலையுணர்வோடு செய்ய முடியும். நான் இருந்த சுற்றுலாத்துறை, கலைப் பண்பாட்டுத் துறை, சுற்றுச்சூழல் துறை, செய்தித்துறை போன்றவற்றில் படைப்பாளியின் மனநிலையோடு பல ஆக்கப்பூர்வமான பணிகளைச் செய்ய நேர்ந்தது. 'தமிழரசு' பத்திரிகை மூலமே ஓர் இலக்கிய மலரைக் கொண்டு வந்தோம். கலைப் படங்களுக்கு பரிசுகள் அறிவித்தோம். பொன்னாடைகளுக்குப் பதிலாக புத்தகங்கள் வழங்க அரசாணை பிறப்பிக்க முன்மொழிவு அனுப்பினோம். இப்படி எண்ணற்ற வகைகளில் படைப்பு மனநிலை எந்தவொரு பிரச்சினையையும் வேறுபட்ட கோணத்தில் மாற்றியமைத்து அதைத் தீர்க்க உதவியது. நூறு செயல்களையாவது இவ்வாறு என்னால் சுட்டிக்காட்ட முடியும். சில மாவட்ட ஆட்சியர்கள் முயற்சி எடுத்து அவர்கள் மாவட்டங்களில் நடத்தும் புத்தகத் திருவிழாக்கள் இதற்கு உதாரணம். படைப்பாளியாக இலக்கியத்தில் மட்டுமல்ல அறிவியலிலும் இருப்பவர்கள் நடப்பவற்றிலிருந்து நடக்க முடியாதவற்றை நோக்கிய பயணம் செய்ய முற்பட்டு அவற்றை நடத்திக் காட்டுகிறார்கள்.

அரசு அலுவலில் உயர் பதவி வகிக்கும் உங்களுடைய மனநிலையின் இறுக்கத்திற்கும், இலக்கியச் செயல்

பாடுகளுக்குமிடையில் ஏற்படும் முரண்பாட்டினை எப்படித் தவிர்க்கிறீர்கள்?

அரசு அலுவலிலேயே இறுக்கமாக இருப்பவன் அல்ல நான். எப்போதும் இறுக்கமாக இருப்பவர்கள் தற்காலிகமான விளைவுகளையே ஏற்படுத்துவார்கள். தேவைப்படுகிறபோது இறுக்கத்தையும், மற்ற நேரங்களில் நெருக்கத்தையும் வரையறுத்துக்கொள்பவர்களே உடன் பணியாற்றுபவர்களை உற்சாகப்படுத்த முடியும். இன்றைய மேலாண்மை நகைச்சுவை உணர்வு தேவை என்று வலியுறுத்துகிறது. 'ஹார்வார்டு மேலாண்மைப் பள்ளியில் என்ன கற்றுத் தரவில்லை' என்கிற நூலில் மெக்கர்மாக் அதைப்பற்றி குறிப்பிடுகிறார். எனவே உற்றுப் பார்த்தால் பெரிய முரண்பாடு இல்லை. நம் காட்சி ஊடகங்கள் அலுவலர் என்றால் எப்போதும் 'உம்'மென்று இருக்கவேண்டும் என்றும், 'ஜம்'மென்று நடக்க வேண்டும், மாடிப் படிகளில் இறங்குகிறபோதுகூட உத்தரவு கொடுத்துக்கொண்டே இருக்க வேண்டும் என்ற மாயத்தோற்றத்தை ஏற்படுத்துகின்றன. உட்கார்ந்து கொடுக்கும் உத்தரவே காற்றில் பறக்கும்போது, நடந்துகொண்டு கொடுத்தால் என்ன ஆகும். இவையெல்லாம் தவறான கருத்துகளை ஏற்படுத்துகின்றன.

உலகமயமாக்கல் காலகட்டத்தில் தமிழர் அடையாளம் வேகம்வேகமாக அழிந்து கொண்டிருக்கிறது. தமிழரின் பாரம்பரிய மரபு இன்னும் எத்தனை காலம் தாக்குப் பிடிக்கும்?

தேவையற்றவை மறைய தேவையானவை தாக்குப் பிடிக்கின்றன. எல்லா சூறைக்காற்றுக்கும் தாக்குப் பிடிப்பவையே உண்மையானவை; உறுதியானவை. இதைப் பொருத்தவரை இங்கேயும் பரிணாம வளர்ச்சித் தத்துவமே கோலோச்சும்.

'பார்ப்பதற்கு ஒன்றுமில்லை என்றால் விளக்கை அணைக்கலாம்' என்ற டால்ஸ்டாய் பற்றி என்ன நினைக்கிறீர்கள்? மீண்டும்மீண்டும் நம்பிக்கை பத்திரத்தைப் புதுப்பிப்பதுதான் மனிதனுடைய இயல்பா?

நம்பிக்கை என்பது முதல் ஆயுதம் மட்டுமல்ல. அதுவே கடைசி ஆயுதமும்கூட. அதே நேரத்தில் 'நம்பிக்கை நல்ல காலை உணவு. மோசமான இரவு உணவு' என்பதை மறக்கக் கூடாது. சில அமைப்புகள் வர்த்தக ஆசையில் அதீத நம்பிக்கையை விதைத்துவிட்டுச் செல்கின்றன. நம்மை உணர்ந்து அதற்குத் தகுந்தவாறு இருக்கிற நம்பிக்கையே முன்நடத்திச் செல்லக் கூடியது. ஆனால் நம் இருத்தலே

கேள்விக்குள்ளாகிறபோது நம்பிக்கை என்ற கைகளைப் பிடித்துக் கொண்டுதான் நாம் கரை சேர முடியும். அப்போது அது படகாக மட்டுமில்லாமல் துடுப்பாகவும் இருக்கிறது. நம்பிக்கையை இழந்துவிட்டால் எல்லா உறவுகளுமே பயனற்றுப் போய்விடும். ஒருவகையில் நம் வாழ்க்கையின் சிக்கல்கள் நம்பிக்கைக்கும், நம்பிக்கையின்மைக்குமான தொடர்ந்த யுத்தத்தின் காரணமாகவே நீடித்து வருகின்றன.

ஆற்று நீர்போல ஓடிக்கொண்டிருக்கும் இந்த வாழ்க்கையில் உங்களுடைய இருப்பு திருப்தியளிக்கிறதா?

முதிர்ச்சியே முழுமையான திருப்தியைத் தரும். பழுத்த இலை மரத்திலேயே தங்கிவிடுவதில்லை. உதிர்ந்து விடுகிறது, ஆனந்தமாக; பாரமற்று.

- உயிர் எழுத்து, ஜனவரி, 2014

மனுஷ்யபுத்திரன்

கடந்த நூற்றாண்டின் இறுதியில் குற்றாலத்தில் நடைபெற்ற பதிவுகள் இலக்கியக் கூட்டத்தில் அறிமுகமான கவிஞர் மனுஷ்யபுத்திரனுடன் எனக்கு ஏற்பட்ட நட்பு, இன்றளவும் தொடர்கிறது. துவரங்குறிச்சி என்ற பெரிய கிராமத்தில் இருந்து, வெகுஜனப் பத்திரிகைகளுக்கு எழுதிய மனுஷ்ய புத்திரன், காலப்போக்கில் கவிஞரானது தற்செயலானது அல்ல. தமிழில் கவிதை என்பது இருண்மை சார்ந்து அபத்தத்தை முதன்மைப்படுத்திய சூழலில், சமூகப் பிரச்சினைகளையும், அரசியலையும் கவிதையாக்கத்தில் பயன்படுத்திய மனுஷ்ய புத்திரனுக்குப் பருண்மையான நோக்கங்கள் இருக்கின்றன. சங்க இலக்கியம் முதலாகவே அரசியலுக்கு முக்கியத்துவம் தந்துள்ள தமிழ்க் கவிதை மரபின் தொடர்ச்சியாக அரசியலைப் பாடுபொருளாகக்கொண்டு மனுஷ்யபுத்திரன் கவிதைகள் எழுதிக்கொண்டிருக்கிறார். அவை, இன்று அவர் திராவிட முன்னேற்றக் கழகத்தில் இணைந்து செயல்படுவதற்கான அடிப்படையாகும்.

எந்தவொரு விஷயம் குறித்தும் நேர்ப்பேச்சில் ஆழமாக விவாதிக்கும்போது, பகடியாக விமர்சிப்பது, மனுஷ்ய புத்திரனின் தனித்துவம். அவருடன் பல மணிநேரம் இலக்கியத்தை முன்வைத்துப் பேசினாலும் அலுப்பு ஏற்படாது. கருத்து வேறுபாடு இருந்தாலும், அதையும் வெளிப்படையாகப் பேசினாலும் இயல்பாக எதிர்கொள்கிற மனநிலை அவருக்கு உண்டு. உயிர்மை பத்திரிகை, உயிர்மை பதிப்பகத்தின் வெளியீடுகள், காட்சி ஊடகங்களில் பேச்சுகள், மேடைப் பேச்சுகள் என எப்பொழுதும் பரபரப்பாக இயங்கிக்கொண்டிருக்கிற மனுஷ்ய புத்திரன் உற்சாகத்துடன் அளித்த நேர்காணல், சம காலத்தின் குரலாக விரிந்துள்ளது.

இளமைக் காலத்தில் உங்களுக்கு இலக்கியத்தின் மீதான ஆர்வம் ஏற்பட்ட சூழல் பற்றி..

என் இளமைக்காலம் எப்போது துவங்கியது என்றே எனக்கு குழப்பமாக இருக்கிறது. பால்யத்திற்கும் இளமைக்கும் நடுவே இருந்த இடைவெளி எனக்கு அழிந்து போய்விட்டது என்றுதான் சொல்ல வேண்டும். இளம்பிராயத்து உடல் நலக்குறைவு காரணமாக வெளி உலகம், விளையாட்டு எதுவும் இல்லை. ஆயினும் பால்யம் ஒரு தடுக்கபட்ட காட்டாறு தனக்கான பாதைகளை தானே கண்டுபிடித்துக்கொள்வதுபோல தன் திசைகளை வேறுவிதமாக கண்டடைந்து கொண்டது. என் ஆசிரியைகள் எனக்குத் தமிழை முதலாம் இரண்டாம் வகுப்பிலேயே செம்மையாகக் கற்பித்தார்கள். என் தந்தை வாசிப்புப் பழக்கம் கொண்டவராக இருந்தார். அவர் எனக்கு வார மாத இதழ்களையும் காமிக்ஸ்களையும் மாயாஜாலக் கதைகளையும் அறிமுகப்படுத்தினார். கலைஞரின் திரைப்பட வசன புத்தகங்களை அவர் எனக்கு அறிமுகப்படுத்தினார். மனோகரா, வீர பாண்டிய கட்டமொம்மன், பராசக்தி வசனங்களை நான் மனனம் செய்தபோது மூன்றாம் வகுப்பில் இருந்தேன். அப்போது என்னை வசீகரித்த மற்றொரு வசனப்புத்தகம் சம்ப்பூர்ண ராமாயணம் வசன நூல். வழு வழு ஆர்ட் பேப்பரில் அச்சிடப்பட்ட அப்புத்தகத்தில் என்.டி.ராமராவின் படத்தை பார்த்துக்கொண்டே சீதையின் துயரங்களை நெஞ்சில் நிரப்பிகொண்டேன். பிறகு வார இதழ்களில் வந்த தொடர்கதைகளை ஊன்றிப் படிக்க ஆர்ம்பித்தேன். லஷ்மி என்ற திரிபுர சுந்தர எழுதிய கதைகள் பெண்களின் துயரம் பற்றிய ஆழ்ந்த மனச்சித்திரங்களை உருவாக்கின. இரும்புக்கை மாயாவி, பி.டி. சாமியின் பேய்க்கதைகள், மணியனின் பயணக் கதைகள், கலைஞரின் வசனங்கள் என விசித்திரமான மொழிக்கலவையால் என் பால்யம் உருவானது. நான்காம் வகுப்பு படிக்கும்போது ஒரு துப்பறியும் கதை எழுதி ராணி வார இதழுக்கு அனுப்பினேன்.

துவரங்குறிச்சி ஊரிலிருந்து கவிதைகள் எழுதியதும், அவற்றைத் தொகுத்து மணிமேகலைப் பிரசுரம் மூலம் கவிதைத்தொகுப்பு நூல் வெளியிட்டதும் எப்படி சாத்தியமானது?

அது ஒரு எதிர்பாராத நிகழ்வு. மிக இளம் வயதில் வாசிப்புப் பழக்கம் வந்துவிட்டதால் புனைவுகளிலிருந்து கவிதைக்கு இயல்பாக வந்து சேர்ந்தேன். கவிதைகள் படிக்க மிகவும் பிடித்திருந்தன. உணர்வுபூர்வமாக அது எனக்கு மிகவும் நெருக்கமாக இருந்தது.

வைரத்துவின் திருத்தி எழுதிய தீர்ப்புகள், மு.மேத்தாவின் கண்ணீர் பூக்கள், மீராவின் ஊசிகள், நா. காமராசனின் கருப்பு மலர்கள், அப்துல் ரகுமானின் பால்வீதி என என் கவிதை மொழிக்கான முதல் தளம் உருவானது. அப்போது நான் பத்திரிகைகளுக்கு வாசகர் கடிதம் எழுதும் பழக்கம் கொண்டவனாக இருந்தேன். என் கடிதங்கள் வானொலியிலும் பத்திரிகைகளில் பரவலாக இடம் பெற்றன. ஒருவகையில் அயன்புரம் தா. சத்தியநாராயணன், வடுகவிருட்சியூர் அமுதா போன்றவர்களுடன் போட்டி போட்டுக்கொண்டு நான் அந்த ஏரியாவில் பிரபலமாகிக்கொண்டிருந்த காலம். அப்போதுதான் அதாவது பதினான்காம் வயதில் என் பெயரை மனுஷ்யபுத்திரன் என்று மாற்றிக்கொண்டேன். கல்கண்டு இதழில் என் கடிதங்கள் தொடர்ந்து பிரசுரமாகின. அவற்றில் கவிதையின் சாயல் ஏறியிருந்தது. ஒரு நாள் கருப்புக் கண்ணாடி, தொப்பி முத்திரையிட்ட கடிதம் ஒன்று என் வீட்டிற்கு வந்தது. லேனா தமிழ்வாணன் என் கடிதங்களின் மொழி நடையை வியந்து பாராட்டி எழுதியிருந்தார். நீங்கள் ஒரு கவிஞரா எனக் கேட்டு அப்படியெனில் உங்கள கவிதைகளை அனுப்புங்கள் என்று கேட்டிருந்தார். எனக்கு என்ன நடக்கிறது என்று தெரியவில்லை. ஒரு புது உலகம் திறக்கிறது என்பது மட்டும் தெரிந்தது. என் கைவசம் சில கிறுக்கல்களைதவிர கவிதை என்று எதுவும் இல்லை. இரண்டு ஒரு குயர் நோட்டுகளை வாங்கி தினமும் கவிதைகள் எழுத ஆரம்பித்தேன். 45 நாட்களில் இரண்டு நோட்டுகளும் நிறைந்துவிட்டன. அதை லேனாவுக்கு அனுப்பினேன். கவிதைகள் நன்றாக இருக்கின்றன, உடனடியாகப் புத்தகமாகக் கொண்டு வருகிறேன் என்று பதில் எழுதினார். கல்கண்டில் அந்த வாரம் ஜூனியர் பதில்களிலும் என்னை வெகுவாகப் புகழ்ந்து எழுதினார். சில நாட்களில் என்னைக் காண துவரங்குறிச்சிக்கு வந்தார். அவரை உட்காரவைக்க எங்கள் வீட்டில் ஒரு நாற்காலிகூட இல்லை. நான் இருந்த கயிற்றுக்கட்டிலிலேயே அவரும் அமர்ந்து ஒரு கவரைப் பிரித்து வர இருக்கும் என் கவிதைத் தொகுப்பின் அட்டைப்படத்தைக் காட்டினார். நீலக் கடலில் ஒரு சூரியன் உதிக்கும் ஓவியம். 'மனுஷ்ய புத்திரனின் கவிதைகள்' என எழுதப்பட்டிருந்தது. கண்களில் நீர் தழும்பிவிட்டது. லேனாவைக் காண எங்கள் வீட்டில் ஒரு பெரும் கூட்டம் கூடிவிட்டது. அப்போதெல்லாம் எழுத்தாளன் என்பவன் ஒரு ஸ்டார் அல்லவா? இப்படித்தான் பெரும் பயணம் ஒன்று துவங்கியது. புத்தகம் அஞ்சலில் வந்த அன்று அம்மாவிடம் கொடுத்தேன். வாய்விட்டு அழுதாள். ஒன்றுக்கும் உதவாமல் போய்விடுவேன் என அஞ்சிய மகன் எழுதிய

புத்தகம் அல்லவா? இதெல்லாம் எனக்கு நடந்தபோது 15 வயது எனக்குப் பூர்த்தியாகவில்லை. அந்தப் புத்தகத்தின் பின் அட்டையில் இன்னும் மீசை அரும்பாத ஒரு சிறுவன் கையில் பேனாவுடன் அமர்ந்திருக்கும் புகைப்படத்தைக் காணலாம்.

பதின் பருவத்தில் மார்க்சிய லெனினியக் கருத்துகளுடன் நெருக்கமாகி, அந்த அமைப்புகளின் கலை இலக்கிய அமைப்புகளில் நீங்கள் செயல்பட்டிருக்கிறீர்கள் என்று கேள்விப்பட்டிருக்கிறேன். அந்த மனுஷ்யபுத்திரனைப் பற்றி இன்று யாருக்கும் தெரியாது. அந்த அனுபவங்கள் உங்களுக்குள் உருவாக்கிய மாற்றங்கள் குறித்து...

மார்க்சியம் என் உலகப்பார்வையை வடிவமைத்தது. என் முதல் கவிதைத் தொகுப்பு வெளியானபோது அதன்வழியே எனக்குச் சில நண்பர்கள் உருவானார்கள். அறிவுச் செல்வன் என்ற நண்பர் எங்கள் ஊரிலேயே அச்சகம் வைத்திருந்தார். அவர் என்னைத் தேடிவந்தார். அவர் எனக்கு ஆனைமுத்துவின் பெரியார் சிந்தனைக் களஞ்சிய தொகுப்புகளை அறிமுகப்படுத்தினார். கண்ணன் என்ற நண்பர் தமிழ்த் தேசிய கருத்துகளோடு என்னிடம் வந்தார். உயிர் எழுத்து ஆசிரிரும் எனது நெருங்கிய நண்பராக மாறியவருமான சுதீர் செந்தில் அப்போது தீவிரமாக ம.க.இ.க வில் செயல்பட்டுவந்த காலம். அவர் எனக்கு மார்க்சியம் சார்ந்த உரையாடல்களைச் சாத்தியப்படுத்தினார். எங்கெல்சின் 'குடும்பம், தனிச்சொத்து, அரசு, என் உலகப்பார்வையை உருவாக்கியது. தீவிர இடது சாரி இதழ்களுடனான தொடர்பு வலுப்பட்டது. புதிய கலாச்சாரம் இதழில் தொடர்ந்து புரட்சிகரக் கவிதைகள் எழுதினேன். தோழர்கள் அவற்றைப் பேருந்துகளில் படித்து போலீசிடம் அடிவாங்கினார்கள். தலைமறைவு தோழர்கள் சிலரும் சி.பி.சி.ஐ.டி போலீசார் சிலரும் அவ்வபோது வந்து சந்தித்துச் சென்றனர். இந்தியாவில் அடுத்த பத்து வருடத்தில் புரட்சி வந்துவிடும் என்று அப்போது உண்மையாகவே நம்பினேன். புதிய கலாச்சாரத்தைத் தொடர்ந்து மன ஓசையிலும் எழுதினேன். அதே காலகட்டத்தில் பெருமாள் முருகன், பாவண்ணன் போன்றோரும் மன ஓசையில் எழுதினர். பெருமாள்முருகன் மன ஓசை ஆசிரியர் குழுவிலும் இருந்தார். பெரோஸ்ட்ராய்காவிற்குப்பின் என் புரட்சிகரக் கனவுகள் தகர்ந்தன. எஸ்.வி.ராஜதுரையின் ரஷ்யப் புரட்சி: ஓர் இலக்கிய சாட்சியம் படித்து யாரோ என்னை புரட்சியின் பெயரால் அந்தரங்கமாக ஏமாற்றிவிட்டதுபோல மனம் கசந்துபோனேன். அந்தக் காலகட்டத்தில்தான் கிராம்ஷி போன்றவர்களை வாசிக்கத் தொடங்கினேன். தமிழகத்தில் எந்த இடதுசாரி இயக்கங்களும் தன்னை உண்மையான அர்த்தத்தில் சுயவிமர்சனம் செய்துகொள்ளவில்லை. ஞானி, எஸ்.என் நாகராஜன் போன்றவர்கள்முன் வைத்த கீழை மார்க்சியம் என்னைக் கவரவில்லை. சாதி ஒழியாமல் இங்கு வர்க்கபுரட்சி நிகழாது என்ற பெரியாரிய அம்பேதகாரிய சிந்தனைத் தளத்திற்கு வந்து சேர்ந்தேன்.

தொண்ணூறுகளின் நடுவில் நடைபெற்ற குற்றாலம் பதிவுகளில் நாம் முதன் முதலாகச் சந்தித்தோம். முதல் நாள் இரவு விடுதியில் கள்ளழகர் உருவாக்கிய அருவியில் நனைந்தவர்களின் செயல்களுக்கு நாமிருவரும்தான் சாட்சி.

அன்று கலாப்ரியா நடத்திய பதிவுகள் போன்ற இலக்கியச் சந்திப்புகள், இன்று வெறுமனே கனவுதானா?

அந்த நாட்கள் எனக்கு அடிக்கடி நினைவுக்கு வரும். நான் கலந்துகொண்ட முதல் இலக்கிய முகாம் அது. பகலெல்லாம் கடும் இலக்கியக் கோட்பாட்டுப் விவாதங்களுடன் இரவில் போதையுடன் அருவிக்குளியல். எதார்த்தத்தின் சாவை அன்று பலரும் கொண்டாடிக்கொண்டிருந்தபோது என் மனம் அதை ஏற்க மறுத்தது. அந்த முகாம் முடிந்து அதை மறுத்துச் சுபமங்களாவில் எழுதினேன். எம்.டி.எம், சாரு, ராஜன்குறை போன்றவர்களையெல்லாம் அங்குதான் முதன்முதலாகப் பார்த்தேன், தமிழில் பின் நவீனத்துவம், பெண்ணியம், தலித்தியம் போன்ற கோட்பாடுகள் உக்கிரமாகப் பேசப்பட்ட காலம். இலக்கியம், கோட்பாடுகள் சார்ந்த ஒரு அறிவியக்கச் செயல்பாடு ஏதோ ஒருதளத்தில் நிகழ்ந்துகொண்டிருந்தது. இன்று தமிழில் கோட்பாட்டாளர்கள் அருகிவிட்டார்கள். அதனால் உரையாடல் களங்களும் சுருங்கிவிட்டன. பரஸ்பர கொடுக்கல் வாங்கல்களைத்தவிர இலக்கியச் செய்ல்பாடுகள் என்று பெரிதாக எதுவும் இல்லை. முக நூலில் எழுத்தாளர்கள் சக எழுத்தாளர்கள்மேல் சாணியடித்துக்கொண்டிருக்கிறார்கள். அதுபோன்ற இலக்கிய முகாம்கள் சாத்தியமா என்று தெரியவில்லை. இனி கார்பரேட் பாணியிலான இலக்கிய விழாக்கள் மட்டுமே சாத்தியம். ஜெய்ப்பூர் ஃபெஸ்டிவல் அல்லது இந்து இலக்கிய விழாக்கள்போல.

சுந்தர ராமசாமியின் *School of Thought* இல் வந்த நீங்கள் இன்று அந்தப் போக்கினை எப்படி கருதுகிறீர்கள்? இன்றைய மின்னணு ஊடக வெளியில் இலக்கியம் குறித்த கறாரான அவருடைய விமர்சனம் பொருந்திப் போகிறதா?

சுந்தரராமசாமி முன்னெடுத்த நவீனத்துவம் சார்ந்த அழகியல் பார்வைகள் ஒரு கோட்பாடாகத் தமிழில் வளர்த்தெடுக்கபடவில்லை. ஒரு படைப்பாளியாக சுந்தரராமசாமி அந்தபோக்கினைப் பிரதிநித்துவம் செய்தார். இந்த அழகியல் பார்வை மொழிச்சார்ந்த அக்கறை, படைப்பின் நம்பகத்தன்மை, துல்லியமான சித்திரிப்புகள் சார்ந்து நவீன இலக்கியத்திற்குப் பெரிதும் உத்வேகம் அளித்தன. அதே சமயம் திராவிட இயக்க, இடதுசாரி இயக்கம் சார்ந்த எழுத்துக்களைப் புறக்கணிக்கவும் கேலி செய்யவும் இந்த நவீனத்துவ அழகியல் பார்வை பயன்படுத்தப்பட்டது. ஜே.ஜே. சிலகுறிப்புகளை அதற்கான ஒரு மானிஃபெஸ்டோ என்றே சொல்லலாம். பதிலுக்கு அரசியல் சார்புகொண்ட எழுத்தாளர்கள் நவீனத்துவர்களை முற்றாகப்

புறக்கணித்தனர். இதன் ஆழங்களை தேடிச் சென்றால் சிறுபத்திரிகை இயக்கத்திற்கும் வெகுசன – அரசியல் இயக்கத்திற்குமான முரண்பாடு பிராமணர் – பிராமணர் அல்லாதோர் இயக்கங்களுக்கிடையிலான ஒரு உப விளைவாக தோன்றலாம்.

காலச்சுவடு பத்திரிகையின் தொடக்கம் முதலாக நீங்கள் தீவிரமான ஈடுபாட்டுடன் பணியாற்றியதை அறிவேன். ஆறாம் திணை இணைய இதழ் போன்ற அமைப்புகளின் ஆதரவுடன் காலச்சுவடு பத்திரிகை நடத்திய தமிழ் இனி-2000 கருத்தரங்கின்போது, உற்சாகத்துடன் கலந்து செயலாற்றிய நீங்கள் திடீரெனக் காலச்சுவடு பத்திரிகையில் இருந்து வெளியேறியதற்கான சூழல் என்ன? அப்பொழுது உங்கள் மனநிலை என்னவாக இருந்தது?

காலச்சுவடில் பணியாற்றியய்7 காலம் என்னை நான் ஒரு இதழியலாளனாக உருவாக்கி கொண்ட காலம். அந்த வாய்ப்பிற்காக நான் நன்றி சொல்லக் கடமைப்பட்டிருக்கிறேன். கண்ணனோடு விசுவாசிகள்தான் வேலை செய்ய முடியும். அவரது அரசியல் மிகுந்த மன நெருக்கடியை ஏற்படுத்தக்கூடியது. முரண்பாடுகள் எப்போதும் இருந்தன. தமிழினி 2000 என்பது எனது ப்ரபோஸல். அதற்கான நிதி திரட்டலிருந்து எல்லாவகையிலும் கடுமையாக எனது பங்களிப்பைச் செய்தேன். ஆனால் மாநாட்டின்போது சில கசப்பான விஷயங்களை எதிர்கொள்ள நேரிட்டது, மாநாடு முடியும் முன்னரே கிளம்பி ஊருக்குப் போய்விட்டேன், பிறகு காலச்சுவடில் நான் நீடிப்பது எனக்கும் காலச்சுவடிற்கும் நல்லதல்ல என்பதால் அதிலிருந்து விலகிவிட்டேன்.

உயிர்மை பத்திரிகையை வெளியிட முடிவெடுத்த சூழலைப் பற்றிச் சொல்லுங்களேன்

காலச்சுவடிலிருந்து வெளியேறிய பிறகு சில தனிப்பட்ட உறவு சார்ந்த முறிவுகளின் காயத்தால் கடும் மன அழுத்தத்திற்கு ஆட்பட்டு சிகிட்சை எடுத்துக்கொண்டேன். பத்திரிகை ஆரம்பிப்பதன்மூலம் என்னை நிரூபிக்க வேண்டிய அவசியம் இருந்தது. எல்லா தரப்பு எழுத்தாளர்களும் எழுதக்கூடிய ஒரு இதழாக அதை உருவாக்க விரும்பினேன். சுதீர் செந்தில் என்னோடு இணைந்து அந்தப் பத்திரிகையை ஆரம்பிப்பத்தில் முக்கியப் பங்கு வகித்தார். ஆரம்பத்தில் அதன் ஆசிரியர் குழுவில் நீங்களும் இருந்தீர்கள்.

உயிர்மை பதிப்பகம் தொடங்கியதற்கும், சுஜாதாவிற்கும் ஏதாவது சம்பந்தம் இருக்கிறதா?

சுஜாதாவிற்காக ஆரம்பிக்கப்பட்ட பதிப்பகம் அது. அவர் ஆறு புத்தகங்களைக் கொடுத்து ஆரம்பிக்கச் சொன்னார். ஆறே புத்தகங்களுடன் சென்னை புத்தகக் கண்காட்சியில் அரங்கு அமைத்தோம். முதல் வெளியீடான திரைக்கதை எழுதுவது எப்படி கண்காட்சி முடிவதற்குள்ளாகவே முதல் பதிப்பு 1200 பிரதிகள் விற்றுத்தீர்ந்தன. நம்பிக்கையும் சவாலும் மிகுந்த அற்புதமான காலம் அது.

உயிர்மை இதழின் முதல் இதழ் குறித்து நாம் பேசிக் கொண்டிருந்தபோது, என்னிடம் இலக்கிய நண்பர்கள் பற்றி பத்தி எழுதுங்கள் எனச் சொன்னது எனக்கு இப்பவும் நினைவில் இருக்கிறது. ஒருவரின் இலக்கிய அடையாளத்தைக் கண்டறிந்து ஊக்கப்படுத்தும் மனநிலை குறித்து...

இவ்வளவு எழுதப்படுகிற தமிழ் மொழியில் எழுத்தாளனைப்பற்றி என்ன பதிவுகள் இருக்கின்றன? மலையாளத்தில் ஒரு எழுத்தாளன் தன் முதல் சிறுகதைத் தொகுப்பை வெளியிட்ட அடுத்த வருடம் தன் சுய சரிதையை வெளியிடுகிறான். இங்கு பல பிரபல எழுத்தாளர்களைப்பற்றிய அடிப்படைத் தகவல்கள்கூட கிடையாது. இந்தச் சூழலில் முக்கியமான எழுத்தாளர்களைப்பற்றிய அடிப்படையான ஒரு சித்திரத்தை வழங்கிய தொடர் அது.

உயிர்மை பத்திரிகையுடனும், உயிர்மை பதிப்பகத்துடனும் நெருக்கமாக இருந்த ஜெயமோகன், சாரு நிவேதிதா, எஸ்.ராமகிருஷ்ணன் போன்ற இலக்கிய ஆளுமைகள் ஒவ்வொருவராகப் பிரிந்து சென்றது, தற்செயலானதா?

உயிர்மை ஒரு காலத்தில் அவர்களுக்கு தேவையாக இருந்தது. பிறிதொரு காலத்தில் போதாமல் போய்விட்டது. அவ்வளவுதான்.

விநாயக முருகன், சரவணன் சந்திரன், அபிலாஷ் போன்ற இளைய தலைமுறை எழுத்தாளர்களைக் கண்டறிந்து, அவர்களை ஊக்கப்படுத்தித் தொடர்ந்து எழுதிடச் செய்வதும், பின்னர் அவர்களுடன் கருத்து வேறுபாடுகள் ஏற்படும்போது இயல்பாகக் கடந்து போவது எப்படி?

அவர்களுடன் கருத்து வேறுபாடுகள் எல்லாம் இல்லை. இப்போதும் என்னுடன்தான் இருக்கிறார்கள். சில சமயம் புத்தகங்கள் வருகின்றன.

சில சமயம் வருவதில்லை. அவ்வளவுதான் . அதுமட்டுமே அளவு கோள் அல்லவே.

உயிர்மை இதழ் தொடங்கி, சுமார் 15 ஆண்டுகள் கடந்து விட்டன. பத்திரிகையாசிரியர் என்ற கோதாவில் உங்களுடைய செயல்பாடுகளை எப்படி அவதானிக்கிறீர்கள்? உங்களுடைய பத்திரிகை அனுபவங்கள் குறித்து... அவை திருப்தி அளிக்கின்றனவா?

உயிர்மை பல காத்திரமான பங்களிப்புகளைச் செய்திருக்கிறது. பல எழுத்தாளர்களை உருவாக்கியிருக்கிறது. எல்லா சமூக அரசியல் பிரச்சினைகளுக்கும் ஆழமாக எதிர்வினையாற்றியிருக்கிறது. ஆனால் நான் திருப்தியடைவில்லை. என் இதழியல் சார்ந்த பணியை நான் முழுமையாக நிறைவேற்றவில்லை என்ற வருத்தம் எனக்கு இருக்கிறது. என்னால் அதற்கு என்னை முழுமையாகத் தரமுடியவில்லை. என்னைவிட சிறந்த ஆசிரியர் உயிர்மைக்குக் கிடைத்தால் நல்லது என்று நினைக்கிறேன்.

இலக்கியப் படைப்புகள் குறித்து பெரிதும் அக்கறை கொண்டிருக்கும் நீங்கள், உயிர்மை பத்திரிகையைப் பெரிதும் அரசியலுக்கு முக்கியத்துவம் அளிப்பதற்குப் பருண்மையான காரணம் இருக்கிறதா?

நாம் மிகவும் ஒரு நெருக்கடியான காலத்தில் வாழ்கிறோம். கடந்த பத்தாண்டுகளில் தமிழ்ச் சமூகமும் இந்திய சமூகமும் எதிர்கொண்டிருக்கும் சிக்கல்கள் சாதாரணமானவையல்ல. அவற்றை நம்மால் எப்படிக் கடந்துபோக இயலும்? அரசியல் இங்கு வாழ்வாக இருக்கிறது. அதன் வழியே உரையாடுவது ஓர் இதழின் முதன்மையான பொறுப்பு என்று நினைக்கிறேன்.

நவீன இலக்கிய உலகில் கசப்பும், துரோகமும், வன்மமும் நிலவுகிறபோது, அவற்றைப் பொருட்படுத்தாமல் தொடர்ந்து இயக்குகிற மனநிலை எப்படி வாய்த்துள்ளது?

எங்குதான் கசப்பும் துரோகமும் வன்மமும் இல்லை? இதெல்லாம் நிறைந்திருக்கும் ஒரு சமூகத்திலிருந்துதானே எழுத்தாளனும் வருகிறான்? எழுத்தின் மேன்மை எழுத்தாளனின் மேன்மையாக இருக்கவேண்டும் என அவசியமிருக்கிறதா என்ன? எல்லா அடிகளுமே முதல் நாள் வலிக்கும். அடுத்த நாள் மரத்துவிடும். மூன்றாம் நாள் மறந்துவிடும்.' எல்லாமே விரைவில் பழகிப்போய்விடும்' என்று பேசும் ஞானக்கூத்தனின் கவிதை ஒன்று இருக்கிறது.

கவிதை என்பது இருண்மையான மொழிக்குள் உருவாவது என்று ஐம்பதுகளில் எழுத்து பத்திரிகை உருவாக்கிய கவிதை மரபினுக்கு மாற்றாகத் தொடர்ந்து அரசியல் கவிதைகள் எழுதுகிற போக்கு உங்களுக்குள் உருவானது எப்படி?

எழுத்து மரபு என்பதே மொழி சார்ந்த ஒரு பாசாங்கு. அவர்கள் மரபை உதறி ஒரு நவீன கவிதை பாணியை உருவாக்கினார்கள் என்பது உண்மைதான். ஆனால் அவர்கள் அக உலகும் சரி, புற உலகும் சரி மிகவும் குறுகலானது. அவர்களால் தமிழ்ச் சமூகத்தில் நடந்த மாற்றங்களுக்கு முகம் கொடுக்க இயலவில்லை. வானம்பாடிகள் கவிதையை ஜனநாயகப்படுத்தினார்கள் என்றபோதிலும் ஜனநாயகத்தின் எல்லாக் கோளாறுகளும் காமெடிகளும் அதில் இருந்தன. ஆனால் எழுத்து மரபு சார்ந்த கவிதைகள் கவிதை மொழியை ஒரு முட்டுச் சந்தில் போய் நிறுத்திவிட்டன. அதை நாங்கள் உடைத்தோம். அரசியலை எழுதுவது என் நோக்கமல்ல. அரசியல்தான் வாழ்வாக இருக்கிறது. நான் வாழ்வை எழுதுகிறேன்.

1983இல் மனுஷ்ய புத்திரனின் கவிதைகள் என வெளியான முதல் தொகுப்புவில் தொடங்கிய உங்களுடைய கவிதைப் பயணம் குறித்து...

அடையாளமே தெரியாமல் உருமாறிவந்திருக்கிறேன் எனினும் அதில் ஒரு தொடர்ச்சியும் உண்டு. கவிதை மொழியை மேலும் மேலும் அன்றாடத்தின் உரையாடல் மொழிக்கு வெகு அருகாமையில் கொண்டு வந்திருக்கிறேன் என்றே நினைக்கிறேன். கவிதையின் அலங்காரங்களும் முகமூடிகளும் அற்ற கவித்துவத்தை நெருங்கிச் சென்றதே இந்தபயணத்தின் முக்கிய அம்சம். மேலும் எனது ஏதாவது ஒரு கவிதை ஒவ்வொரு தமிழனின் ஏதேனும் ஒரு சந்தர்ப்பத்தை பிரதிபலிக்காமல் போகாது.

'என் படுக்கையறையில் யாரோ ஒளிந்திருக்கிறார்கள்' என 1993 இல் நீங்கள் எழுதிய கவிதை, அன்றாட வாழ்வின் சமநிலையைச் சிதலமாக்கி, விநோதமான அனுபவத்தைத் தந்தது. அப்புறம்' இறந்தவனின் ஆடைகள்' என்ற கவிதையின் வரிகள், சூன்யத்துக்குள் இழுத்துப் போயின. பொதுவாகக் கவிதைகளின் வழியாக வாழ்க்கையின் மறுபக்கம் அல்லது இருண்ட பக்கம் அல்லது விநோதம் குறித்துக் கூடுதல் அக்கறை, உங்களுக்கு இருக்கிறது என்று சொல்ல முடியுமா?

எந்த விநோதத்தையும் தேடிபோக வேண்டியதில்லை. வாழ்வே தம்மளவில் அப்படித்தான் இருக்கிறது. பொது இடங்களில் மனிதர்கள் தமக்கிடையே பேசிக்கொள்ளும் கதைகளைக் கேளுங்கள், செய்தித்தாளில் வரும் குற்றம் தொடர்பான செய்திகளைப் படியுங்கள். நம் கண் எதிரே மனிதர்களுக்கு என்ன நடக்கிறது என்று பாருங்கள். அவ்வளவு விநோதங்கள், குரூரங்கள். அரசு, மதம், நிறுவனங்கள் எல்லாமே மனிதர்களை முட்டாளக்கிப் பகடையாக்கி விளையாடுகின்றன. ஒரு மனநோய் விடுதியில் உட்கார்ந்திருப்பது போலிருக்கிறது. இருட்டும் விநோதமும்தவிர எழுத வேறு என்ன இருக்கிறது?

ஏழு மாதங்களில் 270 கவிதைகள் எழுதி, அந்நிய நிலத்துப் பெண் தொகுப்பை வெளியிட்டு இருக்கிறீர்கள். 2016ல் ஆம் ஆண்டில் ஊழியின் தினங்கள், புலரியின் முத்தங்கள், காந்தியுடன் இரவு விருந்திற்குச் செல்கிறேன் என்ற மூன்று பெரிய கவிதைத் தொகுப்புகள். அண்மைக் காலத்தில் முகநூலில் தொடர்ந்து கவிதைகள். உங்களுடைய மொழியே கவிதையாகி விட்டதா?

இது ஒரு பழக்கம் அல்லது பயிற்சி. புலி தினமும் வேட்டைக்குச் செல்லும். பறவைகள் தினமும் இரைதேடும். அதிகம் எழுதஎழுத மொழி செம்மையடைகிறது. புலன்கள் கூர்மையடைகின்றன. ஒரு குண்டூசி கிழே விழுவதுகூட துல்லியமாகக் கேட்கிறது. ஒரு பெண் 24 மணி நேரமும் பெண்ணாக இருப்பதுபோல ஒரு ஆண் 24 மணிநேரமும் ஆணாக இருப்பதுபோல நான் 24 மணி நேரமும் கவிஞனாக இருக்க முடியாதா என்ன? இந்தச் சொற்கள் என் உடலாக இருக்கின்றன. மாம்சமாக இருக்கின்றன.

ஜெயலலிதா, முதல் கட்ட அராஜக ஆட்சியில், சர்வாதிகாரியாகச் செயல்பட்டபோது, 'அரசி' கவிதை எழுதிடுவதற்கான மனநிலை எப்படி ஏற்பட்டது? கெட்ட போரிடும் உலகினை வேரோடு சாய்ப்போம் என்று எழுதிய பாவேந்தர் பாரதிதாசனின் கவித்துவ ஆளுமை உங்களிடம் தொடர்கிறதா?

பொதுவாக அரசுகள் ஒடுக்குமுறை தன்மை கொண்டவை என்றபோதும் 2001ல் ஜெயலலிதா மீண்டும் பதவிக்கு வந்தபோது நான் காற்றில் வேறொரு வாசனையை உணர்ந்தேன். அது பழிவாங்கும் உணர்ச்சியின் மனப்பிறழ்வு வாசனை. அரசு எந்திரம் தனது வழக்கமான

ஒழுங்குகளைக் கடந்து ஒரு தனிமனித எதேச்சதிகாரத்தின் நிழலாக மாறுவதைக் கண்டேன். ஜெயலலிதாவை ஒரு இருண்டகால கொடுங்கோல அரசனின் சாயலிலேயே கண்டேன். அந்த ஆட்சி பல நூற்றாண்டுகள் பின்னோக்கி நகர்வதை உணர்ந்தேன். அது ஒரு காலக் குழப்பம். அதுவே அரசி கவிதை.

அரசர் நூறு நாட்களை இப்போது கேட்கிறார்/ நூற்றியோராவது நாளில் ஒன்றும் நடக்காது/ பெண்கள் வழக்கம்போல/ நடுத்தெருவில் நிர்வாணமாகத் தூக்கி எறியப்படுவார்கள்/ விவசாயிகள் வழக்கம்போல/ பூச்சிக்கொல்லி மருந்துகளைக் குடித்து/ தற்கொலை செய்துகொள்வார்கள்... என்று ஏழு பக்க அளவில் நீள்கிற நெடுங் கவிதையான 'அரசரைப் பற்றி ஒரு கவிதை எழுத வேண்டும்', இன்றும் பொருத்தமாக இருக்கிறது. இந்தக் கவிதை, சர்வாதிகாரியாக எதுவும் செய்வேன் என்று அதிகாரத்தில் இருக்கிற கொடுங்கோலரை ஆதரிக்கிறவர்கள் மனதில் சின்ன மாற்றத்தை ஏற்படுத்தும் என்று நம்புகிறீர்களா?

மோடியைப்பற்றி அவரது ஆட்சி காலம் பற்றி நான் எழுதிய கவிதைகள் ஒரு பெரும் தனித்தொகுப்பாகவே கொண்டு வரலாம். இந்தியா படிப்படியாக வளர்த்த ஜனநாயகத்தை அவர் முற்றிலும் அர்த்தமற்றதாக்கிவிட்டார். அவரைப்போன்ற மூர்க்கம்கொண்ட ஒரு சர்வாதிகாரியை இந்த எளியதேசம் ரொம்ப நாள் தாக்குப்பிடிக்க முடியாது. மோடியின் அரசியல் நேரடியாக மக்களைக் குறுகலான நோக்கங்களால் திரட்டக்கூடியது. எளிதாக ஒரு தரப்பாக மக்களை நிறுத்தக்கூடியது. அதற்கு எதிரான விழிப்புணர்வை நாம் எல்லா மட்டங்களிலும் உருவாக்கிக்கொண்டே இருக்கவேண்டும். அதன் ஒரு பகுதியாகவே இந்தக் கவிதைகள்

அண்மைக் காலத்தில் எந்தவொரு கவிஞரும் உங்களைபோல நடப்புச் சூழல் குறித்து இவ்வளவு கவிதைகள் எழுதிக் குவித்தது இல்லை. உங்களைப் பிடித்திருக்கிற கவிதை பிசாசு குறித்து...

சொல்லித் தீராத வாழ்க்கையில் எவ்வளவு எழுதினால்தான் என்ன? காலம் இடையறாத அழைப்பின் மூலம் எதிர்வினையைக்கோருகிறது. இங்கே ஒருவர் இதற்கெல்லாம் எதிர்வினை ஆற்றாமல் இருந்தால்தான் அது விபரீதம்.

குங்குமம் பத்திரிகையில் நீங்கள் எழுதிய 'நிழல்களுடன் பேசுவோம்' என்ற பத்தி, சமகாலத்தியப் பிரச்சினைகளை

முன்வைத்துள்ள அழுத்தமான பதிவுகள். கவிதையின் மூலம் மனித மனத்தின் நுட்பங்களையும், இருண்ட பக்கங்களையும் மங்கலான மொழியில் எழுதுவதுதான் கவிஞனின் செயல்பாடு என்ற நிலையில் இருந்து மாறி, தமிழர் வாழ்க்கை எதிர்கொண்டிருக்கிற சமகாலப் பிரச்சினைகள் பற்றிய பரந்துபட்ட பார்வை உங்களுக்குள் உருவானது பற்றி...

ஒரு எழுத்தாளனுக்கு தொடர்ந்து எழுதுவதற்கான களம் முக்கியம். நான் குங்குமத்தில் எழுதிய பத்தி அந்தக் களத்தை வழங்கியது. பார்வை எப்போதும் உண்டு. எழுதுவதற்கான இடம் எப்போதாவதுதான் கிடைக்கிறது. நாம் நூறு கண்களால் பார்க்கிறோம், நூறு செவிகளால் கேட்கிறோம். நூறு புலன்களால் நுகர்கிறோம். மற்றபடி கவிஞனின் பிரத்யேக மொழி என்பதெல்லாம், நம் கற்பனை.

செய்தித் தொலைக்காட்சி விவாதங்கள், சிலவேளையில் மூடர் கூடம் போல இருக்கிறது. மூடர்களுடன் அரசியல் பேசுவது அலுப்பூட்டுவதாக இல்லையா மனுஷ்?

அவர்கள் மூடர்கள் அல்ல. அறிந்தேதான் அபத்தமாக பேசுகிறார்கள். அது அவர்கள் தரப்பு. மக்களைக் குழப்பி அவர்களின் அடிப்படைக் கேள்விகளை கொல்கிற தரப்பு.

திராவிட முன்னேற்றக் கழகத்துடன் அரசியல்ரீதியில் உங்களுக்கு ஏற்பட்ட தொடர்புகள், உங்களுடைய எழுத்தில் மாற்றத்தை ஏற்படுத்தியுள்ளனவா?

ஆம், என் அரசியல் செயல்பாடுகள் என் அக்கறைகளை கூர்மைப்படுத்தியிருக்கின்றன, விரிவுபடுத்தியிருக்கின்றன. அரசியல் ஒருவனது இலக்கிய அக்கறைகளை பலவீனப்படுத்தும் என்பது ஒரு அபத்தமான புரிதல். நான் அரசியல் ஈடுபாடுகளுக்குப்பிறகே அதிகம் எழுதியிருக்கிறேன்.

தமிழகத்தில் வைதிக சநாதன தர்மம், கடந்த ஆயிரமாண்டுகளாகத் தமிழர்களைச் சாதி அடிப்ப்டையில் பிளவுபடுத்தி, பார்ப்பனர்கள் சமூக மேலாதிக்கம் பெற்றிருப்பதை எதிர்த்த தந்தை பெரியார், தமிழ் அரசியலை முன்னிறுத்திய அறிஞர் அண்ணா, கலைஞர் போன்ற திராவிட இயக்க ஆளுமைகளின் அரசியல், பண்பாட்டுச் செயல்பாடுகளை எப்படி பார்க்கிறீர்கள்?

பெரியார், அண்ணா, கலைஞர் ஏற்ப்படுத்தியது ஒரு ஜனநாயக அமைப்பிற்குள் ஏற்படுத்திய மௌனப்புரட்சி. அவர்கள் வரலாற்றின் சக்கரத்தைச் சத்தமே இல்லாமல் நகர்த்திக்கொண்டுபோனார்கள். பெரும் பாறைகளை ஊடுருவிச் சென்றார்கள். சாதி அமைப்பைப் படிப்படியாகப் பலவீனமடையச் செய்தார்கள். அனைவரையும் உள்ளடக்கிய ஒரு ஒருங்கிணைத்த வளர்ச்சி. அதற்குள் எதிர் எதிர் சக்திகளிடையே ஒரு போராடமும் இருந்தது. சமரசமும் இருந்தது. கலைஞர் தனக்கிருந்த குறைந்த அதிகாரத்தைக்கொண்டு எப்படி ஒரு ஜனநாயக அமைப்பின் எல்லைக்கு உட்பட்டு மிகபெரிய பண்பாட்டு, பொருளாதார மாற்றங்களைச் சாதித்தார் என்பதை அரசியல் பாடமாக ஒருவர் பயில வேண்டும்.

உயிர்மை பதிப்பகம் மூலம் பல்வேறுபட்ட புத்தகங்களைப் பிரசுரம் செய்கிறீர்கள். அந்தப் புத்தகங்கள் தமிழ்ச் சமூகத்தில் காத்திரமான பாதிப்புகளை ஏற்படுத்துகின்றன என்று நம்புகிறீர்களா?

புத்தகங்களுக்குச் சிந்தனை மாற்றங்களில் என்ன இடம் இருக்கிறதோ அதில் உயிர்மைக்கும் சிறு பங்கு இருக்கும்.

பெரும்பாலான கவிதை நூல்களுக்கு எனத் தனியாக வாசகர்கள் யாரும் இல்லை என்று சில பதிப்பக நண்பர்கள் சலிப்புடன் சொல்வது சரி தானா? ஒரு வாசகன்கூட இல்லாத படைப்பாளரின் புத்தகங்களைப் பிரசுரிக்கிற பதிப்புச் சூழல் அபத்தம் இல்லையா? இந்நிலைமையை மாற்றுவது சாத்தியமா?

சுவரில் எழுதப்படக்கூடிய ஒரு வாசகத்திற்குக்கூட வாசகன் உண்டு. போஸ்டர்களுக்கும் வாசகன் உண்டு. ஒரு கவிதைக்கு இருக்க மாட்டானா? எண்ணிக்கை குறைவாக இருக்கலாம். திருக்குறளும் சிலப்பதிகாரமும் மணிமேகலையும் ஆண்டாளின் பாடல்களும் அவை இயற்றப்பட்டபோது அதற்கு எத்தனை வாசகர்கள் இருந்திருப்பார்கள்?

முகநூல் உள்ளிட்ட சமூக வலைத்தளத்தில் கிடைக்கிற லைக்ஸ்களை வைத்துத் தன்னைப் பெரிய எழுத்தாளராகக் கருதிக்கொள்கிற படைப்பாளியின் நூல்களை அச்சு வடிவில் வருகிறபோது, அவை வீச்சாகப் பரவுகின்றனவா?

முக நூல் லைக்குகள் ஒன்றுமே இல்லாத மௌனத்தில் எழுதுகிறவனுக்கு சிறிய ஆறுதலைக் கற்பனையாகவேனும் தரவே செய்கின்றன. ஆனால் அதை ஒரு எழுத்தாளன் சார்ந்திருக்கத்

தொடங்கினால் அது ஒரு மாயமானைத் துரத்துவதுபோன்றது. ஒரு எழுத்தாளன் தன் படைப்பின்மீது அர்த்தமுள்ள உரையாடலை நோக்கி எப்போதும் நகரவேண்டும். அதைத்தேடிச் செல்ல வேண்டும்.

அச்சு ஊடகத்தின் மூலம் வெளியாகும் புத்தகங்கள் பற்றிய பொதுவான பேச்சுகள் இல்லாத சூழல் நிலவுகிறபோது, புத்தகங்களின் எதிர்காலம் கேள்விக்குள்ளாகிறது இல்லையா?

சமூக வலைத்தளங்களில் புத்தகங்களைப்பற்றிய பேச்சுகள் பரவலாக இடம்பெறுகின்றன. அது நம்பிக்கையூட்டும் சூழல். அது வாசிப்பிற்கும் புத்தக விற்பனைக்கும்கூட உதவுகிறது.

பி.ஜே.பி.யின் அரசியல், பொருளாதாரச் செயல்பாடுகள், கார்ப்பரேட்டுகளின் நலன்களுக்குச் சார்பாகச் செயல்படுவது ஒருபுறம் என்றால், பார்ப்பனியத்தை முன்னிறுத்தி நாட்டைக் காவிமயமாக்கிட முயலுவது இன்னொருபுறம் வலுவடைந்துள்ளது. நாரண ஜெயராமன் கவிதை வரிகளான 'மீண்டும் மீண்டும் நம்பிக்கை பத்திரத்தைப் புதுப்பிப்பதைத்தவிர வேறு வழியில்லை'. என்று அடிக்கடி மனதுக்குள் தோன்றுகிறது. ஒவ்வொரு நாளும் பதற்றத்துடன் இருக்குமாறு அரசியல் சூழல் நிலவுகையில், இலக்கியவாதி என்ற நிலையில் நாம் செய்வதற்கு எதுவும் இருக்கிறதா, மனுஷ்?

பொது அபிப்ராயங்களை உருவாக்குவதில் எழுத்தாளனின் பங்கு மிகவும் முக்கியமானது. அவனே களப்போராட்டத்திற்கு சொற்களையும் ஆன்மாவையும் தருகிறான். மார்க்சின் எழுத்துகள்தானே இந்த உலகில் புதிய சூரியன்களை உதிர்க்கச் செய்தன?

நிலவெளி, பிப்ரவரி, 2020

பத்திரிகையாளர் மணா

என்பதுகளின் தொடக்கத்தில் மதுரை நகரில் சிறுபத்திரிகை, நவீன நாடகம், ஆர்ட் ஃபிலிம் என்று சுற்றியபோது அறிமுகமான எஸ்.டி. லட்சுமணன் என்ற இயற்பெயரையுடைய மணாவுடன் எனக்கு ஏற்பட்ட நட்பு, இன்றளவும் தொடர்கிறது. பாரதியின் 'ரௌத்திரம் பழகு', 'சிறுமை கண்டு பொங்குவாய்' போன்ற வரிகளைத் தனது லட்சியமாகக்கொண்ட மணா எப்பொழுதும் கொதிநிலையில் இருக்கிறார். அச்சு ஊடகத்தில் சமூக விமர்சனக் கட்டுரைகளை எழுதுகிற மணா, பெரிய ஆளுமைகள், அரசியல்வாதிகளிடம் பழகியபோதும் ஒருபோதும் சுயத்தை இழக்காதவர். இன்று ஊடக அறம் என்ற சொல் அர்த்தமிழக்கிற சூழலில், மணா கடந்த 35 ஆண்டு காலப் பத்திரிகையாளர் பணியில் திறம்படச் செயலாற்றியிருப்பது, கவனத்திற்குரியது. இவரைப் போன்ற பத்திரிகையாளர்கள் இன்று அருகிவரும் உயிரினமாகி விட்டனர். எப்பொழுது சந்தித்தாலும், ஏதோவொரு சமூகப் பிரச்சினை குறித்துப் பேசுகிற மணாவின் இன்னொரு முகமான இலக்கிய ஈடுபாடு, காத்திரமானது. புதிய பார்வை, தீராநதி பத்திரிகைகள் அவருடைய இலக்கியச் செயல்பாடுகளுக்குச் சாட்சியங்கள். பத்திரிகையாளர் மணா உற்சாகத்துடன் அளித்த நேர்காணல், ஊடகம் குறித்த முக்கியமான பதிவாக விரிந்துள்ளது.

பதின் பருவத்தில் உங்களுக்குள் இலக்கிய ஆர்வம் எப்படி உருவானது?

முதலில் என் சூழலைப் பற்றிக் கொஞ்சம் சொல்லி விடுகிறேன். நான் பிறந்தது மதுரை. என்றாலும், ஒருவயது நிறைவதற்குள் வத்தலக்குண்டு அருகில் இருக்கும் தேவதானப்பட்டியில் உள்ள அத்தையும், மாமாவும் என்னை வளர்க்க எடுத்துக்கொண்டு

போயிருக்கிறார்கள். அவர்களுக்குக் குழந்தையில்லை. அன்பு என்றால் அவ்வளவு கெட்டியான அன்போடு இருந்தார் அத்தை. ஆறு வயதில் என்னை அந்தச் சூழலிலிருந்து பிய்த்து எடுத்துக்கொண்டு வந்து மதுரையில் பள்ளியில் சேர்த்தார்கள். என்னுடன் பிறந்தவர்கள் ஆறு பேர். அப்பா பழக்கடை வைத்திருந்தார். ரொம்பவும் கண்டிப்பு. அம்மா நேர் எதிர். அம்மாவின் முகஜாடை என்னிடம் தொற்றியிருந்ததால் என்னவோ என்னுடன் கூடுதலான அன்போடு இருப்பதாகப் பட்டது. மிகவும் வெகுளித்தனமான சுபாவம் அம்மாவுக்கு. படிப்பில் நான் ஒன்றும் சமர்த்து இல்லை என்றாலும், தமிழில் மட்டும் கூடுதல் மதிப்பெண்கள் எடுத்து வந்தேன். எதையும் கூர்ந்து கவனிக்கும் பண்பு இருந்தது. வரைவதிலும், இசையிலும் ஈடுபாடு இருந்த மாதிரி புத்தக வாசிப்பில் தீராதவேகம் இருந்தது. பதின் பருவத்தில் ஜெயகாந்தனில் துவங்கி ஒவ்வொரு எழுத்தாளரின் படைப்புகளையும் தேடிப் படிக்க ஆரம்பித்தேன். லா.ச.ராமாமிர்தம் மதுரைக்கு வந்து சில நாட்கள் தங்கியிருந்தபோது, நள்ளிரவு வரை நீண்டது அவருடைய கவித்துவ நயம் கொண்ட பேச்சு. குறிப்பெதுவும் எடுக்கவில்லை. இரவு வீட்டுக்குப் போய் லா.ச.ரா.வின் பேச்சில் நான் கிரகித்ததைப் பத்து பக்கங்களுக்கு மேல் எழுதினேன். அவருடைய பேச்சில் நினைவில் இருக்கும் ஒரு வரி. "காலம்ங்கிறது நம்ம படுக்கைக்குப் பக்கத்தில் இருக்கிற பிரமாண்டமான கண்ணாடி மாதிரி. நாம தூங்கிடலாம். ஆனால் கண்ணாடி முழிச்சுண்டு நம்மைப் பார்த்துக்கொண்டிருக்கும்."

நீங்கள் கல்லூரியில் தமிழிலக்கியம் பயின்றவர். எந்தச் சூழல் உங்களைச் சிறு பத்திரிகை சார்ந்தவராக மாற்றியது என்று சொல்ல முடியுமா? குறிப்பாக அந்தக் காலகட்ட மதுரை நகரின் அரசியல், இலக்கியச் சூழல் எப்படி இருந்தது?

தமிழ் மீது இயல்பாக ஈடுபாடு இருந்ததால் மதுரை தமிழ்ச்சங்கம் நடத்தி வந்த செந்தமிழ்க் கல்லூரியில் சிறப்புத் தமிழை எடுத்துப் படித்தேன். மென்மையாக இலக்கியம் சொல்லித்தந்தவர் அப்போதைய கல்லூரி முதல்வரான வே.நாராயணன். சங்க இலக்கியம் துவங்கி தொல்காப்பியம் வரை பலவற்றைப் படித்துச் செழுமையான சொற்கள் உள்ளுக்குள் இறங்ன. இருந்தாலும் மனசு ஒட்டவில்லை. அதைத் தாண்டிய வாசிப்புக்குள் நுழைகிற வேகம் துடிப்புடன் இருந்துகொண்டே இருந்தது.

மதுரையில் அப்போது வெளியான ஷெல்லி, ஜன்னல், பிறகு நண்பர் மு.ராமசாமி நடத்தி வந்த "விழிகள்'', குமாரசாமி நடத்திய

'வைகை' என்று பல சிற்றிதழ்களுடன் தொடர்பில் இருந்தேன். 'இளவல்' என்கிற பெயரில் அப்போது கவிதைகள் எழுதினேன். நா.பார்த்தசாரதி நடத்திவந்த 'தீபம்' இதழிலும், வானம்பாடி இதழிலும் கவிதைகள் வெளியாகின. நவீன நாடக இயக்கமான நிஜ நாடக இயக்கத்துடன் தொடர்பு ஏற்பட்டது. ராமசாமியுடன் உங்களைப் போன்று, அ.ராமசாமி, காமராஜ் போன்று பலருடைய தொடர்புகள் கிடைத்தன. தமிழ் படித்துவிட்டு நிச்சயம் ஏதாவது பள்ளியில் ஆசிரியராகப் போய்விடக்கூடாது என்பதில் உறுதியாக இருந்தேன். எந்த அதிகார மையங்களையும் எதிர்த்துக் கேள்வி எழுப்பும் மனநிலையும் இருந்தது. அரசியல்மயப்படுத்தப்பட்ட சில வகுப்புகளில் கலந்துகொண்டதும் அதற்குக் காரணம். மார்க்சியம் மனசுக்கு நெருக்கமாக இருந்தது. மக்கள் கலை இலக்கியக்கழகம் போன்ற அமைப்புகளில் எனக்கு நெருக்கமாக இருந்த லயோனல்

போன்ற நண்பர்கள் இருந்ததால், உறுப்பினராக இல்லாமல் ஆதரவு நிலையில் இயங்கியபோது, நீங்களும் அதில் இருந்தீர்கள். நவம்பர் புரட்சி நாளில் சுவரொட்டிக் கவிதைகள்கூட எழுதினேன்.

கல்லூரியில் தமிழ்ப் படித்தவர்களுக்கு அரசு வேலை வாய்ப்புத் தர வேண்டும் என்ற கோரிக்கையை முன்வைத்து நான் உட்பட இருபது மாணவர்கள் வரை சாலையில் அமர்ந்து போராடினோம். கைதானோம். சிறையிலும் அடைக்கப்பட்டுச் சில நாட்களுக்குப் பிறகு விடுதலை ஆனோம். பதறிப் போனார் என்னுடைய அப்பா. சிறை வாசலில் எனது நண்பன் கணேஷ்வேலுடன் காத்திருந்து என்னை வீட்டுக்கு அழைத்துச் சென்றபோது கடுமையான எதிர்வினைகளை, வசவுகளை எதிர்கொள்ள வேண்டியிருந்தது. வீட்டில் உள்ளவர்கள் விசித்திர ஜந்துவைப் போல என்னைப் பார்க்கத் துவங்கியிருந்தார்கள். அந்த அனுபவத்தை வைத்து 'ஆளுக்கொரு குகை' என்ற தலைப்பில் சிறுகதை ஒன்றை எழுதினேன். அதை "விழிகள்'' இதழில் வெளியிட்டார் மு.ராமசாமி. அதற்கு இலக்கியச் சிந்தனைப் பரிசும் கிடைத்தது.

எண்பதுகளில் சிறுபத்திரிகை சார்ந்து பிரமிள், சுந்தர ராமசாமி எனப் படைப்பாளர்களுடன் தீவிரமாக இயங்கிய சூழல் குறித்து... "இன்னொரு விழிப்பு'' என்றொரு கவிதைத் தொகுப்பு வெளியிட்டுள்ள நீங்கள் சமூக, அரசியல் எழுதுகிற பத்திரிகையாளராக மாறியது எப்படி ஏற்பட்டது?

கல்லூரிப் படிப்பு முடிப்பதற்குள் தருமு சிவராமு என்கிற பிரமிளுடன் தொடர்பு ஏற்பட்டு, அவருடன் உருவான நெருக்கம் ஓர் ஆச்சர்யம். நவீன இலக்கிய உலகின் முக்கியமான கவிஞரான அவர் நான் படித்த தமிழ்க் கல்லூரி வளாகத்தில் உள்ள மரத்தின் கீழ் எனக்காக அவர் காத்திருந்திருக்கிறார். க.நா.சு நடத்திய 'இலக்கிய வெளிவட்டம்'', சி.சு.செல்லப்பா நடத்திய 'எழுத்து' பைண்ட் செய்யப்பட்ட தொகுப்புகள் பிரமிளிடம் இருந்தன. அதைப் படிக்கத் தருவதற்கு முன்னால் ஒரு 'டெஸ்ட்' வைப்பார். ஒரு தொகுப்பைப் படித்துவிட்டு வந்ததும், அதைச் சிரத்தையாகவும், கவனத்துடனும் படித்திருக்கிறோமா என்பதைத் தெரிந்துகொள்ளப் பல கேள்விகள் கேட்பார். அதில் திருப்தியானால்தான் அடுத்த தொகுப்பைத் தருவார். அவர் வைத்த 'டெஸ்ட்'களில் நான் தேர்வாகி அனைத்துத் தொகுப்புகளையும் படித்து முடிக்க வாய்ப்பு அந்த இளம் வயதில் அவருடைய மேற்பார்வையில் கிடைத்தது.

பிரமிள், நோபல் பரிசு பெற்ற முக்கியமான எழுத்தாளர்களின் நேர்காணல்கள் அடங்கிய தொகுப்பை வாசிக்கத்தந்து அவற்றின் சாரத்தை மதுரை திருமலை நாயக்கர் மகாலுக்கு எதிரில் உள்ள பூங்காவில் அமர்ந்து மணிக்கணக்கில் சொன்னதெல்லாம் பெரும் பேறு. அவருடைய "கைப்பிடியளவு கடல்", கண்ணாடியுள்ளிருந்து - கவிதைத் தொகுப்புகள் எல்லாம் மனப்பாடமாகும் அளவுக்குப் பரிச்சயமாகி இருந்தன. அவருடைய 'கோடரி' சிறுகதை என்னைப் பிரமிக்க வைத்திருந்தது. யாரையும் வெகு இயல்பாகப் பிரமிப்புகளற்றுப் பார்க்கிற பார்வையை அவர் தொடர்ச்சியான பேச்சுகளுக்கிடையே தொற்ற வைத்துக் கொண்டிருந்தார். அவர், நான் எழுதியிருந்த இரண்டு கவிதைகளை மிகவும் சிக்கனமாகப் பாராட்டி ராஜமார்த்தாண்டன் நடத்தி வந்த 'கொல்லிப்பாவை' சிற்றிதழில் வெளியிட வைத்தார். 'இன்னொரு விழிப்பு' என்ற கவிதைத் தொகுப்பை நண்பர் நந்தலாலா பின்னர் வெளியிட்டார். அதில் என்னுடைய பெயர் 'லக்ஷ்மா' என்றிருக்கும்.

இந்த மாதிரி மேகமூட்டமானதொரு சமயத்தில்தான் மதுரையில் வந்திருந்தார் சுந்தர ராமசாமி. முதல் சந்திப்பிலேயே அவருடன் நெருக்கம் கூடிவிட்டது. அவருடைய பல நூல்களை வாசித்திருந்தேன். கேள்விகளை இயல்பாக எழுப்பியபோது, படு சிரத்தையுடன் நிதானமாக மன மகிழ்வோடு பதில் அளித்துக்கொண்டிருந்தார் சு.ரா. ஜே.ஜே. சில குறிப்புகள்-நாவல் வெளிவருவதற்கு முன்பு தட்டச்சு செய்யப்பட்ட பிரதியை அவரே வாசித்தபோது, அங்கிருந்த நண்பர்கள் குழுவில் வயதில் இளையவனாக நானிருந்தேன். அவர் தட்டச்சு செய்து அனுப்பிய கடிதங்களைப் படிக்கிறபோது மிகவும் மென்மையாக எழுத்துக்களால் மனதை உழுவது போலிருக்கும். இதெல்லாம் 21 வயது நிறைவதற்குள் நடந்த மாற்றங்கள்.

நீங்கள் பத்திரிகையாளராக மாறியதுதற்செயலானதா?பத்திரிகைத் துறையைத் தேர்ந்தெடுக்கத் தனிப்பட்ட காரணம் எதுவும் இருக்கிறதா?

கவிதை, சிறுகதை, கட்டுரை, நேர்காணல் என்று இளம் வயதில் எழுத்து அனுபவங்கள் இருந்தாலும், அப்போதைய மொழிநடை அதிக நுட்பத்துடன் இருக்கும். கல்லூரியில் நான் படித்து முடிப்பதற்கு முன்பே மாலன் நடத்திய "திசைகள்" பத்திரிகையில் உதவி ஆசிரியர்களில் ஒருவனாக ஆகியிருந்தேன். மாலனிடம் என்னைப்

பற்றிச் சொல்லி அறிமுகப்படுத்தியவர் அப்போது மதுரையில் இருந்த என் நண்பரும், எழுத்தாளருமான ஜெயந்தன். இதெல்லாம் திட்டமிட்டு நடந்தவை அல்ல. அப்போதைய சிறுபத்திரிகைக்காரர்கள் வெகுஜனப் பத்திரிகைகள் என்றாலே 'தீண்டாமையை' அனுசரிக்கிற மாதிரி ஒரு பார்வை பார்ப்பார்கள். பிரமிளுக்கு நான் பத்திரிகைத் துறைப் பக்கம் போவது சுத்தமாகப் பிடிக்கவில்லை. "இப்போதிருக்கிற மொழி ஆளுகை உன்னை விட்டுப் போய்விடும்" என்று அன்போடு எச்சரித்தார். பத்திரிகைகளுக்கு எழுத ஆரம்பித்துவிட்டேன். எந்தப் பிரச்சினையை எப்படி எழுதினால் வீர்யம் பெறும் என்பதைச் சுலபத்தில் கற்றுக்கொண்டு இணக்கமாக முடிந்தது.

தொடக்கக் காலத்தில் புலனாய்வுச் செய்திகளைத் தேடியலைந்த போது எதிர்கொண்ட முக்கியமான அனுபவங்கள்...

எழுத்தின் உடனடியான விளைவும் இதை விரும்பக் காரணமாக இருந்தது. திசைகள் பத்திரிகையில் இருந்தபோது, தண்ணீர் தண்ணீர் படம் வெளிவருவதற்கு முன்பு வேடசந்தூரில் இருந்து பல கி.மீ தள்ளி உள்ள ஊருக்கு சைக்கிளை எடுத்துக்கொண்டு போயிருந்தேன். தேர்தல் நேரம் அது. அந்தக் கிராமமும், சுற்றியுள்ள கிராமங்களும் நல்ல தண்ணீருக்காக ஐந்து மைல் தூரத்திற்குப் போகவேண்டியிருப்பதைக் கெஞ்சுகிற குரலில் சொல்லி, அவர்கள் குடிக்கிற கலங்கிய நீரைக் குடிக்கக் கொடுத்தார்கள். உமட்டலாக இருந்தது. அப்போது அங்கிருந்த வயசாளி சொன்னார்; "நீங்க ஓட்டுப் போடலைன்னா நீங்க செத்த மாதிரிடா...உசிரோட இருக்கீங்கல்லேடா... அதுக்காகவாவது ஓட்டுப் போடுங்கடா'ன்னு எங்களை மிரட்டுறாங்கய்யா". என்ன அரசியல்ரீதியான புத்தகங்களைப் படித்திருந்தாலும், அந்தக் கிராமத்து மனுஷரின் இம்மாதிரியான குரலில் இருக்கிற யதார்த்தத்தை நேரில் சென்று அறியாமல் யாரும் கற்பனையாக எழுதிவிட முடியாது.

வட தமிழகத்தில் மலைப்பகுதியில் வாழும் பழங்குடி மக்களிடம் விநோதமான வியாதி பரவியிருந்தது. பாலியல்ரீதியான வியாதி. உடல் முழுக்கக் கொப்புளங்கள் வந்த மாதிரி இருந்தன. சிறு குழந்தைகளிடம் கூட அந்தத் தொற்று. தடுப்பு மருந்தைப் போட்டுக்கொண்டு அந்தப் பகுதியில் இருந்த நீர் ஊற்றில் இறங்கி நீரை அள்ளிக் குடித்துவிட்டு மேலே ஏறுகிறோம். அதே ஊற்றுக்குள் இறங்கிய இரண்டு பெண்களின் கால்களைப் பார்த்தோம். கால் முழுக்க அடர்த்தியாகப் புண்கள். அதோடு நீரைக் குடத்தில் எடுத்துக் கொண்டிருந்தார்கள். இப்படிப் பெருங்கூட்டமே பாதிக்கப்பட்டதை வார இதழ் ஒன்றில் வெளிக்கொண்டு வந்தபோது அரசு தரப்பிலிருந்து எதிர்ப்பு.

மிரட்டல்கள் வந்தன. அதோடு சில நிவாரண வேலைகளும் உடனடியாக அதே மலைப்பகுதிகளில் நடந்தன.

சௌகர்யமாக ஓரிடத்தில் உட்கார்ந்துகொண்டு இருந்த இடத்திலிருந்து பரபரப்புச் செய்திகளை உருவாக்குபவர்களால் இந்தவிதமான அலைச்சலையும் மேற்கொள்ள முடியாது. எதிலும் தனக்கு என்ன பலன் கிடைக்கிறது என்பதை மட்டுமே பார்த்தால் சமூகம் தொடர்பான எந்தப் பிரச்சினைகளைத் தொடவும் முடியாது. ஆங்கிலப் பத்திரிகைகளில் இம்மாதிரியான நோக்கோடு உழைக்கும் பத்திரிகையாளர்கள் முன்பிருந்த அளவுக்கு இப்போது இல்லை. இம்மாதிரியான 'புலனாய்வு' தமிழ்ப் பத்திரிகைகளிலும் தற்போது பெருமளவில் இல்லை.

துக்ளக் பத்திரிகையில் தொடக்கத்தில் உங்களுடைய சமூகம் சார்ந்த கட்டுரைகள் பிரசுரமாயின.அன்றைய காலகட்டத்தில் பிரபலமாக விளங்கிய சோ உங்களுடைய எழுத்துக்களை எப்படி எதிர்கொண்டார்?

சோ சாரை முதலில் கொடைக்கானலில் சந்தித்தேன். உபரி மரியாதைகள் எதுவும் இல்லாமல், அவருடைய நாடகங்களைப் பற்றிய விமர்சனத்தை முன்வைத்தபோது அதை அவர் எடுத்துக் கொண்டவிதம் கேஷூவலாக இருந்தது. துக்ளக்கிற்கு எழுதச் சொன்னார். சோவைப் பொறுத்தவரை அவருடைய பல கருத்துக்களுக்கு மாறான நிலையில் நான் இருப்பது தெரிந்தும், எழுதுகிற சுதந்திரத்தில் பெருமளவில் தலையிடவில்லை. மலைவாழ் மக்களுக்கு எந்த அளவுக்கு அரசின் சலுகைகள் சென்றடைந்திருக்கின்றன என்கிற ஒரு கட்டுரைக்காகத் தமிழகத்தில் இருக்கும் பல பகுதிகளுக்கு ஒன்றரை மாதங்கள் வரை அலைந்திருக்கிறேன். பல்வேறு இன மலைவாழ் மக்களைச் சந்தித்தித்து எழுதியிருக்கிறேன். கூடங்குளம் அணு மின்நிலையத்தை ஆதரித்து அவர் எழுதிய துக்ளக் இதழில் நான் எதிர்த்து எழுதியிருந்தேன். பல சமூகப் பிரச்சினைகளை வெளிக்கொண்டு வந்தபோது அவர் ஒத்துழைப்புக் கொடுத்தார். கொடைக்காடல் மலைப்பகுதியில் அரைப்படிக் குருணை அரசியைக் கூலியாகப் பெற்றுக்கொண்டு பல நூற்றுக்கணக்கான மலைவாழ் மக்கள் எஸ்டேட்களில் வைக்கப் பட்டிருப்பதை சுமார் இருபது கி.மீ. காடுகளுக்கிடையே நடந்து சென்று 'துக்ளக்'கில் எழுதியிருந்தேன். அந்தக் கட்டுரையே உச்சநீதிமன்றத்தில் ரிட் மனுவாக அனுப்பப்பட்டது. தொடர்ந்து முயன்றும் இறுதியில் ஒரே ஒருவரை மட்டுமே விடுவிக்க முடிந்தது.

வலது சாரி மனோபாவத்துடன் செயல்பட்ட சோ-வின் வாழ்க்கை வரலாறை நூலாக எழுதியிருக்கிறீர்கள். சோ வுடன் உங்களுடைய உறவு எப்படி இருந்தது?

சுமார் முப்பத்தைந்து ஆண்டுகளுக்கு மேல் அவர் மறையும் வரை அவருடன் பழகியிருக்கிறேன். நீங்கள் சொல்கிறபடி அவர் வெளிப்படையாக வலதுசாரி மனோபாவம் கொண்டவராகத்தான் இருந்தார். வெளியே பொதுவெளியில் வெளிப்பட்ட பிம்பத்திற்கு மாறாக அவர் நம்பியவர்களிடம் மிகவும் வெளிப்படையாக இருந்தார். தனிப்பட்ட முறையில் அவரைச் சந்திக்கும்போது, சமயங்களில் கிண்டலும், கேலியுமாக கழியும் அந்தச் சந்திப்புகள்.

ராஜீவ் உயிரிழந்த மறுநாள் பல தடைகளுக்கு இடையே ஸ்ரீபெரும்புதூருக்குப் போய்விட்டேன். சுபா சுந்தரம் ஆபீசிலிருந்து ஒரு புகைப்படக்காரரை அழைத்துப் போக ராயப்பேட்டையில் உள்ள சுந்தரத்தின் அலுவலகத்திற்குப் போனபோது, காலை சுந்தரத்தைச் சந்தித்தபோது, வட மாநிலப்பத்திரிகைகளுக்குப் பிரிண்ட் போட்டு அனுப்புவதில் தீவிரமாக இருந்தார். மறு நாள் அவர் கைதாகியிருந்தார். ஸ்ரீபெரும்புதூருக்கு நாங்கள் போயிருந்தபோது, கார்ப்பெட்டில் ஒட்டியிருந்த ராஜீவின் சதைப்பகுதி முழுவதுமாக அகற்றப்படாமல் உறைந்த ரத்தத்தோடு இருந்தது. ஒருநாள் முழுக்க அங்கிருந்து பலரைச் சந்தித்தேன். சில சுவரொட்டிகளைக் கவனித்தேன். மர்மமாக சம்பவம் நடந்ததும் அங்கிருந்து புறப்பட்டுப் போன கார்களைப் பற்றிய செய்திகளைச் சேகரித்தேன். சென்னைக்குத் திரும்பி உடனே எழுதிக் கொடுத்துவிட்டு மதுரைக்குக் கிளம்பிவிட்டேன். துக்ளக்கில் வெளிவந்த என்னுடைய கட்டுரை சலசலப்பை உருவாக்கியது. எஸ்.ஐ.டி. என்கிற விசாரணைக்குழுவின் கவனத்திற்கு அந்தக் கட்டுரை சென்று அடிக்கோடிடப்பட்டிருக்கிறது. என்னை விசாரணைக்கு அழைக்க முடிவு செய்தபோது, வந்தவர்களிடம் சோ சொல்லியிருக்கிறார்; "லெட்சுமணனை (மணாவை) அங்கு அனுப்பியவன் நான். என்னிடம் எதையும் கேளுங்கள். அவரை விசாரிக்க நான் அனுமதிக்க மாட்டேன்.''

அவருடைய வாழ்வனுபவங்களை "ஒசாமஅசா' என்ற பெயரில் குமுதம் இதழில் 76 வாரங்கள் எழுதியபோது, அவருடைய அந்திமக் காலத்தில் ஒன்றரை ஆண்டுகளுக்கு மேல் தொடர்ந்து சந்தித்தபோது இன்னும் நெருக்கமாகப் பலவற்றைப் பகிர்ந்துகொண்டார். அவசரக் கிசிச்சைப் பிரிவில் பேச இயலாத நிலையில், செல்போனில் மிஸ்டு

கால் கொடுத்திருந்தார். மருத்துவமனைக்குப் போனபோது, கிண்டலாக கைவசம் இருந்த சிறு பேடில் மார்க்கர் பேனாவால் எழுதிக் காண்பித்து, என்னைப் பேசச் சொல்லிக் கேட்டுக்கொண்டார். கருத்து வேறுபாடுகள் என்பது வேறு; தனிமனிதராக நட்புணர்வோடு தொடர்பு கொள்வது என்பது வேறு என்பதை நீண்ட கால அனுபவத்தில் அனுபவரீதியாகப் புரிய வைத்தவர்களில் சோவும் ஒருவர்.

அரசியல் பிரபலங்கள் பலரையும் நேர்காணல் செய்திருக் கிறீர்கள். குமுதத்தில் கலைஞரைப் பலமுறை நேர்காணல் செய்திருக்கிறீர்கள். பத்திரிகையாளராக அவருடனான உங்களுடைய தொடர்பு எப்படி இருந்தது?

ஜெயலலிதா, எம்.ஜி.ஆர், கலைஞர், வைகோ,சிவாஜி என்று பலருடனும் தேர்தல் பிரச்சாரத்தில் கூடவே சென்றிருக்கிறேன். அரசியலில் பலரை நேர்காணல் கண்டிருந்தாலும், கலைஞரைப் பொறுத்தவரை கொஞ்சம் சிறப்பு. சின்னக்குத்தூசி, கனிமொழி மூலம் அறிமுகமாகி இருந்ததால் பல முறை சந்தித்தபோதும், பத்திரிக்கைத் தேவையைவிடக் கூடுதலாகப் பேசியிருக்கிறார்.

“நதிமூலம்'' என்று குமுதத்தில் எழுதிய தொடருக்காக அவரைச் சந்திக்காமலேயே அவருடைய சொந்த ஊரான திருக்குவளைக்கும், திருவாரூருக்கும் சென்று தென்னன் உள்ளிட்ட அவருடைய பால்யகால நண்பர்களைச் சந்தித்துவிட்டுக் கட்டுரையாக எழுதினேன். அந்தத் தொடர் தொகுப்பு நூலாக வெளியானதும் அவருடைய வீட்டிற்குக் கொடுக்கப் போயிருந்தேன். படிக்க ஆரம்பித்ததும் அருகில் அழைத்து “நல்லா ஆரம்பிச்சிருக்கீங்க'' என்று செல்லமாய்த் தட்டிவிட்டு, நான் கொண்டு போயிருந்த ஐந்து நூல் பிரதிகளையும் வாங்கிக்கொண்டார். அவருடைய ஊர் தொடர்பான இன்னும் பல செய்திகளை ‘ எழுதக்கூடாது’ என்கிற நிபந்தனையுடன் சொல்லிக்கொண்டு போனார்.

கலலைஞர் பேட்டிக்கு மிகச்சரியான நேரத்தில் வந்துவிட வேண்டும் என்பதில் கவனமாக இருப்பார். ஒருமுறை டிராஃபிக் நெரிசலில் சிக்கி இரண்டு நிமிடங்கள் தாமதமாகப் போனதும் புன்னகையுடன் சொன்னார். “ஒரு சி.எம்.மை இரண்டு நிமிடங்கள் காக்க வைக்கிறீங்க... உங்களைக் காக்க வைச்சா மட்டும் அதையும் எழுதுவீங்கள்ல்லே''- இப்படியொரு முன்னுரையுடன் ஆரம்பமானது அந்தப் பேட்டி

இன்னொரு சமயம் தேசிய அரசியலில் பல குழப்பங்கள் நிலவிய நேரம். ஆலிவர் சாலையில் உள்ள வீட்டில் பேட்டி. ரிக்கார்டு செய்து முடிந்ததும் '' சில விஷயங்களை நான் பேசியிருக்கக் கூடாது. ஆனாப் பேசிட்டேன்... இது வந்தால் சிக்கல் ஆகும். ரிக்கார்ட் பண்ணியிருக்கீங்க. இருந்தாலும் உங்க மேலே நம்பிக்கை இருக்கு... நாளை காலைக்குள் இந்தப் பேட்டியை எழுதிட்டு தலைமைச் செயலகத்துக்கு எடுத்துட்டு வாங்க..'' என்றார்.

தமிழகச் சட்டமன்றக் கூட்டம் நடந்து கொண்டிருந்த நேரம். காலை பதினோரு மணிக்குத் தலைமைச் செயலகம் போனதும் சண்முகநாதனைத் தொடர்பு கொண்டேன். உட்காரச் சொன்னார். முதல்வருக்குத் தகவல் அனுப்பினார். சற்று நேரத்தில் விரைவாக வந்தார் கலைஞர். "எடுத்துட்டு வந்துட்டீங்கல்லே''- கேட்டார். கையெழுத்துப் பிரதிதான். இருந்தாலும் விறுவிறுவென்று வாசித்தார். தேவையில்லை என்று அவர் கருதிய பகுதியை 'டெலிட்' பண்ணினார். அதோடு புரூஃப்பும் திருத்தியிருந்தார். பத்து நிமிடங்கள் தானிருக்கும். வர்றேன்...பார்ப்போம்' சொல்லிவிட்டுச் சட்டமன்றத்திற்குக் கிளம்பிவிட்டார்.

நான்கு நாட்களுக்குள் குமுதம் இதழில் வெளிவந்ததும் காலைவேளையில் தொலைபேசி அழைப்பு. "நான் தான்யா கருணாநிதி பேசுறேன்.. சரியா போட்டிருக்கீங்க.. 'டெலிட்' பண்ணச் சொன்னதைப் பண்ணிட்டீங்க...பார்ப்போம்.'' வைத்துவிட்டார்.

தகுந்த 'ஹோம் ஒர்க்'கோடு போனால் கலைஞர் மிகவும் ரசிப்பார். கூடுதல் நேரம் ஒதுக்கிப் பேசுவார். 'தீராநதி' இதழுக்கான மாறுதலான நேர்காணலுக்காகப் போனதும் கேள்விகளை வாங்கிப் படித்தார். யோசித்தார். திராவிட இயக்கத்தின் உருவாக்கம் துவங்கிப் பல விமர்சனங்களோடு இருந்தன கேள்விகள். அந்த நேர்காணல் இரண்டு மணி நேரத்திற்கு மேல் நீண்டது. பேசி முடிந்த பிறகு அவரிடம் புன்சிரிப்பு. '' எப்படியாவது என்னை மாட்ட வைக்கணும்னு நீங்க கேள்வியோடு வந்திருக்கீங்க...எப்படியும் மாட்டக்கூடாதுன்னு நான் பதில் சொல்லியிருக்கேன்''. சொல்லிவிட்டுச் சிரித்தார். அவரைப் பேட்டி எடுக்க முடிவெடுத்தால் முதல்வர் அல்லது எதிர்க்கட்சித் தலைவர் எந்தப் பொறுப்பில் இருந்தாலும், சில தினங்களுக்குள் அவரைச் சந்தித்துவிட முடியும் என்பதுதான் சாதகமான அம்சம்

இன்னொரு சமயம். தி.மு.க ஆட்சிப்பொறுப்புக்கு வந்த நேரம். தென் தமிழகத்தில் கோவிலில் குண்டு வெடித்தது.

அதனால் உடனே இஸ்லாமிய சமூகத்தினரைக் கைது பண்ணிச் சிறையில் அடைத்திருந்தார்கள். அந்தச் சிறைக்குப் போனேன். சில காவல்துறை அதிகாரிகளைச் சந்தித்தேன். திட்டமிட்டு அரசியல் நோக்கிலும், திசை திருப்பும் நோக்கிலும் அந்தக் குண்டு வெடிப்பு நிகழ்த்தப்பட்டிருந்தது. ஆதாரப்பூர்வமாகத் தெரிய வந்ததும், காத்திருக்காமல் உடனே சென்னைக்குப் போனேன். காலை நேரத்தில் முரசொலி அலுவலகத்திற்குக் கிளம்பிக்கொண்டிருந்த மூத்த நண்பர் சின்னக்குத்தூசியிடம் சொன்னேன். அவர் கலைஞரிடம் பேசினார். இரண்டு மணி நேரத்தில் சிறையில் வைக்கப்பட்டிருந்தவர்கள் விடுவிக்கப்பட்டார்கள். இரண்டு காவல்துறை அதிகாரிகள் மாற்றப்பட்டார்கள். சின்னக்குத்துசியிடம் நன்றி சொல்லி அனுப்பினார் கலைஞர்.

அ.தி.மு.க ஆட்சியில் நள்ளிரவு வேளையில் கலைஞர் காவல் துறையினரால் கைது செய்யப்பட்டபோது, அன்றிரவு பத்திரிகையாளராக அங்கிருந்த உங்களுடைய அனுபவம்?

2001 ஜூன் 29 ஆம் தேதி. அப்போது நான் 'குமுதம் ரிப்போர்ட்டர்' இதழில் பொறுப்பாசிரியராக இருந்தேன். அன்று காலையில்தான் சன் டி.வி. நிருபரைக் கைது செய்ததற்காகப் பத்திரிகையாளர்கள் பலர் போராட்டத்தில் ஈடுபட்டோம். கைதான எண்பது பேர் கொண்ட பட்டியலில் நானும் இருந்தேன். சில நாளிதழ் ஆசிரியர்களும் கைதாகியிருந்தார்கள். எங்களைப் பார்க்க காவல்நிலையத்திற்கு வந்திருந்தார் கலைஞர். மாலை விடுதலையானோம். முக்கியமான அதிகாரி மூலம் கலைஞர் அன்று இரவே கைது செய்ய இருப்பதாகத் தகவல் வந்தது. அங்கே போனபோது அவருடைய ஆலிவர் சாலையைச் சுற்றிலும் போலீஸ். அத்துமீறி நுழைந்து கலைஞரை இழுத்து வந்தபோது, ஒருவர் அதைக் கேமிராவில் பதிவு செய்திருக்கிறார். காட்சி பதிவான டேப்பை முடக்க முனைந்திருக்கிறார்கள். அந்த டேப் ஒருவழியாக வழக்கறிஞரான எனது நண்பர் கே.எஸ்.ராதாகிருஷ்ணன் கைக்கு வந்திருக்கிறது. அவர் அதைத் தந்திரமாய் போலீஸிடம் போக்குக்காட்டி சன் டிவி அலுவலகத்தில் கொண்டுபோய்ச் சேர்த்ததும் தமிழகத்தையே அதிர வைத்தன அந்தக் காட்சிகள்.

கலைஞரை எங்கு கொண்டு செல்கிறார்கள் என்பது தெரியவில்லை. அதற்குள் கலைஞரின் குடும்பத்தினரை வேப்பேரி காவல்நிலையத்திற்கு அழைத்துச் சென்றிருக்கிறார்கள் என்கிற தகவல் வந்தது. அதிகாலை நேரம். சில பத்திரிகையாளர்கள் மட்டுமே இருந்தோம். போலீசார்

விரட்டிக்கொண்டிருந்தார்கள். முதலில் அப்போது மத்திய அமைச்சராக இருந்த முரசொலி மாறனை விடுவித்தபோது அதிர்ந்து போனோம். வேட்டி தளர்ந்தநிலையில் வெளிவந்த அவர் பலமாகத் தாக்கப்பட்டிருப்பது ரத்தக்கறைகளை வைத்துத் தெரிந்தது. மிகவும் பதற்றத்துடன் அவர் மனைவி, மகளுடன் காவல்நிலையத்தைவிட்டு நடந்து வந்தார். அவர் வந்த காரின் சாவியைக் கேட்டபோது, அதைத் தூக்கி ஸ்டேஷனுக்குள் எறிந்தார் ஒரு போலீஸ். வெளியே வந்த மாறனைக் குடும்பத்தோடு ஒரு ஆட்டோவில் ஏற்றி அனுப்பினோம் நானும், உடனிருந்த இன்னொரு பத்திரிகையாளரும்.

கலைஞரின் குடும்பத்தினர் ஒவ்வொருவராக வெளியேற்றப் பட்டார்கள். தயாளு அம்மாள் மீது கடும் வசைகள் வீசப்பட்டன. மு.க. தமிழரசுவின் கைகளை காவல்நிலையக் கதவுக்கிடையில் வைத்து நெறிக்க அவர் அலறினார். கனிமொழியிடம் ஒரு காவலர் நடந்து கொண்ட விதத்தை எதிர்த்துக் கேள்வி கேட்டபோது கடும் மிரட்டல். வாக்கி டாக்கியில் முக்கியமான ஒருவர் கேட்டுக்கொண்டிருக்கிறார் என்று எங்களிடம் சொல்லி எச்சரிக்கப்பட்டது.

கனிமொழியின் கணவர் அரவிந்தன் போட்டிருந்த ஜிப்பா கிழிக்கப்பட்டது. ராசாத்தி அம்மாள் வெளிவருவதற்குள் மீண்டும் கடும் வசைகள்; அவமானப்படுத்தும் சொற்கள். காவல்நிலையத்தைவிட்டு வெளியே வந்த ராசாத்தி அம்மாள், கனிமொழி, அரவிந்தனை ஆட்டோ பிடித்து ஏற்றிவிட்டோம். கலைஞர் மீது மட்டுமல்ல, அவருடைய குடும்பத்தினருக்கும் எதிராக நடந்த அதிகார ஆட்டங்களுக்குச் சாட்சியைப் போலிருந்தோம் நானும், சில பத்திரிகையாளர்களும். அப்புறம் நேரே மத்தியச் சிறைக்குப் போனபோது, காலை நேரத்தில் கைலி கட்டிய நிலையில் கனிமொழியுடன் தரையில் அமர்ந்திருந்தார் கலைஞர். சிறையிலிருந்து வெளிவந்ததும் முதலில் பேட்டிக்காக வரச்சொல்லி அழைப்பு வந்தது. போனதும் புன்முறுவலோடு "உட்காருப்பா.. கனி சொல்லுச்சு.. அன்னைக்கு ஸ்டேஷனில் நடந்ததை... அதான் முதல்லே உங்களை வரச்சொன்னேன்.. நன்றிப்பா". பேட்டியின் போது கொந்தளித்திருந்தார் கலைஞர். பேட்டி காரசாரமாக அமைந்து அந்த வார இதழில் வெளியானது. தலைப்பு '' கைதுகள் தொடர்ந்தால் புரட்சி வெடிக்கும்''

குமுதம் போன்ற பிரபலமான நிறுவனத்தில் முக்கியமான பொறுப்பில் இருந்ததையும், அதிலிருந்து வெளியேறிய சூழலையும் எப்படி எதிர்கொண்டீர்கள்?

மாலன் ஆசிரியராக இருந்தபோது நான் குமுதத்தில் இணைந்தேன். போனதுமே நதிமூலம், ஊர்மணம் போன்ற தொடர்களை ஆரம்பித்தேன். பல சமூகப் பிரச்சினைகளைப் பொதுவெளியில் கொண்டு வர முடிந்தது. அதற்கு அங்கிருந்த அனைவருடைய ஒத்துழைப்பு இருந்தும் ஒரு காரணம். தமிழகத்தில் தீண்டாமைக் கொடுமை நிலவும் கிராமங்களுக்குச் சென்று "தீண்டாமைக் கிராமங்கள்'' என்கிற கட்டுரையைக் 'கவர் ஸ்டோரியாக' கொடுக்க முடிந்தது.

சந்தன வீரப்பன் ராஜ்குமாரைக் கடத்தி வைத்திருந்தபோது, பொடா சிறைக்குள் சென்று வீரப்பனோடு தொடர்பில் இருந்த மாறனைப் பேட்டி எடுத்து வெளியிட முடிந்தது. வீரப்பனைத் தேடுகிறோம் என்கிற பெயரில் நடந்த வேட்டையில் அந்தப் பகுதியில் வசித்த மக்கள் அனுபவித்த சித்திரவதைகள், பிறப்புறுப்புகளில் 'கிளிப்' மாட்டப்பட்டு மின்சாரம் பாய்ச்சப்பட்ட கொடூரத்தை வெளியே கொண்டு வர முடிந்தது. மைசூர் சிறையில் அந்த வழக்கில் வைக்கபட்டிருந்தவர்கள் மாற்றுத்துணிகூட இல்லாமல் வைக்கப்பட்டிருந்த நிலையில், குமுதம் சார்பில் அவர்கள் அனைவருக்கும் துணிகளை வாங்கி பார்ஸலில் அனுப்ப முடிந்தது.

குமுதம், குமுதம் ரிப்போர்ட்டர், தீராநதி என்று பலவற்றில் என்னுடைய பங்களிப்பு இருந்தபோதும், அதைவிட்டு வெளியேறும் சூழல் அமைந்தது. வேலையைவிட்டு வெளியே வந்தபோது என்னைக் கடிந்து கொண்டவர் சோ.

வெகுஜன ஊடகத்தில் பணியாற்றியபோது, நீங்கள் அம்பலப்படுத்திய முக்கியமான சமூகப் பிரச்சினைகள் பற்றிப் பேசலாமே!

தென் தமிழகத்தில் இளையாங்குடிக்கு அருகில் கைகளிலும், கால்களிலும் விலங்கிட்டப்பட்டு, இரும்புச் சங்கிலியால் கனமான இரும்புக்குண்டை கர்ப்பமான வயிற்றின் மேல் வைத்தபடி ஒரு பெண் இருட்டும் நேரத்தில் - 'பாகுபலி' படத்தில் வரும் அனுஷ்கா கதாபாத்திரத்தைப் போல ஒரு செங்கல்சூளையில் பார்க்க நேர்ந்தால் எப்படியிருக்கும்? அதைத் தொடர்ந்து சோகோ அமைப்பைச் சேர்ந்த மகபூப் பாட்சா குழுவினருடனும், மாவட்ட ஆட்சியருடனும், அதிரடியாகச் சென்று பதினேழு தொழிலாளர்களை விடுவிக்க முடிந்த நிகழ்வை மறக்க முடியாது. அதை 'ஜூனியர் விகடனில்' கட்டுரையாக எழுதினேன்.

தற்போது கொரோனா அலை மாதிரி தமிழகத்திலிருந்தும் ஒருவித காலரா அலை இரண்டு முறை பரவி பக்கத்து நாடுகளுக்குச் சென்றிருக்கிறது. 'லேன்செட்' போன்ற பிரபல மருத்துவ இதழ்கள் அதை வெளியிட்டிருந்தன. தென் தமிழகத்தில் காலரா பரவ ஆரம்பித்திருந்த நேரத்தில் தடுப்பூசி போட்டுக்கொண்டு அதை 'துக்ளக்'கில் எழுதியபோது, அதிகார வர்க்கத்தின் மிரட்டலைச் சந்திக்க வேண்டி வந்தது.

வளைகுடா நாடுகளில் ஒன்றான ஓமனுக்கு அண்மையில் மறைந்த எனது நண்பர் பால் பாஸ்கருடன் சென்றிருந்தேன். கடுமையான சென்ஸார் கட்டுப்பாடுகள் உள்ள நாடு அது. தமிழகத்தில் இருந்து அங்கு சென்றிருந்த முப்பதாயிரத்துக்கும் அதிகமான தமிழர்கள் பட்ட கொடுமைகள் அதிகம். திடீரென்று காணாமல்போய் சடலமாய் மீட்கப்பட்டவர்கள் எல்லாம் உண்டு. கடும் வெப்பம் தகித்த மணற்பரப்பில் பல நூற்றுக்கணக்கான தொழிலாளர்களைச் சந்தித்தோம். அதைக் குடியரசுத்தலைவராக இருந்த அப்துல்கலாமிடம் கொண்டு சென்றபோது சில தீர்வுகளைக் காண வழிவகுத்தது. இதெல்லாம் ஊடக வாழ்வில் எடுத்த 'ரிஸ்க்' காக இருந்தும், மன நிறைவை அளித்திருக்கின்றன.

அ.தி.மு.க அரசியலில் பிரச்சினைக்குரியவராக கருதப்பட்ட நடராசன் நடத்திய 'புதிய பார்வை' பத்திரிகைக்கு இணை ஆசிரியராக இருந்து, இலக்கியத் தரத்துடன் நடத்திய அனுபவம் குறித்து...

குமுதம் பத்திரிகையைவிட்டு வெளியே வந்தபோது, நடராசன் மறுபடியும் 'புதிய பார்வை' இதழை ஆரம்பித்து என்னைப் பொறுப்பில் அமர்த்தினார். அவருக்கு நீங்கள் குறிப்பிட்ட சார்புகள் இருக்கலாம். ஆனால் புதிய பார்வைக்குள் அவர் தலையிடவில்லை. சில பக்கங்களை மட்டும் அவர் எழுதினார். பலதரப்பட்ட இசம் சார்ந்தவர்களும் இயங்கும் பொதுத்தளமாக, காத்திரமான தமிழகம் சார்ந்த அரசியல், சமூகப் பார்வையை உள்ளடக்கிய இதழாக அது உலகத் தமிழர்களிடம் கவனம் பெற முடிந்தது. இலங்கையிலுள்ள முக்கியமான தலைவரைச் சந்திக்க என்னை வரச்சொல்லி வந்த அழைப்பு ஒரு உதாரணம். அப்போது கெடுபிடிகள் அதிகமாக இருந்த நிலையில் இங்குள்ள தலைவர்கள் செல்லவேண்டாம் என்று சொன்னதால் போக முடியாமல் போனது.

உங்களுடைய கருத்தும் நடராசனின் கருத்தும் அரசியல்ரீதியில் வேறுபடும்போது 'புதிய பார்வை' இதழில் சுதந்திரமாக இயங்க முடிந்ததா?

எந்த ஊடக நிறுவனத்திலும் அதன் நிர்வாகப் பொறுப்பில் இருப்பவர்களுடன் முழுமையாக யாருமே ஒத்துப்போய்ப் பணியாற்ற முடியாது. அதுதான் பொதுவிதியாக இருந்தால் பலர் ஊடகங்களில் பணியாற்றவே முடியாது. அந்தந்த ஊடகத்தில் நம்முடைய பங்கு என்னவாக இருக்கிறது என்பதற்கு மட்டுமே நாம் பொறுப்பாக முடியும். இதைத்தான் நண்பர் பிரபஞ்சனும் பொதுவெளியில் சொன்னார். அது, எனக்கும் பொருந்தும், ம. நடராசனைப் பொருத்தவரை என் மீது மிகுந்த நம்பிக்கை கொண்டிருந்தார்.

எத்தனையோ நேர்காணல்கள் 'புதிய பார்வை'யில் வெளிவந்து தகுந்த கவனிப்புக்குள்ளாகி இருக்கின்றன. ஆதிமூலம், சு.ரா, ஜீவா, எம்.ஆர்.ராதா என்று பலருக்கான சிறப்பிதழ்களை வெளியிட்டிருக்கிறோம். முள்ளிவாய்க்கால் - குருதி தோய்ந்த குறிப்புகள் என்று நூலும், தமிழக மொழிப்போராட்டத்தைப் பதிவு பண்ணும் "உயிருக்கு நேர்" என்ற 600 பக்க அளவிலான புத்தகத்தையும், ஆவணப்படங்களையும் தயாரித்தோம். தஞ்சை முள்ளிவாய்க்கால் நினைவு முற்றம் உருவாகக் காரணமாக இருந்த பல வித்துக்களில் நானும் ஒருவனாக இருந்தேன். ஈழப்பிரச்சினைக்காகத் தன்னுடலைக் கொளுத்திக்கொண்டு உயிரைக் கொடுத்து எதிர்ப்புத் தெரிவித்த முத்துக்குமார் மறைந்தபோது அடக்கம் செய்யும் அதிகாலை வரை இருந்த திரளான கூட்டத்தில் அவரும் இருந்தார். எழுவர் விடுதலைக்காக முயன்றார், அவர் மறையும் வரை எதையும் வெளிப்படையாகப் பேசும் இடத்தில் என்னை வைத்திருந்தார். அந்த அளவுக்குச் சுதந்திரம் இருக்கவே செய்தது.

சமூகத்தில் நிலவுகிற அவலச் சூழலை எழுத்தில் அம்பலப்படுத்திட முயலும்போது அதிகார வர்க்கத்தின் வன்முறையை எதிர்கொண்டிருக்கிறீர்களா?

பல முறை தாக்குதலும், மிரட்டப்படுவதும் ஊடகச் செயல்பாட்டின் ஒரு பகுதியாகவே மாறிப்போனதைப் போல நடந்திருக்கின்றன. ஆளும்கட்சி ஒன்றின் பேரணியில் நடந்த அபத்தங்களைப் படம்பிடித்தபோது, சாலையிலேயே தாக்கப்பட்டிருக்கிறேன். சாதிய, மதத்தலைமைகளும் மிரட்டியிருக்கின்றன. ஒரு கிராமத்தில் கும்பல் ஒன்று என்னையும், உடன் வந்தவர்களையும் தாக்க வந்தபோது,

நல்லவேளையாக பேருந்து ஒன்றில் ஏறித் தப்பித்திருக்கிறோம். உளவுத்துறையின் மோப்பத்தையும், அதன் மூச்சுக்காற்றையும் உணர்ந்திருக்கிறேன். சில ஆண்டுகளுக்கு முன் முகநூலில் எதை எழுகிறோம் என்பதை வைத்துக்கூட மிரட்டலுக்கு ஆளானேன். கௌரி லங்கேஷ் எனக்குப் பலவந்தமாக நினைவூட்டப்பட்டார். என்னுடைய முகநூல் பலரைச் சென்றடையாதபடி முடக்கப்பட்டது. ஆபாசம், மயக்கம், போதையான எழுத்துக்களுக்கு இங்கு எந்தத் தடையும் இல்லை. மக்கள் சார்ந்த பார்வையோடு எழுதினால் பல கண்காணிப்பவர்களை நீங்கள் சந்திக்க நேரிடும் வலைப்பின்னல்தான் இப்போதுள்ள நவீன யதார்த்தம்.

ஒரு உதாரணம். துக்ளக்கில் சிறப்புச் செய்தியாளராக இருந்த நேரம். திருச்சியில் இருந்த இலங்கை அகதிகள் முகாமுக்குச் செய்தி சேகரிக்கப் போயிருந்தேன். இலங்கைப் பிரச்சினையில் ஆசிரியர் சோ கடுமையான எதிர் நிலைப்பாட்டைக் கொண்டிருந்தார். என்னைப் போன்றவர்கள் அதில் பணியாற்றினாலும், ஈழ ஆதரவு நிலைப்பாட்டில் இருந்தோம். இருந்தாலும் ‘துக்ளக்’ என்ற பெயரை நான் சொன்னது தான் தாமதம். அங்கிருந்த இலங்கைத் தமிழர்கள் சரமாரியாகத் தாக்கினார்கள். ஒற்றனைப் போல என்னை நினைத்தார்கள். கடுமையான செந்தமிழையும் கேட்டேன். அவர்கள் அடித்து ஓய்ந்த பிறகு தனி அறை ஒன்றில் அடைக்கப்பட்டேன். வெகுநேரம் கழித்து ரத்தக் காயங்களுடன் இருந்த நான் அதிகாரிகள் உதவியுடன் வெளியே வந்தேன். சோவுக்கு அங்கிருந்து போன் பண்ணினேன். தாக்கப் பட்டதைச் சொன்னேன். கொந்தளித்து விட்டார் சோ.

சற்று நேரத்தில் சென்னையிலிருந்து காவல்துறையின் உயர் அதிகாரி அந்த முகாமில் இருந்த போனில் பேசினார். உடனே என்னைத் தாக்கியவர்கள் மீது புகார் கொடுக்கச் சொன்னதோடு, போலீஸ் ஜீப்பை அனுப்புவதாகச் சொன்னார். நான் தாக்கிய தமிழர்கள்மீது புகார் தர மறுத்தேன்.’ உங்கள் மீது இருந்த ஆத்திரத்தை என்னிடம் காட்டியிருக்கிறார்கள். விடுங்கள் ’’ என்று சோவிடம் சொல்லிவிட்டு ஆட்டோவில் அங்கிருந்து கிளம்பிப் போனேன்.

தமிழ்ப் பத்திரிகை உலகில் சின்னக்குத்தூசி முக்கியமான ஆளுமை. அவருடன் உங்களுக்கு நெருக்கமான நட்பு இருந்தது பலரும் அறிந்த விஷயம் அவருடன் உங்களுக்கு ஏற்பட்ட அனுபவங்களைச் சொல்லுங்கள்.

தமிழ் ஊடக உலகில் அபூர்வ ஆத்மா என்று தான் சின்னக் குத்தூசி என்ற தியாகராஜனைச் சொல்ல வேண்டும். பெரியார், காமராஜர், சம்பத், கண்ணதாசன், கலைஞர், கி.வீரமணி, நெடுமாறன் என்று பலருடன் நெருங்கிப் பழகிய மகத்தான மனிதர் அவர். நண்பர்களே அவருக்குக் குடும்பமாக இருந்தார்கள். அந்தக் குடும்பத்தில் எத்தனையோ நண்பர்கள் இருந்தார்கள். நானும் இருந்தேன். 23 வயதில் அவரை முதலில் சந்தித்தேன். அப்போது 'எதிரொலி' என்ற பத்திரிகையில் பணியாற்றிக் கொண்டிருந்தார். முதல் சந்திப்பே எங்களை நெருக்கம் கொள்ள வைத்துவிட்டது. திருவல்லிக்கேணி வல்லப அக்ரஹாரத்தில் உள்ள மேன்ஷனில் இருந்த அவருடைய அறைக்குப் போகும்போது அடர்ந்த மரத்தின் குளுமையை உணர முடியும். அவருடன் பல இசைக்கச்சேரிகளுக்குப் போயிருக்கிறேன். சாப்பிடுவதற்கு இணைந்து போவோம். அறைக்குப் போனால் அவ்வளவு நண்பர்கள் வருவார்கள். ஞாயிற்றுக்கிழமை மாலைகளில் மெரீனாவில் கண்ணகி சிலைக்கு அருகே பல பத்திரிகையாளர்கள் கூடுவோம். அவ்வளவு சந்தோஷமாக இருக்கும் அந்தத் தருணங்கள். என்ன மன அழுத்தம் இருந்தாலும், நீங்கிபோகும்படி இருக்கும் அவருடைய பேச்சு. பிரியம் கூடிய பொழுதுகளில் 'கண்ணா' என்றழைப்பார்.

பிறப்பால் பிராமண முத்திரை இருந்தாலும், அதை மனசிலிருந்து கழற்றி எறிந்தவர். திராவிட இயக்கத்தின் மீது அளப்பரிய அன்பு கொண்டிருந்தவர். மாற்றுக்கருத்துக்களுக்கு அவர் காட்டும் ஆக்ரோஷத்தைப் பார்க்கும்போது அவ்வளவு வியப்பாக இருக்கும். எதைப் பற்றியும் அவரிடம் யாரும் பேச முடியும்- மாற்றுக்கருத்துகள் இருந்தாலும்.

அரசியல், திரைத்துறை, இலக்கியம், சமூகம் சார்ந்த பிரமுகர்களிடம் நெருங்கிப் பழகியபோது, உங்களுடைய கவனத்தைக் கவர்ந்த நிகழ்வுகள் பற்றிச் சொல்லுங்கள்..

நாற்பது ஆண்டுகால ஊடக அனுபவத்தில் பல அரசியல் தலைவர்களுடன் நெருக்கம் ஏற்பட்டிருக்கிறது அதில் உண்மையான மனிதர்களும் இருந்திருக்கிறார்கள். மனிதர்களைப் போன்றிருப்பவர்களும் இருந்திருக்கிறார்கள். சிலர் பயன்பாடு சார்ந்தோ, நமக்குப் பின்னாலிருக்கிற ஊடக பிராண்டுக்காகவோ பழகியிருக்கிறார்கள். இதில் மாறுபட்டவர்களையும் சந்தித்திருக்கிறேன்.

மூத்த தலைவர் ஆர்.நல்லகண்ணு, பழ.நெடுமாறன் போன்றவர்களிடம் எப்போதும் மனம்விட்டுப் பேச முடிந்திருக்கிறது. அவர்

களுடைய வாழ்வனுபவங்களை விரிவாக நேர்காணல் எடுத்துத் தனி நூல்களாகவும் பதிவாக்கியிருப்பது மன நிறைவான ஒன்று.

இலக்கியத்தில் எத்தனையோ நண்பர்கள். தீராநதி, புதிய பார்வை - இடைநிலை இதழ்களில் இருந்ததால் பலருடன் பரிச்சயம். ஜெயகாந்தனுடன் உருவான நட்பு நெகிழ்வைத் தந்தது. குமுதம் இதழில் நான் பணியாற்றியபோது, தொடர்ந்து ஒரு ஆண்டுக்கு மேல் “மறுபடியும் நினைத்துப் பார்க்கிறேன்'' என்ற தொடரை எழுவதற்குச் சம்மதித்தார். ஒவ்வொரு வாரமும் கே.கே. நகரில் உள்ள அவருடைய வீட்டிற்குப் போவேன். “என்னய்யா.. இப்படி மழையிலே நனைஞ்சிட்டு வர்றீர்யா'' என்று உரிமையுடன் கண்டித்து ஒரு துண்டை எடுத்துக்கொண்டு வந்து கொடுத்தார். மருத்துவமனையில் அவர் சிகிச்சை எடுத்துக்கொண்டிருந்த சமயம். அடிக்கடி போவேன். மிகவும் பரிவுடன் பேசிக்கொண்டிருப்பார். ஒருசமயம் போனபோது மனநலம் சார்ந்த மருத்துவர் அவரை 'கௌன்சிலிங்' பண்ண வந்திருந்தார். அவருடைய மகன் ஜெயசிம்மன் அப்போதுதான் வெளியே சென்றிருந்தார். நான் அந்த அறையைவிட்டு வெளியேற முயற்சித்தபோது என்னை மருத்துவரிடம் சுட்டிக்காட்டி “இவரும் இங்கேதான் இருப்பார். நீங்க ஒளிவுமறைவில்லாம என் கிட்டே கேட்க வேண்டியதைக் கேளுங்க'' என்றார் ஜே.கே. ஒரு மணி நேரம் அவர்கள் பேசி முடியும்வரை ஒருவிதத் தவிப்புடன் அந்த அறைக்குள் இருந்தேன். அந்த அளவுக்கு நம்பிக்கை வைத்திருந்தார்.

ஓவியர் ஆதிமூலம் மறைந்தபோது, உடல்நிலை சரியில்லாத நிலையிலும், அவசியம் வந்துவிடுவேன் என்று சொன்னவர் சரியானபடி வந்ததோடு மேடையிலும் பேசினார். மதுரையில் என்னுடைய பதின் பருவத்தில் வியந்து பார்த்திருக்கிறேன் அவரை. நானும், தி.க.சியும் அவருடைய வீட்டுக்குப் போனபோது, ‘ நான் இறந்தால் என்னைப் பத்தி ஒரு நூல் எழுதுவீயாய்யா..' என்று கேட்ட கணம் நெகிழ வைத்தது. அவர் மறைந்த மூன்று வாரங்களுக்குள் அவரைப் பற்றிய ஒரு தொகுப்பு நூலைக் கொண்டு வந்தேன்.

மறக்க முடியாத இன்னொருவர் ஓவியர் ஆதிமூலம். சில சந்திப்புகளிலேயே மிகவும் நெருக்கமானார். ஓவியத்தைப் போலவே உயர்ந்த மனிதர். அவருடைய விலை உயர்ந்த ஓவியப் புத்தகங்களைக் கையெழுத்திட்டு எனக்குக் கொடுத்திருக்கிறார். அவருடைய அனுபவங்களை எழுத்திலும், வீடியோவிலும் பதிவு பண்ணியிருக்கிறேன்.

ஒரு நாள் நான் போனபோது அவருடைய ஓவியக்கூடத்திற்கு அழைத்துப் போனார். ''நீங்க இன்னும் சரியானபடி பொருளாதாரத்தில் உயராததைப் பார்க்கிறப்போ வருத்தமா இருக்கு. இந்த ஓவியத்தை நீங்க எடுத்துட்டுப் போகணும். நான் இல்லாமப் போனபிறகு இதுக்கு மதிப்பு கூடும். அப்போ உங்களுக்குத் தேவைப்பட்டா இதை நீங்க வித்துக்கலாம்'' என்று அவர் கொடுத்த கணங்கள் பிரியத்தால் நிறைந்தவை. ஒரு கூத்துக் கலைஞரின் ஓவியம் அது. சிறு ஸ்கெட்சுகளாகச் சிலவற்றை அதன் பிறகும் கொடுத்தார்.

அச்சு ஊடகத்தில் செயலாற்றிய நீங்கள் காட்சி ஊடகமான தொலைக்காட்சியில் பணியாற்றியபோது, என்ன வகையான சவால்களை எதிர்கொண்டிருக்கிறீர்கள்?

கடந்த பதினைந்து ஆண்டுகளில் ஐந்து தொலைக்காட்சி சேனல்களுக்காகப் பல நிகழ்ச்சிகளை இயக்கிக் கொடுத்திருக்கிறேன். பல பகுதிகளுக்குப் போய்ப் பதிவு செய்திருக்கிறேன். குறிப்பாகப் பல வருடங்களாக உள்ளாட்சித் தேர்தலே நடக்காமல் இருந்த பாப்பாபட்டி, கீரிப்பட்டி கிராமங்களுக்கு காவல்துறை நண்பர் உதவியுடன் உள்ளே போனபோது கடும் எதிர்ப்பைச் சந்திக்க வேண்டியிருந்தது. காமிராவுக்கு முன்னால் வந்து மண்ணை அள்ளி வீசினார்கள். ஒருவழியாக வெளிவந்து அதை மூன்று நாட்கள் தொடர்ந்து தனியார் தொலைக்காட்சியில் ஒளிபரப்பினோம்.

கிரிமினல்களாக இருந்த சிலரை, அதிலும் தொடர் கொலையில் ஈடுபட்டவர்களக்கூட, காமிராவுக்கு முன்னால் பேச வைத்து எடுத்தேன். இதெல்லாம் 'ஜிகர்தண்டா' படம் வருவதற்கு முன்பே நடந்தவை,' முகத்தைக் காட்ட க்கூடாது. மீறினேன்னு வைச்சுக்க. தொலைஞ்சே'' என்கிற நிபந்தனையின் பேரில் பல கொலைகளைச் சாதாரணமாகச் செய்த கொலையாளி ஒருவரைக் கேமிராவுக்கு முன் பேசவைத்துப் பதிவு செய்வதற்குள் நான் பட்டபாடு அதிகம். பேசிப் பதிவு செய்த பிறகு அந்த முரட்டு மனிதர் அன்புடன் சொன்ன வார்த்தை. "தம்பீ.. உனக்கு எவனாவது 'ஏழரை' பண்றானா. சொல்லு. நீ காட்டு... நான் போட்டுத்தள்ளிடுறேன்... நீ பணம் எதுவும் தர வேணாம்''.

எவ்வளவு கனிந்த மனசு! எனக்குத்தான் எப்பேர்ப்பட்ட 'கொடுப்பினை'! கும்பிடு போட்டுவிட்டு பவ்யமாக வெளியே வந்தோம். நிகழ்ச்சியும் ஒளிபரப்பானது. அவரும் போன் பண்ணி நன்றி சொன்னார்.

கடவுள் நம்பிக்கையில்லாத நீங்கள் நூற்றுக்கணக்கான கிராமத்துச் சாமிகளின் பின்னணியைச் சொல்லும் '' தமிழ் மண்ணின் சாமிகள்'' தொடரைத் தொலைக்காட்சியில் மூன்று ஆண்டுகள் வரை தொடராகப் பண்ணியிருக்கிறீர்கள். இது முரணாகத் தெரியவில்லையா?

நிச்சயம் முரண் இல்லை. எளிய மக்கள் நம்பிக்கை கொண்டிருக்கிறவற்றையும், அவற்றின் பின்னணியையும் தானே காட்சிபூர்வமாகத் தொகுத்திருக்கிறோம். பெருந்தெய்வங்கள் என்கிற மகிமையுடன் புராணங்களுடன் பல கோவில்களைப் பற்றி தொடர்கள் வந்து கொண்டிருந்தபோது, பிற்படுத்தப்பட்ட, தாழ்த்தப்பட்ட மக்கள் கும்பிடும் சாமிகளையே தொடராக எடுத்தோம். அதில் பலர் அதிகாரத்தாலும், குடும்ப வன்முறையாலும், மத, சாதிய ஆதிக்கத்தாலும் கொல்லப்பட்டவர்கள். சில பெண்கள் காதலித்ததற்காக அல்லது காதலிக்கப்பட்ட குற்றத்திற்காகப் பெற்ற தண்டனைகள் கொடூரம். உயிரோடு நிலவறையில் இறக்கிவிடப்பட்டு மூடப்பட்டு சமாதியாக்கப்பட்ட பெண்களும் இதில் அடக்கம். கல்லெறிந்தே கொல்லப்பட்டவர்களும் இருக்கிறார்கள். கழுவேற்றிக் கொல்லப்பட்டவர்களும் இருக்கிறார்கள். அவர்கள் மீது நிகழ்த்திய வன்முறைக்குப் பரிகாரமாகவும், குற்ற உணர்வு காரணமாகவும் அவர்களைச் சாமிகளாக வழிபடுகிறவர்களும் இருக்கிறார்கள். நிலவுடமைச் சமூகத்தின் அவலமான சாட்சியங்கள் என்றும் இந்தச் சாமிகளின் பின்னணியை உணரும்போது சொல்ல முடியும்.

உங்களுடைய பெரும்பாலான சமூக, அரசியல் கட்டுரைகளில் விளிம்புநிலையினருக்குச் சார்பான குரல் பொதிந்திருக்கிறது. உங்களை இடதுசாரிப் பின்புலமுடையவர் என்று சொல்லலாமா?

இன்றைக்கு ஊடகங்களில் இயங்குகிறவர்களுக்கு முன்னால் இருக்கிற கேள்வி ''யாருக்காக நாம் இயங்குகிறோம்?''. ஊடகத்தில் இயங்குகிறவர்களுக்கு விளிம்பு நிலை மக்களுக்காக இயங்க வேண்டும் என்ற எண்ணம் இருந்தாலும், பணியாற்றுகிற ஊடகத் தலைமை அந்தப் பார்வைக்கு மதிப்புக் கொடுக்குமா என்பது முக்கியமான, யதார்த்தமான கேள்வி.

என்னைப் பொருத்தவரை துவக்கத்தில் இருந்தே கிராமப்புறம் சார்ந்த, மலைவாழ் மக்கள், தீண்டாமையினால் ஒடுக்கப்பட்டவர்கள், மதரீதியாகப் பாரபட்சம் காட்டப்பட்டவர்கள் மீது அக்கறை கொண்டவனாகவே இருந்திருக்கிறேன். "போன பிறவியில் நீங்க

ஆதிவாசியா மலையில் இருந்திருப்பீங்கன்னு நினைக்கிறேன்'' என்று சோ கிண்டல் பண்ணுவார். அந்த அளவுக்கு மலைப்பிராந்தியங்களில் அலைந்திருக்கிறேன். அவர்களின் மயானபூமியைக்கூடக் கார்ப்பரேட் நிறுவனங்கள் வேலி போட்டு ஆக்கிரமித்துவிட்டதை எழுதியிருக்கிறேன்.

சென்னையின் மையப்பகுதி. சாக்கடைக்குழி. அதற்குள் அடுத்தடுத்து மூன்று பேர் இறங்குகிறார்கள். உள்ளே விஷவாயு தாக்கி மூன்று சாக்கடை அப்பிய உடல்களையும் அடுத்தடுத்துத் தூக்கு கிறார்கள். கடைசியாகத் தூக்கப்பட்ட துப்புரவுத் தொழிலாளியில் கையில் ஏதோ ஒன்று அகப்படுகிறது. சாக்கடை அடைப்பில் ஏதோ அடைக்கிறது என்று உள்ளே இறங்கியவர் கையில் சிக்கிய அந்தச் சிதைந்த பொருள், யாரோ கழிவறையில் விட்டெறிந்த நாப்கின். இதைக் குமுதம் போன்ற வணிக இதழில் எழுதியபோது, எவ்வளவு ஆதரவு தெரியுமா? வாசகர்களை அல்லது பார்வையாளர்களை மட்டும் நாம் குற்றம் சொல்ல முடியாது. கொடுக்கிறவர்களிடம் எதைக் கொடுக்கிறோம், யாருடைய நலனுக்காகக் கொடுக்கிறோம் என்கிற குறைந்தபட்சத் தெளிவிருக்க வேண்டும். நீங்கள் சொல்கிற இடதுசாரிப் பின்புலம் என்பது அடிப்படையில் மனிதம், சக மனிதன் மீதான பரிவு தொடர்பானது தானே. எந்த ஊடகத்திலும் இருந்தாலும் குரலற்றவர்களுக்கான குரல் நம் மனசின் குரலாக இருந்தால் போதும் என்கிற எண்ணம் எப்போதும் உடனிருக்கிறது.

பத்திரிகையில் பிரசுரமாகிற அரசியல் அல்லது சமூகப் பிரச்சினைகளை முன்வைத்து சமூக மாற்றம் சாத்தியம் என்பதை நம்புகிறீர்களா?

சுதந்திரப் போராட்டக் காலகட்டத்தில் அந்த நம்பிக்கையுடன் எழுதியவர்கள் எத்தனை பேர் இங்கு இருந்திருக்கிறார்கள்? சிறைப்பட்டு, ராஜ துரோக குற்றம் சாட்டப்பட்டும் தொடர்ந்து எழுத்தில் இயங்கியிருக்கிறார்கள். தலைமறைவாகப் பத்திரிகைகள் நடத்தியவர்கள் நம்பிக்கை இல்லாமலா நடத்தியிருப்பார்கள்? பத்திரிகைகள் நம்பிக்கை ஊட்டும் கருத்தியல் உருவாகக் காரணமாக இருந்திருக்கின்றன. கிளர்ச்சிக்குக் காரணமாக அமைந்திருக்கின்றன. சிறு பிரசுரங்கள்கூட அக்னிக்குஞ்சின் வேகத்தை உண்டுபண்ணியிருக்கின்றன.

எண்பதுகளில் தொடங்கிய புலனாய்வுப் பத்திரிகைகள் அதிகாரத்திற்கு எதிராகக் குரல் எழுப்பிட முயல்வதாகக் காட்சியளித்தன. இன்று பெரும்பாலான பத்திரிகைகள் ஏதோ ஒரு கணக்கு வழக்குடன் செயல்படுவதாகத் தோன்றுகின்றனவே?

உண்மைதான். சுதந்திரப் போராட்ட காலத்திற்குப் பிறகு இந்திராகாந்தி நெருக்கடி நிலை அறிவிப்புக்குப் பிறகு இந்திய அளவில் பல புலனாய்வு இதழ்கள் உருவாகின. பல பிரச்சினைகள் வெளிவந்து பெரும் சலனத்தை ஏற்படுத்தின. பல ஊழல்கள் வெளிவந்தன. சஞ்சய் காந்தி குடும்பக் கட்டுப்பாடு என்ற பெயரில் செய்த கெடுபிடிகள் வெளிவந்தன. போபர்ஸ் ஊழல் வெளிவந்தது. பகல்பூர் சிறையில் கைதிகளுக்குப் பார்வை பறிபோகுமளவுக்கு நடந்த கொடுமைகள் எல்லாம் வெளிவந்தன. தெஹல்காவை எல்லாம் மறக்க முடியுமா? தமிழகத்திலும் பல புலனாய்வு இதழ்கள் வெளிவந்தன. துடிப்புடன் செயல்பட்ட இளைஞர்கள் இருந்தார்கள். பெண் குழந்தைகள் கொல்லப்படுவது உள்ளிட்ட பிரச்சினைகள் எல்லாம் வெளிவந்தன. ஆனால் தற்போது ஊடகங்கள் பெருகியிருக்கின்றன. ஆனால் அந்தப் புலனாய்வில் எல்லாம் நுழைந்து ஊடகங்கள் தங்கள் நேரத்தை வீணாக்குவதில்லை. பொழுதுக்கும் ஆங்கிலத்திலோ, மாநில மொழிகளிலோ கத்திக்கொண்டே பார்ப்பவர்களைப் பதற்றத்தில் ஆழ்த்திக்கொண்டே இருக்கிறார்கள். பத்திரிகைகளும் தங்கள் எல்லைகளைச் சுருக்கிக் கொண்டுவிட்டன. அரசின் கனிவான பார்வைக்காகவும், விளம்பரத்திற்காகவும் காத்திருக்கின்றன. ஊடக சுதந்திரம் என்பது ஊடகத்தில் பணியாற்றுகிறவர்களுக்கான சுதந்திரம் அல்ல. ஊடக முதலாளிகள் நிர்ணயிக்கிற சுதந்திரம்.

அப்படி என்றால் ஊடகங்களைக் கட்டுப்படுத்துவது அரசா? கார்ப்பரேட் நிறுவனங்களா?

இரண்டுமே இன்று இரட்டைப் பிறவிகளைப் போலக் கட்டுப்படுத்துகின்றன. சர்வதேச கார்ப்பரேட் நிறுவனங்களுக்குத்தான் இதில் முதலிடம். அவர்கள் அரசையும் கட்டுக்குள் வைத்திருக்கிறார்கள். ஊடகங்களையும், நவீனத் தொழில்நுட்பங்களையும்கூடத் தங்கள் கட்டுக்குள் வைத்திருக்கிறார்கள். நீங்கள் என்ன பார்க்க வேண்டும் அல்லது எதைப் படிக்க வேண்டும் என்பதை அவர்கள்தான் தீர்மானிக்கிறார்கள். உள்ளூர் அதாவது சுதேசிய ஊடக முதலாளிகளின் குரல் பெரிய அளவுக்கு இன்றைக்கு எழுவதற்கான வாய்ப்பு மறுக்கப் பட்டிருக்கிறது. வாசக, பார்வையாளர்களின் மூளைகள் மட்டுமல்ல, ஊடகவியலாளர்களின் மூளைகளையும் எந்தெந்த கார்ப்பரேட் நிறுவனங்களோ ரிமோட்டைப் போல இயக்கிக் கொண்டிருக்கின்றன என்பதே சுடும் உண்மை. இதை ஒப்புக்கொள்கிற ஊடகவியலாளர்கள் மட்டுமே அவற்றில் பணிபுரியமுடியும். இதற்கு மேல் தனித்து மக்கள் சார்ந்த பிரச்சினைகளைப் பற்றிப் பேசினாலோ, மத ஆதிக்கம்

பற்றிப்பேசினாலோ, அவர்கள் அந்த நிறுவனங்களைவிட்டு வெளியேறுகிற சூழ்நிலை உருவாகும். இதுதான் இப்போதைய ஊடகப் பொது விதி. செரிப்பதற்குச் சிரமமாக இருந்தாலும், 'நிலையாமை' தான் இன்றைய ஊடக யதார்த்தம்.

முன்னர் ஊடக அறம் என்பது கருத்துரீதியிலாவது இருந்தது. ஆளும்கட்சியினரின் ஆதிக்கமும், பத்திரிகை முதலாளிகளின் மேலாதிக்கமும் நிலவுகிற இன்றைய காலகட்டத்தில் ஊடக அறம் என்று ஏதாவது இருக்கிறதா?

ஊடகத் தொழிலை அளவுகடந்து நேசித்தவர்கள் அன்று இருந்தார்கள். ஊடக அறமும் எவ்வளவு அடக்குமுறைகளைச் சந்தித்தாலும் அணையாத நெருப்பைப் போல இருந்தது. இன்றைக்குச் சிலர் விதிவிலக்காக இருந்தாலும், இன்றைய அர்த்தத்தில் ஊடகத்தில் 'அறம்' என்பது கெட்ட வார்த்தை அல்லது தணிக்கை செய்யப்பட்ட ஒரு வெற்றுச் சொல். அவ்வளவுதான்!

24 மணி நேரமும் 'பிரேக்கிங் நியூஸ்' எனப் பரபரப்பை உருவாக்கிட முயலுகிற செய்தி தொலைக்காட்சி சேனல்களின் பின்னர் இருக்கிற அரசியலைப் பத்திரிகையாளராக எப்படி அவதானிக்கிறீர்கள்?

இந்திய, தமிழக அளவில் இயங்கும் தொலைக்காட்சி சேனல்களில் தற்போது 'பிரேக்கிங் நியூஸ்'களுக்குப் பஞ்சமே இல்லை. மனதிலிருக்கும் மென்மைத்தன்மையைத் துடைத்தபடி பல 'பிரேக்கிங் நியூஸ்'களைத் தங்கள் டி.ஆர்.பி.ரேட்டிங்கிற்காகத் தொடர்ந்து கொடுத்துக் கொண்டிருக்கின்றன தொலைக்காட்சிச் சேனல்கள். அவற்றுக்குள் போட்டியும் நடக்கிறது. அதற்காகக் கடிவாளம் கட்டிய குதிரைகளைப் போல மூச்சிரைக்க ஓட வைக்கப்படுகிறார்கள் ஊடகங்களில் பணியாற்றுகிறவர்கள். காவல்துறைக்கு ஒரு 'கண்ட்ரோல் ரூம்' என்று இருக்கிறதில்லையா? அதே மாதிரி என்னதான் பிரேக்கிங் நியூஸ்களைக் கொடுத்தாலும், அதற்கெல்லாம் மேலான 'கண்ட்ரோல் ரூம்' அரசின் கையிலும், கார்ப்பரேட் நிறுவனங்கள் கையிலும், மதவாதிகளின் கையிலும் இருக்கிறது.

சமூக வலைத்தளங்களின் ஆதிக்கம் காரணமாக, அச்சு ஊடகம் மூலம் பிரசுரமான ஆனந்தவிகடன், குமுதம் போன்ற வெகுஜனப் பத்திரிகைகள் நெருக்கடிகளைச் சந்தித்துக் கொண்டிருந்தன. அவை கொரோனா காலத்தில் இன்னும் கடும் வீழ்ச்சியை எதிர் கொண்டிருக்கின்றன. இனிமேல் மின்னணு ஊடகம் தான்

எல்லாவற்றையும் தீர்மானிக்கப் போகிறதா? அச்சு ஊடகத்தின் எதிர்காலம் எப்படியிருக்கும்?

எங்கோ சீனாவில் வுஹான் நகரில் பரவியதாகச் சொல்லப் படும் கொரோனா கிருமி இன்று உலக நாடுகளுக்கெல்லாம் பரவி, நம்மை நம் வீட்டுக்குள் முடக்கியிருக்கிறது. உலகமயமாதலின் தீவிர நிலை என்றும் இதைச் சொல்லலாம். சர்வதேச ஊடகங்கள் இந்தியாவுக்குள் வரத் தயார் நிலையில் இருக்கின்றன. ஏற்கனவே நீங்கள் குறிப்பிட்டபடி அச்சு ஊடகங்கள் மிக மோசமான சரிவைச் சந்தித்திருக்கின்றன. அதில் பணியாற்றிய ஊழியர்கள் வேலை இழந்திருக்கிறார்கள். அச்சு ஊடகம் தொடர்ந்து சரிவைச் சந்தித்தாலும், அதைத் தற்காலத்திய சரிவுகளை மீறி நடத்துவதைப் பற்றி அந்தந்த ஊடக உரிமையாளர்கள் மட்டுமே முடிவு பண்ணமுடியும். மீண்டும் எந்த அளவுக்கு அச்சு ஊடகம் எழுந்து பழைய நிலைக்குத் திரும்பும் என்பதை இப்போதைக்கு அனுமானிக்க முடியவில்லை. குறிப்பிட்ட அளவுக்கு மட்டுமே அச்சு ஊடகங்கள் இயங்கும் நிலையும் வரலாம்.

அதேசமயம் நவீன சமூகவலைத்தளங்கள் பெருகிவிட்டன. அதன் ஆதிக்கம் வியப்பூட்டும் அளவுக்கு அதிகரித்திருக்கிறது. அதில் அளவற்ற சுதந்திரம் இருப்பதாகச் சொல்லப்பட்டாலும், அதிலும் கண்காணிப்பும், முடக்கமும் ஆரம்பித்துவிட்டன. சரியான அளவில் சமூக வலைத்தளங்கள் பயன்படும்போது மெரினாவில் நடந்த போராட்டங்களைப் போன்ற அதிசயங்களும் இந்த மண்ணில் நடந்திருக்கின்றன. கைவசம் இருக்கிற கருவியை எப்படிப் பயன்படுத்துகிறோம் என்பதில் தான் கவனமாக இருக்க வேண்டியிருக்கிறது.

ஊடகத் துறையில் தமிழ்ச்சமூக மாற்றத்தில் இன்னும் சொல்ல வேண்டிய பணிகளாக எவற்றைக் கருதுகிறீர்கள்? கடந்த நாற்பதாண்டு காலப் பத்திரிகையாளர் பணி உங்களுக்குத் திருப்தி தருகிறதா?

'மாற்றம் என்பதே மாறாதது' என்கிற விதியெல்லாம் இருந்தாலும், தற்போது மிக விரைவான மாற்றங்கள் நம்மைச் சுற்றிலும் நடந்து கொண்டிருக்கின்றன. தொழில்நுட்பங்கள் அதிவேகத்துடன் மாறிக் கொண்டிருக்கின்றன. சந்தைப்படுத்துவது உலகமயமாக்கிப் பல சுதேசித் தொழில்களையும், சிறு தொழில்களையும் அழித்துக் கொண்டிருக்கிறது. வாழ்வில் நம்பிக்கை கொள்வதற்கான காரணங் களைவிட, நம்பிக்கை இழப்பதற்கான காரணங்கள் கூடுதலான உயிர்ப்புடன் நமக்கு முன்னால் இருக்கின்றன.

ஜனநாயகம் என்பதின் அர்த்தத்தைத் தங்கள் நோக்கத்திற்கு மாற்றியமைத்துக் கொண்டிருக்கிறார்கள் எந்த ஆட்சியாளர்களும். இலவசங்களுக்கும், டாஸ்மாக் போதைகளுக்கும், செல்போன், லேப்டாப் போன்ற சாதனங்களுக்கும் அடிமையாகிப் போய் தங்களுடைய விழிப்புணர்வை இழந்து கொண்டிருக்கிறார்கள் பெரும்பான்மை மக்கள். தேர்தல் வரும்போது பணத்தைக் கொடுத்து இயந்திரத்தனமாக வாக்களிக்க வைக்கப்படுகிறார்கள் அல்லது அவர்களின் பெயரால் 'யாரோ' இயந்திரங்களில் வாக்களிக்க வைக்கப்படுகிறார்கள். இலங்கை போன்ற நாட்டில் கொத்தாகத் தமிழர்கள் கொல்லப்பட்டும் அதற்கு நீதி கேட்க முடியவில்லை.

"யானோ அரசன். நானே கள்வன்'' போன்று நீதிநிலை நாட்டும் 'சிலப்பதிகாரம்' காட்டும் மன்னர்களை வரலாறுகளில் மட்டுமே படிக்கமுடிகிறது. இந்தச் சமயத்தில் எதையும் சுலபமாக மறக்கத் தெரிந்து கொண்டிருக்கிற மக்களுக்கு கீழடி தொடங்கி நெடிய மரபு இருப்பதையும், தமிழ் போன்ற தொன்மைகொண்ட மொழிக்குச் சொந்தமானவர்கள் நீங்கள் என்று தொடர்ந்து நம்பிக்கையுடன் எம் தமிழ் மக்களிடம் சொல்ல வேண்டியிருக்கிறது. அதற்காக இயங்க வேண்டியிருக்கிறது.

தனிப்பட்ட முறையில் ஒரு விஷயம். மத, சாதியம் என்று பிறப்பால் ஒட்டவைக்கப்பட்ட எந்த அடையாளங்களும், சிறு சடங்குகளும் இல்லாமல் தான் என் மரணமும் நிகழவேண்டும் என்று விரும்புகிறேன்.

இறுதியாக நீங்கள் பணி திருப்தி குறித்துக் கேட்டிருந்தீர்கள். இதுவரை செய்திருக்கிற பணிகள், என் மனதுக்கு நிறைவாகவே இருக்கின்றன. அந்திமக்காலத்தில் கையில் குளுக்கோஸ் ட்ரிப் ஏறிக்கொண்டிருந்த நிலையிலும் மருத்துவமனைப் படுக்கையில் இருந்தபடி தான் விரும்பியதை எழுதிக்கொண்டிருந்த சின்னக்குத்தூசி போன்றவர்களிடம் இருந்து பெற்ற வேகம், தற்போதும் உடனிருக்கிறது. எந்தக் கடினமான பாறைக்கிடையிலும் பசுமையாக இளம் செடியால் துளிர்விட முடிகிறபோது, நம்மால் முடியாதா என்ன?

★

- நிலவெளி, செப்டம்பர், 2020

கரகாட்டக் கலைஞர் பொன்னமராவதி கல்யாணி

புதுக்கோட்டை மாவட்டத்தில் பொன்னமராவதி பெரிய கிராமம். அங்குள்ள மலையான் ஊரணிக் கரையோரம் இயற்கையான சூழலில் கரகாட்டக் கலைஞர் பொன்னமராவதி கல்யாணியின் வீடு உள்ளது. அவருடைய நேர்காணலுக்காகச் சென்ற என்னையும் புகைப்படக்காரர் ஆர். மோகன்ராமையும் அன்போடு வரவேற்ற கல்யாணி, கயிற்றுக் கட்டிலில் சம்மணமிட்டு அமர்ந்திருந்தார். சராசரிக்கும் கூடுதலான கறுப்பு நிறம். கிராமத்துப் பெண்ணுக்கே உரித்தான முக அமைப்பு. அந்த அறையைச் சுற்றிலும் ஏகப்பட்ட கேடயங்கள் கண்ணாடி பீரோவினுள் அடுக்கி வைக்கப்பட்டிருந்தன. பிரபலங்கள் சால்வை போர்த்திவிட சிரித்துக்கொண்டிருக்கும் கல்யாணியின் ஃபோட்டோக்கள். கலைமாமணி உள்பட பல விருதுகள் பெற்றுள்ளார். தென்மாவட்டங்களில் பொன்னமராவதி கல்யாணி என்ற பெயர் கரகாட்ட உலகில் மக்களிடையே வெகு பிரபல்யம். அவருக்கு வயது அறுபது இருக்கலாம். அவருடைய கணவர் பெயர் ராமசாமி தேவர். அவரது மகள்களின் பெயர்கள் விசித்ரா. ஜெகதாம்பாள். இருவரும் தாயைப் போலவே கரகாட்டத்தில் சிறப்பாக ஆட வல்லவர்கள். மூத்த மகள் கலைமாமணி விருது பெற்றுள்ளார்.

உங்கள் பூர்வீகம் பற்றி...

எங்க சொந்த ஊர் பொன்னமராவதிக்குப் பக்கத்தில் இருக்கிற திருக்களம்பூர். அப்பா பெயர் வெள்ளைச்சாமி. அம்மா பெயர் சிட்டம்மாள்.

உங்க அப்பா என்ன தொழில் செய்தார்?

அப்பா சிங்கப்பூர்ல நாடக நடிகர். அஞ்சரைக் கட்டையில் பாடுவார். கலையில் ஆர்வம் மிக்கவர். அப்பா பானை வாசிப்பார். ஏதாச்சும் பாடுவார். அவர் பாட்டுக்குத் தக்க மாதிரி அஞ்சு வயசு பிள்ளையாக

இருந்த என்னை ஆடச் சொல்லுவார். எங்கப்பா வச்சிருந்த நிலம் போனபிறகு கூலி வேலை செய்ய எங்களைக் கூட்டிட்டு நாட்டரசன் கோட்டை போனார். அப்ப எனக்கு ஏழு வயசு இருக்கும். எங்கப்பா எனக்கு ஆட்டம் சொல்லிக் கொடுத்துக்கொண்டிருந்தார், அப்ப அந்தப் பக்கம் நடந்துபோன வீரசிங்கக்கோனார்ங்றவர் அதைப் பார்த்துக்கிட்டே போயிருக்கார். பிறகு வந்து எங்கப்பாகூட பேசி எனக்குக் கரகாட்டம் சொல்லிக்கொடுத்தார்.

உங்கள் குருநாதர் எப்படிப் பட்டவர்?

என் குருநாதர் வீரசிங்கக்கோனார் காளையார்கோவிலைச் சேர்ந்தவர். அவரு புது வீடுகளில் படம் போடுவார், கரகாட்டமும் ஆடுவார். அவரு எனக்கு முந்தி பனிமலைப் பட்டியைச் சார்ந்த தங்கம்கிற குறக்குலப் பெண்ணுக்கு கரகம் ஆடச் சொல்லிக்கொடுத்திருந்தார். அவர்தான் பெண்ணுக்குக் கரகாட்டம் ஆடச் சொல்லிக்கொடுத்த முதல் கலைஞர். அவரோட ரெண்டாவது மனைவி அரிசனப் பெண். அவரு சாதி வித்தியாசம் பார்க்கமாட்டார்.

ந.முருகேசபாண்டியன்

உங்களோட கரகாட்டம் எப்பொழுது அரங்கேற்றமானது?

நாட்டரசன்கோட்டையில் குருநாதர் கோயிலில் வச்சு எனக்கும் என் குருநாதர் பெண் பன்னிரண்டு வயசான அம்சவள்ளிக்கும் அரங்கேற்றமாச்சு. அப்ப எனக்கு எட்டு வயசு இருக்கும்.

அன்று கரகாட்டம் எப்படி இருந்தது?

கரகாட்டங்கிற கலையே ராமநாதபுரத்துக் கலைதான். நையாண்டி மேளமும் அங்கேதான் சூப்பராக இருக்கம். கரகாட்டத்துடன் பந்தம் சுற்றுதல், காவடி ஆட்டம், புலி ஆட்டம், சைக்கிள் பேலன்ஸ் மாதிரி ஐட்டங்களும் இருந்தன.

அதென்ன நையாண்டி மேளம்?

ராஜமேளங்கிறது உட்கார்ந்து வாசிப்பது. மேளக்காரர்களும் நாயணக்காரர்களும் ஆடிக்கொண்டும் குதித்துக்கொண்டும் வாசிப்பது நையாண்டி மேளம். ஊதிவிட்டுச் சிரிப்பது, கேலி பண்ணுவது, ஆட்டக் கலைஞர்களுடன் சேர்ந்து ஆடுவது... இப்படி நையாண்டியாக இருக்கும்.

கரகம் ஆடுவது எப்படி உங்களுக்குத் தொழிலாக ஆனது?

கொல்லங்குடி வெட்டுடைய காளிகோவிலில் எட்டு நாள் திருவிழா நடக்கும். சாமி சின்னத் தேர்ல ஊரணியைச் சுத்தி வரும். ராத்திரி நேரம் எங்க வாத்தியார், அவருடைய மகள், நான் எல்லாம் ஆடுவோம். ஒருநாள் நான் ஆடாமத் தூங்கிட்டேன். எங்க வாத்தியார் அடிச்சதனால் என் காலில் காயம் ஏற்பட்டிடுச்சி. அதனால எங்க அம்மா என்னயைக் கூட்டிட்டுப் போயிட்டாங்க. அங்கேயிருந்து எங்க அப்பா அம்மாவுடன் ஒக்கூர் போனேன். எங்க அப்பாவும் அம்மாவும் நகைக் கடையில் தூசி குப்பையை வாங்கி தண்ணியில் அலசித் தங்கத்தினைத் தனியாக எடுப்பாங்க. அந்த ஊர்ல் முத்தையாகோனார், செல்லையா ஆசாரிகிட்டே ஆட்டம் கத்துக்கிட்டேன். செல்லையா வாத்தியார் ஏணி விளையாட்டு, பந்தம் ஆடச் சொல்லிக்கொடுத்தார்.

தனியாக எப்ப ஆட ஆரம்பிச்சிங்க?

காரைக்குடி, கொப்புடைய நாயகி அம்மன் பூத்திருவிழாவில கைவண்டி தொழிலாளர் நடத்திய மண்டபப்படியில் ஆடினேன். என்கூட என் வாத்தியாரும் சேர்ந்து ஆடினார். அப்ப எனக்கு 16 வயசு இருக்கும். வருஷம் 1962ஆக இருக்கும்னு நினைக்கிறேன்.

ஒரு நிகழ்ச்சிக்கு அப்ப எவ்வளவு பணம் வாங்கினிங்க?

எனக்கு அது தெரியல. மொத்தக் குழுவுக்கும் 300 ரூபாய் கொடுத்திருப்பாங்க.

கரகாட்டம் எவ்வளவு நேரம் ஆடுவீங்க?

விடிய விடிய ஆடுவோம். இப்பவும்தான்.

தனியாக ஆட ஆரம்பிச்சப்ப முதன் முதலாக வாங்கிய தொகை நினை விருக்கிறதா?

என் 18 வயசுல 10 ரூபாய் வாங்கினேன்.

இரவு முழுக்க ஆடும்போது உடலில் வலி ஏற்படாதா?

எனக்கு டீ, காபி பழக்கம் கிடையாது. எங்க அம்மா புகையிலை போடுவாங்க. அதனால் லேசாகக் கிள்ளி வாயில் வச்சுக்கிடுவேன். பின்னாடி அதையும் விட்டுட்டேன். ஒருநாள் மட்டும் ஆடிட்டு வீட்லயிருந்தா அலுப்பு வரும். தொடர்ந்து ஆடிக்கிட்டிருந்தா அலுப்பு வராது.

உங்க ஆட்ட நிகழ்ச்சிக்கு சீசன் இருக்கா?

தை மாசம் தொடங்கி வைகாசி வரைக்கும் நல்ல சீசன்தான்.

கரகாட்டம் ஆடும்போது உங்க மனதில் என்ன தோன்றும்?

கலையினால் ஆடுகிறவங்க, பார்க்கிறவங்க ரெண்டு பேருக்குமே புத்துணர்ச்சி வரும். உயிருக்குப் போராடுகிறப்பக்கூட இசையைக் கேட்டா உயிர் கொஞ்ச நேரம் தங்கியிருக்கும். ஆடிக்கிட்டு திரும்புறப்ப இந்த உலகமே எங்கையில இருக்கிற மாதிரி நினைப்பேன் (சிரிக்கிறார்). நாதசுர இசையில் தேவன்கூட மயங்கிறப்ப பாவம் மனுஷன் என்ன பண்ணுவான்.

பெண்கள் கரகம் ஆடுவது பற்றி என்ன சொல்லுகிறீர்கள். அது ஆண்கள் ஆடும் ஆட்டம் என்பதுபோல ஒரு கருத்து இருக்கிறதே..?

கரகம்னாலே சக்தி கரகம்தான். கரகம் ஆடுற பெண் அம்பாள் வேஷம் போட்டுக்கிட்டுத்தான் ஆடுறாள். அம்பாள் என்றாலே மாயாதான். காற்று வீசுதே அதுக்கு உருவம் இருக்கா. அதுபோலத்தான் சக்தியும். கும்பம், கரகம்ங்கிறது பெண்களுக்கானது. பெண்ணே கும்பம்தான். அது பெண்ணோட அடையாளம். உலகமும் பெண்தான்.

அதுக்கு வாயில்லை. கும்பத்துக்கு வாய் இருக்கு. கும்பத்தைத் தூக்கி ஆண்கள் ஆடினால், சக்தியைத் தூக்கி தலையில் வச்சிக்கிட்டு ஆடினதாகத்தான் அர்த்தம். சிவனுக்குள்ள சக்தி வந்த பிறகுதான் எல்லாம் இயங்குது. தன்னைத்தானே அழிச்சிக்கிறது சக்திக்கு மட்டும்தான் இருக்கு. பெண்ணை வைச்சுக்கிட்டுத்தான் உலகமே இயங்குது.

கரகாட்டத்தில உங்க சாதனை என்ன?

பெண்கள் சிலம்பம் விளையாடுவது கிடையாது. நான் பொன்னமராவதியில் மாடுகளுக்கு லாடம் கட்டுகிற முஸ்லிம் ஒருத்தர் கிட்டேயிருந்து சிலம்பம் கத்துக்கிட்டேன். சின்னக்குச்சி, சல்லிக்குச்சி வச்சு பதினைந்து அடி போடுவேன். சினிமாவுல எம்.ஜி.ஆர் ஆடின சிலம்பாட்டம் எனக்கு ரொம்பப் பிடிக்கும். எம்.ஜி.ஆர் மலைக்கள்ளன் படத்தில வர்ற மாதிரி ஆம்பள வேஷம் கட்டிக்கிட்டு சிலம்பாடுவேன். என்கூட வருகிறவர்கள் அல்லது ஊர்க்கராங்ககூடச் சேர்ந்து சிலம்பம் சுத்துவேன். பொன்மலைங்கிற ஊரில் எனக்கு கறுப்பு எம்.ஜி.ஆர், சின்ன எம்.ஜி.ஆர் என்று பட்டம் கொடுத்தாங்க.

நீங்க கறுப்பா இருக்கிறது உங்க ஆட்டக்கலைக்கு இடைஞ்சலாக இருந்திருக்கா?

அம்பாளே கறுப்புத்தான். அவளைப்போல அழகி உலகில் வேறு யாருமில்லை. கறுப்புலதான் எல்லா நன்மையும் இருக்கு. கருமேகத்தை விட உலகத்துல வேறு என்ன நன்மையிருக்கு? கறுப்பா இருக்கிறதப் பத்தி நான் ஒன்றும் நினைக்கிறது இல்லை.கறுப்பும் அழகு, சிவப்பும் அழகு எல்லாமே அழகுதான். என்கிட்டே பல்லும் நீண்ட முடியும்தான் இருக்கு. பிறகு வித்தைதான்.

உங்க கூட சேர்ந்து ஆடின கலைஞர்கள் பற்றி சொல்லுங்கள்.

எங்க அக்கா மகள் கொப்பாத்தாள் என்கூட ஆடுச்சு. அப்புறம் சண்முக வடிவுன்னு கேரளாப் பெண். பார்க்க ரொம்ப லட்சணமா அழகா இருக்கும். நல்ல சிவப்பு. நான்தான் அந்தப் பெண்ணுக்குக் கரகாட்டம் சொல்லிக் குடுத்தேன். அது கத்துக்கிட்டு ரொம்ப நல்லா ஆடுச்சு. வாத்தியாரான என்னையே மிஞ்சுற அளவுக்குப் போயிடுச்சு. திடீர்னு என்னைவிட்டு விலகிப்போய் ரெண்டாந் தாரமாக கல்யாணம் பண்ணிக்கிடுச்சு. அப்புறம் தூக்குப் போட்டுக்கிட்டு செத்துப்போச்சு. அதற்கப்பறம் என்கூட ஆடினவங்க எல்லாம் போட்டிக் கரகம்தான்.

உங்களுக்கு இசை ஞானம், இசைப் பயிற்சி உள்ளதா?

அதெல்லாமில்லை. ஏழெட்டு ராகங்களை வாசித்தால் அவற்றை அடையாளம் தெரியும். சாமி தேர்ல ஊர் சுத்தி வரும்போது மல்லாரி ராகம் வாசிப்பாங்க. மல்லாரியில் திரண்டு, மல்லாரி இருட்டுன்னு சொல்வாங்க. தேவதாஸ் சினிமாவுல வர்ற துணிந்த பின் மனமே சோகம் கொள்ளாதே என்ற பாடலுக்கு மிதிக்கிறது ரொம்பக் கஷ்டம். அது மெலோடிக்கும் கீழே. நான் பயிற்சியினால் அதுக்கும் மிதிப்பேன்.

நீங்கள் ஏதாவது புதுசாக கரகாட்டதில சேர்த்து இருக்கிறீர்களா?

புன்னைவெளி ராகத்துக்கேற்ப உடம்பை பாம்பு மாதிரி வளைச்சு ஆடினது கரகாட்டக் கலைஞர்களில் நான்தான் முதன் முதலாக ஆடினேன்.

இளவயதில் நீங்க ஆடும்போது ஏற்பட்ட பிரச்சினைகள் பற்றி...

ஆயிரக்கணக்கா இருக்கு. ஒருநாள் ஸ்ரீவைகுண்டத்தில் ஆடப் போயிருந்தேன். கிட்டப்பா மேளம் சூப்பராக இருக்கும். அப்ப எனக்கு இளவயசு. அந்த ஊர்ல முக்கியமான தேவர் ஒருத்தர் வந்து பகலில் ஆடணும்ங்கிறார். நான் ஆட முடியாதுன்னு சொல்லிட்டேன். ஹை பாரு உன்னைய உதைப்பேன்னு வந்தாங்க. அப்புறம் போலீஸ் ஸ்டேஷன் போயி என் டயரியைக் காமிச்சேன். அதில என் கண்டிசன்கள் எல்லாம் எழுதி பார்ட்டிகிட்டே கையெழுத்து வாங்கி வச்சிருப்பேன் அட்வான்ஸ் வாங்குறப்ப. அப்புறம் சமாதானமாகி ராத்திரி ஆடினேன். என் வித்தையைப் பார்த்துப் பாராட்டி தங்க மெடல் போட்டாங்க.

அதென்ன கண்டிஷன்கள்?

கரகம் ஆடும்போது எனக்குன்னு சிலது இருக்கு. மாலையைக் கழுத்தில போடக்கூடாது. தங்க மெடலானாலும் கையிலதான் தரணும். உடையில் ரூபாய் நோட்டைக் குத்தக்கூடாது. ஊர் சுத்தி ஆட மாட்டோம். பகலில் ஆட மாட்டோம். நான் என் வித்தையைக் காட்ட மேடை போடணும், இல்லாட்டி சுத்தி கயிறு கட்டி கீழே தார்ப்பாய் விரிச்சு தரணும். அதுல நல்ல போகஸ் லைட் இருக்கணும். மது அருந்திட்டு ஆட்டக் களத்துக்குள்ளே வரக்கூடாது... இப்படி. அப்புறம் பாருங்க குறத்தியாக ஆடுகிறவங்கள் ஆடியன்ஸ் மேலபோய் விழுகிறது. வேட்டியை உரியிறது, அவனுகளும் இவள்களைத் தூக்கி வைச்சுக்கிட்டு ஆடுறது. இப்படி ஆட்டம் ஆபாசமா போய்த் தரங்கெட்டுப் போயிடுச்சு. ஆனால் எனக்கு கண்டிஷன்தான் முக்கியம்.

இப்படி செய்வதால் உங்களுக்குப் பிரச்சினை வராதா?

கல்யாணி மேடையிலதான் ஆடுவான்னு தெரிஞ்சவங்கதான் என்னைத் தேடி வர்றாங்க. ஒருநாள் பாருங்க. திருச்செந்தூர்ல் ஆடப் போயிருந்தேன். பகலில் கோயிலைச் சுத்தி ஆடணும்னு சொல்றாங்க. மதுரையில் இருந்து வந்த பெண் ஆடத் தயாராகி ஆட ஆரம்பிச்சுடுச்சி. நான் ஆடமாட்டேன்னு சொல்லிட்டேன். அப்பவும் பிரச்சினையாகிப் போலீஸ் ஸ்டேஷனுக்குப் போனேன். அன்னக்கி இரவு என் வித்தைகளைக் காமிச்சு ஆடினப்ப பெரிய ரூபாய் நோட்டு மாலை போட்டு என்னைப் பாராட்டினாங்க.

ஏன் பகலில் ஆட மறுக்கிறீர்கள்?

பூமியிலே இயற்கையாக இரவு, பகல் என்று ஏன் உருவாகியிருக்கு? பகலில் மனுஷன் உழைக்கணும். கலைங்கிறது ராத்திரியிலதான். பகலில் ஆடினால் அது அரிதாரத்துக்கு மரியாதை இல்லை. நாங்க கலைஞர்கள் சந்திரன் மாதிரி. சந்திரனைப் பார்த்து மயங்காதவர்கள் யாருமே இல்லை. பகலில் நிலவைப் பார்த்தால் அழகாயிருக்குமா? ராத்திரிதான் நிலாவின் அழகு தெரியும். நான் பகல் நிலவு அல்ல. இயற்கை அழகு நிலா நிலா. ஜொலிக்க மேடை வேணும். அடிக்கடி ஆடைகளை மாற்றிக்கிட்டு வந்து ஆடுவேன். சும்மா கரகத்தைத் தூக்கித் தலையில் வைச்சுக்கிட்டு பகல் வேளையில சாமிக்கு முன்னால போர்றது சரியில்லை என்பது என் கருத்து.

ஊர்விட்டு ஊர் போய் ஆடும்போது தகராறு ஏற்பட்டால் பயமாக இருக்காதா?

பயமா? எதுக்கு பயம். எது நடந்தாலும் அவன் செயல்தான். நியாயம் நம்ம பக்கம் இருக்கிறப்ப எதுக்குப் பயப்படணும்?

ஆட்டம் ஆடுறப்ப யாரையாது அடிச்சிருக்கீங்களா?

பலரை அடிச்சிருக்கேன். ஆடிட்டு ஓரத்தில ஒய்வா உட்கார்ந்திருப்பேன். யாராவது தண்ணியைப் போட்டுகிட்டு, பைய வந்து இடிச்சிக்கிட்டு உட்காருவானுக. முதலில் 'தள்ளுங்க' என்று. மரியாதையாகச் சொல்வேன். திரும்ப ஒட்டி உட்காருவான். பட்டென்று அடிச்சு 'தள்ளுய்யா' என்பேன். அப்புறம் காலையில் பெரிய தகராறு வரும். இப்படித்தான் வேப்பங்குடிங்ற ஊர்ல் வருஷப் பிறப்பு அன்னக்கி ஆடினேன். இடையில் பாடினேன். அப்பக் கொஞ்சப் பேர், 'பாடாதே ஆடு'ன்னாங்க. இன்னங் கொஞ்சப் பேர் ஆடாதே பாடு'ன்னாங்க. நான் பாடிக்கிட்டிருந்தேன். இதனால் சிலர் என்மீது

மண்ணை அள்ளிப் போட்டுட்டு போயிட்டானுக. நான் கோபமாக 'இப்படி அக்கிரமம் நடக்குது. இந்த ஊர்த் தலைவன் எங்கேயோ போய்ப் படுத்துக்கிட்டானே' என்று சொன்னேன். மறுநாள் காலையில் பிளஷர்ல நான், எங்க அம்மா,தம்பி, ஆட்டக்காரப் பிள்ளைகள் கிளம்பினோம். ஊருக்குத் தள்ளி ரோடு மீது பனைமரம் கிடந்துச்சு. பிளஷருக்கு வெளியே எட்டிப் பார்த்தால் ஏழெட்டு ஆட்கள் நின்றனர். ஒருத்தன் சொன்னான் : "இறங்குடி பறச்சி" என்று. நான் சொன்னேன், "என்னைத் தொட்டீங்க... தூக்கு மாட்டிச் செத்துப்போவேன்" என்று. அதுக்குள்ள விஷயம் ஊர்க்காரர்களுக்குத் தெரிஞ்சு கும்பலாக வந்தாங்க. அந்த ஏழு பேரும் ஊர்ப் பஞ்சாயத்துல ஆளுக்கொரு தேங்காய் உடைச்சிட்டு என்கிட்டே மன்னிப்புக் கேட்டாங்க.

உங்களைப் 'பறச்சி' என்று சொன்னதைப் பத்தி என்ன நினைக்கிறீர்கள்?

அப்படிச் சொன்னதுல எனக்கு மன வேதனைதான்.

சாதிரீதியாகக் கலைஞர் என்ற முறையில் உங்கள் அனுபவத்தைச் சொல்லுங்க.

ஆட்டமாடுற பெண் என்றாலே பல பிரச்சினை இருக்கு. நான் ஒரு அரிசனப் பெண். தேவர் ஒருத்தரைக் கலப்புத் திருமணம் பண்ணி யிருக்கேன். அதனால் எனக்கு ஆடப் போகிற ஊர்களில் வீட்டுக்குள்ளே சோறு போடுவாங்க. எங்க கூட வர்ற மேளக்காரர்களுக்கு திண்ண யிலயும்; சிவகங்கை ராமநாதபுரம் மாவட்டத்துல வீட்டுக்கு வெளியல் வச்சுத்தான் சோறு போடுறாங்க. "நான் பறைச்சி. பறைய வீட்டுப் பிள்ளை" என்றுதான் யாரு கேட்டாலும் சொல்லுவேன். இதில என்னங்க கேவலம். எனக்குத் தெய்வ நம்பிக்கை இருக்கு. பறச்சிங்கிறதும் அவளே, காமாட்சிங்கிறதும் அவளே. பறச்சின்னு சொல்ல ஏன் வெட்கப்படணும்? அப்படின்னா அவங்களே அந்தச் சாதியைத் தாழ்த்திக்கிறாங்கன்னு அர்த்தம். பறையன்னு சொல்ல சங்கடப்பட்டால் அது என்ன கெட்ட சாதியா? எல்லோருமே மனுஷர்கள்தானே.

கரகாட்டம் ஆடப்போகும்போது ஆண்களால் தொல்லை ஏற்பட்டால் எப்படி சமாளிப்பீர்கள்?

என்னுடைய காதல் முழுக்கக் கலைதான். ஆளைக் காதலிக்கவே மாட்டேன். ஆனால் சிரிச்சுச்சிரிச்சுப் பேசுவேன். என் சிரிப்பு மோசமான சிரிப்பு (சத்தமாகச் சிரிக்கிறார்) அதுவந்து இயற்கையாக

சிரிச்சுப் பேசுவேன். அதனால் இவ ஒரு ஆள் மயக்கி. நம்ம பக்கம் வந்திடுவான்னு நினைப்பாங்க. அது கிடையாது. அதுவந்து வெள்ளந்தியான சிரிப்பு. பொதுவா எனக்குக் கோபம் ரொம்ப அதிகமாக வரும். அதுதான் பாதுகாப்பு. நம்மைவிட்டு ரெண்டு போயிட்டால் திரும்ப வராது. ஒன்று உயிர், இன்னொன்று கற்பு.

நீங்க ஆடத் தொடங்கிய கரகாட்டத்திற்கும் இன்றைய ஆட்டத்திற்கும் என்ன வேறுபாடு?

முந்தி சல்லாடம், காலில் பனியந்துளை மாராடி போட்டு ஆடுவோம். மரிக்கொழுந்து, மல்லிகை, சந்தனம் அணிந்து கரகம் ஆடும்போது ஒரே மணமாக இருக்கும். தெய்வமே அங்கு வந்து நிற்கும். இப்ப ஆடும்போது கண்ட கண்ட வாசனைகள் வருது. அதை என்னால் சொல்ல முடியாது. கரகம் என்ற கிராமியக் கலை தெய்வீகமானது. அம்பாள் மாதிரி ஆடை உடுத்தி, நகை அணிந்து ஆடணும். இப்ப ஆடுகிற பெண்களில் சிலர், தலையில் குறத்திபோல கொக்கு இறகுகளைச் சொருகிட்டு ஆடுறாங்க. ஆடைகளைப் பத்திச் சொல்லவே வேண்டாம். உடம்பு தெரியுற மாதிரி ஆடை உடுத்தினால் பார்க்கிறவங்க உணர்ச்சியைத் தூண்டுற மாதிரி ஆயிடும். கோயில் கொடை, திருவிழாவில் ஆடும்போது குடும்பப் பெண்கள் எல்லாம் ஆட்டம் பார்க்க வராங்க. அவங்க மனசுல ஆபாசத்தைத் திணிப்பது கலைஞனின் வேலை இல்லை. இப்படியே போனால் கொஞ்ச காலத்துல கரகாட்டக் கலை மெல்ல அழிஞ்சிடும்.

இந்த மாதிரி சூழல் மாறியதற்குக் கரகாட்டக் கலைஞர்கள் மட்டும் பொறுப்பாக முடியுமா?

நான் ஆடவந்த காலத்தில எங்க ஆட்டத்தை ரசிச்சுப் பார்த்தாங்க. என் அழகைக் கண்ணால் ரசித்ததுடன் போயிட்டாங்க. இப்ப அப்படி இல்லை, இவளை எப்படியாவது அனுபவிக்கணும்னு நினைக்கிறாங்க. ஒருசில கலைஞர்கள் எல்லோரையும் சொல்லவில்லை. அதுக்கு ஒத்துக்கிடறதால எல்லோரையும் ஒரேமாதிரி பார்க்கிறாங்க. படுகுழியில் தள்ள முயலுறாங்க. 'நூறைக் கெடுக்குமாம் குருணி'ங்கிற மாதிரி ஆயிப்போச்சு. ஒருசிலர் செய்யுற தவறுனால் எல்லோரும் இப்படித்தான் இருப்பாங்க என்று கலைஞர்கள் கேவலப்படுத்தப் படுகிறார்கள்.

இந்த மோசமான நிலை மாற வாய்ப்பு உண்டா?

விஷம் தலைக்கேறிவிட்டது. மாறுமா என்று தெரியலை. கலைஞர்களாகப் பார்த்தால்தான் மாறும். செக்ஸாக ஆடுகிற

பெண்ணுக்கு வருஷத்துக்கு 200 ஆட்டம். வித்தையைக் காண்பித்துத் திறமையாக ஆடுகிற பெண்ணுக்கு 25 ஆட்டம். இதுதான் இன்றைய நிலை. மக்களை இப்படி செக்ஸ் ஆட்டம் பார்க்கத் தூண்டிவிட்டது கலைஞர்கள்தான். இப்ப அவஸ்தைப்படுறதும் அவுங்கதான். கிராமியக் கலை ஆடுகிற பெண்களோட பொருளாதார வசதி கம்மிதான். ஒரு ஆட்டத்துக்கு 1500 ரூபாய் வாங்குற பொண்ணுங்க இருக்காங்க. ஆனால் தினமும் மட்டன், மது என்று செலவழிச்சுப்புடுறாங்க. கரகம் ஆடுற பெண்ணுகூட கணவன் என்று சொல்லிக்கொண்டோ அல்லது சேர்ந்து வாழ்கிற ஆம்பிளைங்க பெரும்பாலும் சோம்பேறியாகத் தான் இருப்பானுங்க. மொத்தத்தில் புருஷனாக வர்ற இருக்கிறவன் இவளை வச்சு சம்பாதிச்சுச் சாப்பிட்டுக்கிட்டு இருப்பான். கொஞ்ச நாளில் அவளை விட்டுட்டு ஓடிவிடுவான். அப்புறம் அந்தப் பிள்ளைங்க ஒவ்வொரு கலப்புக் கடையாச் சாப்பிட்டு பார்க்கிற மாதிரி, கரகம் ஆடுறதுக்கு துணைக்கு வர்ற இவனாவது நல்லா இருப்பானான்னு நினைக்க ஆரம்பிச்சுடுவாள். கரகாட்டக்காரிக்கு மட்டுமில்ல இந்தப் பிரச்சினை. சினிமா நடிகையில் இருந்து குறத்தி வேஷம் போடுற பெண் வரைக்கும் இதே பிரச்சினைதான். பெண் கலைஞர்கள் ஓய்ந்த நேரத்தில கூடை பின்னுதல், எம்ப்ராய்டரி போடுதல், டிரஸ்க்கு ஜமிக்கி வைத்தல், தையல் தைத்தல் போன்றவற்றைக் கத்துக்கிட்டால் வருமானம் வராத காலத்துல தாக்குப் பிடிக்கலாம். தன்மானத்துடன் கலைஞர்களால் வாழ முடியுங்கிறதக் காட்ட முடியும்.

இப்ப கரகாட்டம் ஆடுகிற பெண்கள் முன்னர் போல பல வித்தைகள் ஆடுவதில்லையே ஏன்?

வெறுமன கரகத்தை மட்டும் தலையில் தூக்கி வச்சிக்கிட்டு ஆடினால் மக்கள் ரசிக்க மாட்டாங்க. ஏதாவது வித்தியாசமா செய்து காட்டினால் மக்கள் நிச்சயம் வரவேற்பாங்க. இப்ப வித்தியாசமா செய்துகாட்ட செக்ஸ் மட்டும் தானிருக்கு. கொக்கோக சாஸ்திர புத்தகத்துல இருக்கிற படங்களை அப்படியே கலை உலகத்தில் நடத்திக் காட்டுறது நடக்குது. இந்த மாதிரி ஆபாசத்தைக் கண்டிக்கனும். நான் ஆடும்போது அடிப்பக்கம் குழிவான மதுபாட்டிலில் துணியைச் செருகி உச்சந்தலையிலிருந்து நெற்றிக்கு இறக்கி மீண்டும் உச்சிக்குக் கொண்டுபோவேன். அதை மந்திரம், மை வேலைன்னு சிலர் சொல்வாங்க. இதெல்லாம் செய்ய திறமையும் பயிற்சியும் வேணும். புதுசு புதுசாக ஏதாவது செய்து மக்களை நம்ம பக்கம் கவந்தாத்தான் கரகாட்டக் கலை வளரும். ஆனால் இப்ப சிலர் பாதியிலே மேக்கப்பை

அழிக்கிறது, பாதியிலே போய்த் தூங்குறது, பாதியிலே போய்த் தண்ணியடிக்கிறது என்று செய்யுறாங்க. அவங்களுக்கு வித்தைமீது அக்கறை இல்லை. வெறுமன செக்ஸைத்தான் நம்புறாங்க.

ஏழு வயதில் ஆடத் தொடங்கிய உங்கள் கலை வாழ்க்கை எப்படி இருக்கிறது?

கலை என்னோட உயிர். அதனால எவ்வளவு துன்பம் வந்தாலும் சரி கலங்க மாட்டேன். இன்னொரு பிறவின்னு இருந்தா அதிலயும் கரகாட்டக் கலைஞராகத்தான் பிறக்கணுன்னு நினைக்கிறேன். என்னோட மகள்கள் விசித்ரா, ஜகதாம்பாள் ரெண்டு பேருமே என்னோட வழியைப் பின்பற்றி அற்புதமா ஆடுறாங்க. இந்தப் பிள்ளைகளை ஆங்கிலப் பள்ளிக்கூடத்தில் சேர்த்துவிட்டு வேறு மாதிரி ஆக்கிவிடலாம்னு நினைச்சேன். அது நடக்கவில்லை. அவர்கள் தேர்ந்த ஆட்டக்காரியாக ஆயிட்டாங்க. அவங்க ரெண்டு பேரும் தபால் மூலம் எம்.ஏ. படிச்சிட்டாங்க. ஆனா பாருங்க அவங்களுக்கு இன்னும் நல்ல மாப்பிள்ளை அமைய மாட்டேங்குது. அதுதான் எனக்குக் கவலையா இருக்கு. (கண்கள் கலங்கிட சில நிமிடங்கள் பேசவில்லை).சரி அதை விடுங்க. அதைக் கடவுள் பார்த்துகிடும். நான் இந்தக் கலைக்கு வந்ததுக்கு. ரொம்ப சந்தோஷப்படுறேன். மீண்ட சொர்க்கம் படத்துல பத்மினி பாடின பாட்டு எனக்குன்னு நினைச்சுக்குவேன். அந்தப்பாட்டு

“மனநாட்டிய மேடையில் ஆடினேன்
கலை காட்டிய பாதையில் வாழ்கிறேன்
இந்த வாழ்க்கையின் முடிவெங்கே”

உங்களுக்குத் தெரியுமில்லே. என் வாழ்க்கை அப்படித்தானிருக்கு.

ஏதாவது சொல்ல விரும்புகிறீர்களா?

இருந்தாலும் மறைந்தாலும் பெயர் சொல்லவேண்டும். நல்ல கலைஞருக்குச் சாவு என்பதே கிடையாது. அவள் இறந்தபிறகு மக்கள், கலைஞரைச் சொல்லிக்கொண்டே இருப்பாங்க.

- அணங்கு - செப்டம்பர், நவம்பர் 2006-

கானுயிர் நிழற்படக் கலைஞர் செந்தில்குமார்

மதுரை மாநகரின் மேலவெளி வீதியில் இயங்குகிற நண்பர் எர்னஸ்டோவின் இ-கிளிக் ஸ்டூடியோவில் தற்செயலாகச் சந்தித்த புகைப்படக் கலைஞரான செந்தில்குமரனுடன் பேசியபோது கிடைத்த தகவல்கள், பிரமிப்பை ஏற்படுத்தின. அவர், கானுயிர்களைப் பற்றிச் சரளமான பேச்சில் சொன்ன அனுபவங்களும், புகைப்படம் எடுப்பதில் அவருக்குக் கிடைத்த விருதுகளின் பின்புலமும் என்னைத் தொந்தரவு செய்தன. பின்னர், அதே ஸ்டூடியோவில் நிலவெளி இதழுக்காகச் செந்தில்குமரனை நேர்காணல் செய்தபோது, அவர் இயல்பாகத் தனது அனுபவங்களைப் பகிர்ந்துகொண்டார். அவை, தமிழ் அடையாளத்தின் இன்னொரு பக்கம். சங்கத் திணைசார் மரபின் தொடர்ச்சியான குறிஞ்சிக் காட்டு நிலவெளியில் உலவுகிற வேங்கை, யானை போன்ற காட்டுயிரிகள் பற்றிய இந்த நேர்காணல், காடு பற்றிய நம்முடைய புரிதலை நிச்சயம் மாற்றியமைக்கும்

நீங்கள் நிழற்படக் கலைஞராக வேண்டுமென்று எண்ணியது தற்செயலானதா?

சிறுவயதிலிருந்தே எனக்கு இசை, ஓவியம், இயற்கை போன்ற வற்றில் பெரிய ஈடுபாடு உண்டு. பயணம் செய்வதில் விருப்பம் அதிகம். பேருந்துப் பயணத்தில் ஜன்னல் ஓரத்தில் அமர்ந்து காட்சி களைப் பார்ப்பதில் எனக்கு அலாதி பிரியம். அந்தக் காட்சிகள் மிகப்பெரிய *Visualizations* எனப்படும், காட்சிப்படுத்துவதற்கு முக்கிய அம்சமாக அமைந்தன. கல்லூரிப் பருவத்தில், கல்லூரிகளுக்கு இடையேயான கலை சார்ந்த போட்டிகளில் உற்சாகமாக பங்கேற்பேன். குறிப்பாக ஓவியம், ரங்கோலி. அப்படி ஒருமுறை பங்கேற்றபோது, அதில் புகைப்படப் பிரிவு ஒன்று இருந்தது. என்னிடம் கேமராவும்

புகைப்படம் சம்பந்தமான அறிவும் கிடையாது. அந்தப் போட்டியில் காட்சிப்படுத்தப்பட்ட புகைப்படங்களில் ஒன்று என்னை மிகவும் பாதித்தது. அது, சூரிய அஸ்தமனக் காட்சி. அதுவரை, அப்படியொரு காட்சியை என் வாழ்நாளில் பார்த்ததில்லை. பேருந்தில் பயணிக்கும்போது பலமுறை சூரியன் மறைவதைப் பார்த்துக்கொண்டே வந்திருக்கிறேன். ஆனால் அதுபோல ஒரு காட்சியைப் பார்த்ததே இல்லை. அந்தப் படத்தைப் பார்த்ததிலிருந்து, அதைப்போல ஒரு படம் எடுக்கவேண்டும் என்பது எனது கனவாக ஆனது. கல்லூரி ஓவியப் போட்டியில் முதல் பரிசாகப் பெற்ற 1,500 ரூபாயில், முதலில் வாங்கிய பொருள் கேமராதான். என் மாமாவிடமிருந்து பழைய, சிறிய கேமராவை ஆயிரம் ரூபாய் கொடுத்து விலைக்கு வாங்கினேன். அதிலிருந்து தொடர்ச்சியாக சூரிய அஸ்தமனக் காட்சிகளைப் படம்பிடிக்க முயற்சிசெய்தேன். கிட்டத்தட்ட எட்டு மாதங்கள். சூரிய அஸ்தமனத்தை மட்டுமே படங்களாக எடுத்தேன். அதனால் எனக்கு சூரிய அஸ்தமனத்தில் தோன்றும் வண்ணங்கள், ஒளி, இருள்பற்றிய தெளிவு ஏற்பட்டது. நாளடைவில், கமர்ஷியல் புகைப்படம் எடுக்கும்போது புகைப்படக் கலையில், ஒளியையும் இருளையும் வெளிச்சத்தையும் வண்ணங்களையும் புரிந்துகொள்ள அந்தப் பயிற்சி முக்கியமாக அமைந்தது.

நிழற்படம் எடுப்பது உங்களுக்குள் எத்தகைய ஆர்வத்தை ஏற்படுத்தியது?

கேமரா கையில் கிடைத்தபோது, காட்சிகளைச் சாதாரண நபராகப் பார்த்து அவற்றை என்னால் கடந்துசெல்ல முடியவில்லை. மாறாக ஒளி, இருள், வண்ணம், வடிவம், தருணம், அழகியல், காட்சிப்படுத்துதல் எனப் பல்வேறு கோணங்களில் ஒரு காட்சியைப் பார்ப்பது பிரமிப்பாக இருந்தது. நிழலும் நிஜமுமான கலவையில் படங்கள் சித்திரிக்கும் அபூர்வமான தருணங்கள் எனக்குள் ஏற்படுத்திய அனுபவங்கள் இன்றுவரை தொடர்கின்றன.

கேமிராவின் லென்ஸ் வழியாகக் காண்கிற காட்சிகளைப் பதிவாக்குவதில் எத்தகைய முயற்சிகளை மேற்கொள்கிறீர்கள்?

ஒரு காட்சியில் ஒன்றிப்போனால் மட்டுமே, அந்தக் காட்சியிலிருந்து ஒரு சிறந்த தருணத்தை படம் எடுக்கமுடியும் என்று நம்புகிறேன். புகைப்படக் கலையில், காத்திருத்தல் என்பது முக்கியமான விஷயம். காத்திருத்தல் மட்டுமே ஒரு நல்ல புகைப்படத்தை நமக்குப் பெற்றுத்தரும். ஒரு காட்சி என்பது எண்ணற்ற ஃப்ரேம்களைக்

கொண்டது. அவற்றிலிருந்து ஒரேயொரு சிறந்த ஃப்ரேமை வெளியே எடுப்பதுதான் சிறந்த புகைப்படக் கலைஞனின் வேலையாகும். ஒரு காட்சியின் மொத்த வீரியத்தையும் ஒரேயொரு ஃபிரேமைக் கொண்ட ஒரு புகைப்படம் வெளிப்படுத்தும். அப்படி, அந்த மொத்தக் காட்சியின் ஒரு நொடியை தேர்வுசெய்பவன்தான் சிறந்த கலைஞன்.

பல்லாண்டுகளாக எல்லாவற்றையும் காட்சிகளாகக் காணும் மனநிலையில், குறிப்பிட்ட தருணத்தில் நிழற்படத்தில் பதிவாக்கும்போது ஏற்படுகிற உணர்வுகள் எப்படி இருக்கின்றன?

புகைப்படக் கலையின் ஆரம்பக் காலகட்டத்தில் சூரியன் மறைவு, செடிகள், கொடிகள், பூக்கள் என அழகியல் சார்ந்து மட்டும் எடுத்துக்

ந.முருகேசபாண்டியன்

கொண்டிருந்தேன். பிறகு காடுகள், நதிகள் என்று என் பயணம் வேறுமாதிரியாகச் சென்றது. நாளடைவில் தெருப் புகைப்படக்கலை எனப்படும் புகைப்படக்கலையின் முக்கியப்பிரிவு என்னை ஈர்த்துக்கொண்டது. அதற்குப்பிறகு மக்கள், தெருக்கள், விழாக்கள் எனப் பல இடங்களுக்குப் பயணிக்க எனக்குப் புகைப்படக்கலை பயன்பட்டது. உண்மையாகவே, புகைப்படக் கலை எனக்கு எதைப் பெற்றுத் தந்தது என்றால், புகைப்படங்களை அல்ல; பெரும் பயணங்களை மட்டுமே. அந்தப் பயணங்களில்தான் என்னை உணர்ந்துகொள்ளவும் சமூகத்தையும் வாழ்வையும் கற்றுக்கொள்ளவும் முடிந்தது.

உங்களுடைய பெற்றோரும் உறவினர்களும் நிழற்படம் எடுக்கும் பணியை எப்படி பார்க்கின்றனர்?

நான் அடிப்படையில் கணினிப் பொறியாளர். 2001ஆம் ஆண்டு, ஆரம்ப காலத்தில் கணினித் துறையில் வேலை செய்துவிட்டு, புகைப்படத் துறைக்கு நுழைந்தபோது என் வீட்டில் கடுமையான எதிர்ப்பு இருந்தது. நண்பர்கள், உறவினர்களின் எந்த உதவியும் இல்லாமல் புகைப்படக் கலையில் பயணிப்பதற்கு என்னைத் தற்சார்பாக உருவாக்கிக் கொண்டேன். அதற்கு கமர்ஷியல் புகைப்படக் கலை உறுதுணையாக அமைந்தது. இன்றுவரை இந்தத் துறையில் தொடர்ந்து பயணிப்பதற்கு எனக்குள் இருக்கிற உந்துதல்தான் முக்கியமான காரணமாகும்.

வனத்தையும் வன உயிர்களையும் படமெடுக்கிற பணியில் எப்படி ஆர்வமேற்பட்டது? எப்படி தொடங்கியது?

எனக்கு சிறுவயதிலிருந்தே காடுகளின்மீதும் விலங்குகளின்மீதும் அதிகமான ஆர்வம். கல்லூரி வாழ்க்கையின் தொடக்கக் காலகட்டத்தில் நண்பர்களுடன் காடுகளில் பயணித்திருக்கிறேன்; நதிகளைத் தேடிப் பயணித்திருக்கிறேன். கேமரா கையில் வந்தவுடன், அக் காட்சிகளைப் பதிவுசெய்வதில் ஆர்வம் இன்னும் அதிகமாக ஏற்பட்டது.

கானுயிர்களைப் படம் எடுப்பதில் உங்களுடைய முன்னோடிகள் யார்?

தெருப் புகைப்படக் கலையில் எனக்கு முன்னோடிகள் ஹென்றி கார்டியர் பிரசூன், செபாஸ்டியன் சால் கெ டோ. ஆனால் கானுயிர்களைப் படமெடுப்பதில் எனக்கு முன்னோடியாக யாரையும் வைத்துக் கொள்ளவில்லை.

முதன்முதலாக காட்டிற்குள் பயணித்த அனுபவம் குறித்து...

முதன்முதலில் காட்டினுள் பயணித்த அனுபவம் மறக்கமுடியாதது. ஒருமுறை, கோவையில் எனது அண்ணன் வீட்டிற்குச் சென்றிருந்தபோது புது நண்பர் ஒருவரைச் சந்தித்தேன். அவர் கோவைக்கு அருகில் உள்ள காடுகளில் சுற்றிய அனுபவத்தைச் சொல்லியிருந்தார். காட்டுக்குப் போகலாமா என்று கேட்டார். நானும் போகலாம் என்று உடனே கிளம்பினேன். காட்டிற்குப் போகிறோம் என்று வீட்டில்கூடச் சொல்லவில்லை. பக்கத்தில் ஒரு இடத்திற்குச் சென்றுவிட்டு வருகிறோம் என்று சொல்லிவிட்டுக் கிளம்பினோம். ஆனால் நாங்கள் திரும்பிவரும்போது கிட்டத்தட்ட ஒருநாள் கழித்துத்தான் வந்தோம். கோவையிலிருந்து எங்களுடைய பயணம் அப்படியே கேரளா வரை சென்றுவிட்டது. காட்டினுள் சென்றபிறகு எங்கள் நேரத்தையும் வீட்டையும் மறந்துவிட்டோம். ஒருநாள் கழித்து வந்தபோதுதான் தெரிந்தது, நாங்கள் வீட்டில் எதுவுமே சொல்லாமல் சென்றிருக்கிறோம் என்பது.

எப்போதும் மனிதர்களுடன் வாழ்ந்துவிட்டு, ஆளரவமற்ற காட்டுக்குள் தனிமையாக இருக்கும்போது ஏற்படும் பீதியான சூழலை எப்படி எதிர்கொள்கிறீர்கள்?

உண்மையில், காட்டுக்குள் இருக்கும்போது அது, பீதியான சூழலை எனக்கு உருவாக்கிக் கொடுப்பதில்லை. மாறாக, என்னை முற்றிலும் தொலைத்துக்கொள்வது காட்டிற்குள் மட்டும்தான்.

இப்படி காட்டுக்குள் வந்து படம் பிடிக்கிறோம் என அலுத்துக்கொண்டது இல்லையா?

காட்டிற்குள் என்றுமே அலுத்துக்கொண்டது இல்லை. காடு என்பது அப்படியே இருப்பது கிடையாது. காடு ஒவ்வொருநாளும் புதிதாக இருக்கும். காலையில் பார்த்துவிட்டு மீண்டும் அதே இடத்துக்கு மாலை வரும்போது, அந்தக் காடு வேறுவேறு மாதிரியாக இருக்கும். இதுவரை சந்தித்திராத எண்ணங்களை மீட்டெடுக்கும், வேறொரு உணர்வைக் கொடுக்கும். அப்படியிருக்கும்போது, ஒவ்வொருமுறையும் பூத்துக் குலுங்கி அடர்ந்திருக்கிற காடு அமானுஷ்யமாக இருக்கிறது. அலுத்துக்கொள்வதிற்கில்லை.

வனவிலங்கு குறித்து பயமும் உயிர்பயமும் நிரம்பிய நாட்டு வாழ்க்கையிலிருந்து வந்த உங்களுக்கு, மூர்க்கமான விலங்குகளை இயல்பாகப் பார்க்கிற மனநிலை எப்படி உருவானது?

காடுகள், வன விலங்குகளின்மீது அதீத ஆர்வம் கொண்டவர்களுக்கு இயல்பாகவே உயிர் பயமும் மூர்க்கக்குணமும் மனதில் எழுவதில்லை.

அடர்த்தியான கானகத்திற்குள் எந்தநேரத்திலும் திடீரென யானை அல்லது புலி எதிர்ப்படுவதற்கான சாத்தியம் இருக்கிற சூழலில், கையில் காமிராவுடன் பயணிக்கும்போது உங்களுடைய மனநிலைஎப்படியிருக்கும்? அந்த அனுபவத்தைச் சொல்லுங்கள்.

அடர்ந்த காட்டுக்குள், நமக்கும் வனவிலங்குகளுக்கும் இடையே மிகச்சரியான இடைவெளி இருந்தால் எந்தப் பயமும் கிடையாது. அதையும் தாண்டி, சிலநேரங்களில் யானையோ அல்லது கரடியோ எங்களுக்கு மிக அருகில் தென்பட்டிருக்கின்றன. தொடர்ச்சியான பயணங்களால், காட்டில் அந்தமாதிரியான தருணங்களில் எவ்வாறு நடந்துகொள்வது என்பது எனக்குத் தெரிந்திருப்பதால் அதைப்பற்றிய பயமோ, வேறு எதிர்விளைவுகளோ இதுவரை ஏற்பட்டதில்லை. ஒருமுறை, மகாராஷ்டிரா மாநிலம், தடோபா புலிகள் சரணாலயத்தில் ஒரு பண்ணைவீட்டில் தங்கியிருந்தேன். ஒருநாள் மாலை, அந்தப் பண்ணையிலிருந்து சிறிது தூரம் நடந்துவரலாம் என்று தனியாகச் சென்றபோது, பெரிய உறுமல் சப்தம் எதிர்த்திசையிலிருந்து கேட்டது. திரும்பி வந்தபிறகு சிறிதுநேரம் கழித்துத்தான் தெரிந்தது, அது ஒரு புலி என்று. பிறகு, அங்கு பண்ணையில் வேலை செய்தவர்கள் அனைவரும் நான் இருக்கும் இடத்திற்கு ஓடிவந்தார்கள். அவர்கள், ‘அங்கு ஒரு புலி இருக்கிறது, உங்களைப் பார்த்துவிட்டு எச்சரிக்கை செய்கிறது’ என்றனர். பிறகு பணியாட்களுடன் அந்தப் புலியைப் பின்தொடர்ந்து செல்லலாம் என்று, அதன் கால்தடங்களைப் பின்பற்றிச் சென்றோம். ஆனால் அந்தப் புலி, கடைசிவரை எங்கள் கண்ணில் அகப்படவேயில்லை.

மந்தியும் நுழைந்திடாத இருண்ட காடு என்று சங்க இலக்கியத்தில் திணைசார் வாழ்க்கைப் பின்புலத்தில் விவரிக்கப்படும் குறிஞ்சிநிலக் காடுகளும் கானுயிர்களும் இன்னும் தொடரும் என்ற நம்பிக்கை இருக்கிறதா?

சங்க இலக்கியங்களில் காடுகளைப் பற்றியும் விலங்குகளைப் பற்றியும் குறிப்பிட்டிருப்பதைப் பெரிய ஆவணமாக நாம் எடுத்துக்கொள்ளலாம். சில இடங்களில் அதிகமாக மிகைப்படுத்தியும் கூறப்பட்டிருக்கும். ஆனால் சங்க இலக்கியத்தில் கூறப்பட்ட காட்டை இன்றுள்ள காடுகளுடன் ஒருபோதும் ஒப்பிடமுடியாது. நம்முடைய நிலப்பரப்பு இன்று வேறுவடிவமாக மாறிவிட்டது.

குறிப்பாக, 1850 பிரிட்டிஷ் காலனிய ஆதிக்கத்திற்குப் பிறகு குறிஞ்சி நிலப்பரப்பு பெரிய மாற்றமடைந்துள்ளது. பணப் பயிர்களான தேயிலை, காபி தோட்டங்கள்மூலம் காடுகள் பெரிய அளவில் அழிக்கப்பட்டிருக்கின்றன. தற்போது, ஒவ்வொரு பத்து ஆண்டுகளிலும் கணிசமான அளவில் காடு சுருங்கி அழிந்துகொண்டேயிருக்கிறது.

ஒற்றைக்கொம்பன் என்று அழைக்கப்படுகிற யானையைப் படம்பிடித்த அனுபவம் குறித்து...

உண்மையில், அது கொம்பன் யானை கிடையாது. தற்போது, மூர்த்தி என்று அழைக்கப்படும் தந்தம் இல்லாத ஆண் யானை, 1998ஆம் வருடத்தில் தமிழகம், கர்நாடகம், கேரள வனப்பகுதிகளை ஒட்டியுள்ள பகுதிகளில் சுற்றித் திரிந்தது. அந்த யானை, சுமார் 23 பேரை கொன்றதாகக் கூறப்படுகிறது. பெரும் சிரமத்திற்கு இடையில் அந்த யானை பிடிக்கப்பட்டு பிறகு பழக்கப்படுத்தப்பட்டது. அந்த யானையைப் படம் பிடிக்க வேண்டும் என்பது எனது நீண்டநாள் ஆசை. கிட்டத்தட்ட, எட்டு வருடங்களுக்குப் பிறகு சமீபத்தில்தான் அந்த யானையைப் படம்பிடித்தேன். தற்போது முதுமலை யானைகள் முகாமில் உள்ள இருபதுக்கும் மேற்பட்ட யானைகளில் மிகவும் சாதுவான ஒரு யானை என்றால் அது மூர்த்தி யானை மட்டுமே. அது உடல் முழுக்கக் குண்டடிபட்ட காயங்களுடன் சாதுவாக, அனைவரிடமும் இயல்பாகப் பழகிக்கொண்டு இருக்கிறது. என்னிடம் பாசத்துடன் நெருங்கிப் பழகிய மூர்த்தியின் துதிக்கையைக் கட்டிப் பிடித்து முத்தமிட்டேன். அது அன்புடன் என் நெருக்கத்தை ஏற்றுக்கொண்டது.

யானைக்கூட்டம், முதிய பெண் யானையின் தலைமையில் இடம் பெயர்ந்திடும்போது நீங்கள் அவதானித்த முக்கியமான விஷயங்கள்.

யானை ஒரு சமூக விலங்கு. ஒரு யானைக் கூட்டத்தைத் தலைமையேற்று நடத்துவது ஒரு பெண் யானைதான். கூட்டத்தைக் கட்டுப்படுத்துவது, கட்டளையிடுவது, வழிகளைத் தேர்வுசெய்வது, நீர்நிலைகளைக் கண்டுபிடிப்பது என அனைத்துக்கும் மூலமே அந்தத் தலைமைப் பெண் யானைதான். நாங்கள் காட்டிற்குள் செல்லும்போது ஏதேனும் யானைக் கூட்டத்தைக் கண்டால், முதலில் தேடுவது அந்தத் தலைமைப் பெண் யானையைத்தான். அது இடுகிற கட்டளைக்கு அடிபணிந்து கூட்டத்திலுள்ள மற்ற யானைகள் நகரும்.

கானகத்தில் வாழ்கிற பழங்குடியினர் காட்டையும், வனவிலங்குகளையும் இயல்பாக எதிர்கொள்வதுபோல உங்களுடைய செயல்பாடுகள் இருக்கின்றனவா?

வனத்திற்குள் இருக்கும் பழங்குடியினருடன் நம்மை சேர்த்துப் பார்க்கவே முடியாது. அவர்களின் நுண்ணறிவு தனியானது. விலங்குகளின் தடங்கள், சத்தம், காலம், வாசனை போன்றவற்றின்மூலம் காடுகளை நன்கு அறிந்தவர்கள். அவர்களோடு ஒருபோதும் நம்மை ஒப்பிடமுடியாது.

காட்டுக்குள் தலைமுறைகளாக வாழ்ந்துவருகிற பழங்குடியினரின் விலங்குகள்குறித்த அனுபவ அறிவு, உங்களுடைய நிழற்படத் தொழிலுக்குப் பயன்படுகிறதா?

நான் தற்போது செய்துவரும் மனிதன்xபுலிகள், மனிதன்x யானைகள் மோதல்பற்றிய புரிதலுக்கு, வனத்தில் இருக்கும் பழங்குடியினரின் அனுபவங்கள் முக்கியக் காரணியாக உள்ளன. தற்போது, பழங்குடியினருக்கு ஏற்பட்டுள்ள வாழ்வியல் மாற்றங்கள், காட்டுக்குள் ஏற்படும் மாறுதல்கள், விலங்குகளிடம் ஏற்பட்டிருக்கிற எதிர்வினைத்தன்மைகள் அனைத்தையும் கற்றுக்கொள்வது பழங்குடியினரிடமிருந்து மட்டுமே.

கானகத்து விலங்கைப் பிடித்து, எப்படிப் பழக்கினாலும் அது மனிதர்களுடன் எப்பொழுதும் இயல்பாகப் பழகிடுமா?

காட்டு யானையொன்று, ஊருக்குள் நுழைந்து மனிதர்களைக் கொல்லும்போது, உயிர்சேதத்தைத் தவிர்ப்பதற்காக யானைகளைப் பிடித்து கூண்டில் அடைத்துப் பழக்கப்படுத்துகிறார்கள். இதில் குறும்பர்கள், காட்டுநாயக்கர், மலர்சர் போன்ற தொல்குடிப் பழங்குடியினர் ஈடுபடுகின்றனர். அவர்கள் பல நூற்றாண்டுகளாக யானைகளைப்பற்றி நன்கு அறிந்தவர்கள். கிட்டத்தட்ட, பலரைக் கொன்றுகுவித்த யானையை ஒருசில மாதங்களில் எளிதாகப் பழக்கி, கூண்டிலிருந்து வெளியே எடுத்துவிடுகின்றனர். இதேபோல் எல்லா விலங்குகளையும் பழக்கப்படுத்த முடியாது.

ஒவ்வொரு ஆண்டும் யானைகளால் அடித்துக்கொல்லப்படுகிற மனிதர்களின் எண்ணிக்கை கணிசமாக அதிகரிக்கிறது. ஆண்டுதோறும் யானைக்கூட்டம் செல்கிற வழித்தடத்தை மறித்து, தோட்டமும் ரிசார்ட்டுகளும் உருவாக்கியும், மின்வேலி அமைத்தும், தண்டவாளங்களில் ரயில்களை இயக்கியும்

ஒவ்வொரு ஆண்டும் நூற்றுக்கணக்கில் கொல்லப்படுகிற யானைகள்குறித்து உங்கள் கருத்து என்ன?

இயற்கையால் படைக்கப்பட்ட, உலகின் அபூர்வமான விலங்குகளில் ஒன்று யானை. புவியின் நிலப்பரப்பில் வாழும் பெரிய உருவம் கொண்டதும், அறிவாற்றல் கொண்டதும், சமூக கட்டமைப்புகளைக்கொண்டு குழுக்களாக வாழக்கூடியவற்றில் யானைகள் முக்கியமானவை. உலகிலுள்ள, சுமார் ஐந்து லட்சம் யானைகளில் 50 ஆயிரம் யானைகள் ஆசிய வகை யானைகளாக உள்ளன. ஆசியக் கண்டத்தில், சுமார் 14 நாடுகளில் ஆசிய யானைகள் வசிக்கின்றன. இந்தியத் துணைக்கண்டம் ஆசிய நிலப்பரப்புடன் இணைந்தபோதுதான், மேற்கு ஆசியாவிலிருந்து யானைகள் இந்திய நிலப்பரப்புக்குள் நுழைந்து வந்ததாக வல்லுநர்கள் கருதுகின்றனர். இந்தியாவில், சுமார் 150 ஆண்டுகளுக்குமுன்பு, காலனி ஆதிக்கத்தால் ஆரம்பிக்கப்பட்ட காடுகள் அழிப்பின் பெரும்விளைவுகளையும் சிக்கல்களையும் இன்று யானைகள் எதிர்கொண்டுள்ளன. வேட்டை, காடுகளை அழிப்பதால் ஏற்படும் உணவுத் தட்டுப்பாடு, மனிதன்x யானை மோதல்கள்தான் யானைகளுக்குப் பெரும் சிக்கலாகியுள்ளன.

யானைகள் குழுக்களாக வாழக்கூடிய சமூக விலங்கு. அவை உணவைத் தேடிச்செல்லும் நாடோடிகள்போல தொடர்ந்து நகர்ந்துகொண்டே இருப்பவை. மற்ற விலங்குகள்போன்று பாதுகாக்கப் பட்ட, வரையறுக்கப்பட்ட வனப்பகுதிக்குள் மட்டும் வாழக்கூடியவை அல்ல. அவை பருவகால மாற்றத்திற்கு ஏற்றாற்போல் தொடர்ந்து நகர்ந்துகொண்டே இருக்கின்றன. சிலநேரங்களில் இந்த நகர்தல் வலசையாக மாறுகிறது. வடகிழக்குப் பருவமழை, தென்மேற்குப் பருவமழைதான் யானைகள் வலசை போவதற்கு முக்கியக் காரணியாக உள்ளன.

யானைகள் நிலப்பரப்பு, யானைகளின் வழித்தடம், யானைகளின் வாழ்விடம், யானைகள் காப்பகம், யானைகளின் பாதைகள் என்று, யானைகள் வாழும் பகுதிகள் பலவாறாக பிரிக்கப்படுகின்றன. இந்தியாவின் தொடர் காடுகள் அழிப்புக்கும் இந்தியாவின் தொழில் வளர்ச்சியின் அசுரப்பசிக்கும் இரையானவை பெரும்பாலும் யானைகளின் வாழிடமான நிலப்பரப்புகள் ஆகும். கடந்த ஐந்து வருடங்களில், சுமார் 50% யானைகளின் நிலப்பரப்பு அழிக்கப் பட்டுவிட்டது. சுமார் 75% யானைகளின் எண்ணிக்கையும் குறைந்து விட்டது. அழிக்கப்பட்ட தன் நிலப்பரப்பை உணவுக்காக மீண்டும்

ஈடுசெய்ய, மனிதர்களின் வாழ்விடத்தைப் பகிர்ந்துகொள்ள முயலு கின்றன யானைகள். மனிதர்களும் தங்கள் விளைநிலத்தைப் பாதுகாக்க யானைகளுடன் போராடவேண்டிய நிலை ஏற்பட்டுள்ளது. இது, மனிதர்கள்x யானைகள் மோதலாக இன்று மாறியுள்ளது.

காட்டுக்குள் போடப்படும் சாலைகள், அணைகள், ரயில் பாதைகள், கனிமச் சுரங்கங்கள், விளைநிலங்கள், பண்ணைகள், மின்வேலிகள் போன்றவைகளால் யானைகளின் வாழிடம், துண்டுதுண்டாக மாற்றப்பட்டுள்ளது. மனிதர்களின் பேராசையால், யானைகளின் பாரம்பரியமான தொடர் வலசைப் பாதைகள் அழிக்கப்பட்டுவிட்டன. ஒரு பெரும்பரப்பில் நகர்ந்து, நீரையும் உணவையும் தேடி, விதைகளைப் பரப்பி, சிறு விலங்குகளுக்குப் பாதைகளை அமைத்துக் கொடுத்துவந்த பெரிய உயிரினமான யானைக் கூட்டங்கள், சிறுசிறு துண்டுகளான பகுதிக்குள் அடைக்கப்பட்டுவிட்டன. இதனால் அவை விளைநிலங்களால் எளிதாக ஈர்க்கப்படுகின்றன. விளைநிலங்களில் எளிதாகக் கிடைக்கும் அதிகமான உணவுகளால் யானைகளின் இயற்கைக் கட்டமைப்பான நகருதல் எனும் தன்மை முற்றிலுமாகக் குலைக்கப்பட்டுள்ளது.

யானைகள் தங்கள் நிலப்பரப்பின் இருத்தலை நிலை நிறுத்தவும், தொடர்ந்து மனிதர்களால் ஏற்படும் தொடர் அச்சுறுத்தல்களாலும் மனிதர்களைத் தாக்க முயலுகின்றன. தொடர்ந்து மனித உயிர்களுக்கு ஆபத்து ஏற்படுத்தும் யானைகள் வனத்துறையினரால் வேறு காடுகளுக்கு இடமாற்றம் செய்யப்படுகின்றன. சிலநேரங்களில், சில யானைகள் பிடிக்கப்பட்டுக் கூண்டுகளில் அடைத்துவைத்துப் பயிற்சியளிக்கப்பட்டு, கும்கி யானைகளாக மாற்றப்படுகின்றன. நீலகிரியின் பூர்வகுடிகளான குறும்பர்கள், காட்டு நாயக்கர்கள் யானைகளைப் பழக்குகிற தொழிலைப் பாரம்பரியமாகச் செய்து வருகின்றனர். கும்கி யானைகள், உணவுதேடி ஊருக்குள் நுழையும் காட்டு யானைகளை விரட்டவும், தொடர்ந்து மனித உயிர்களுக்கு ஆபத்து ஏற்படுத்தும் காட்டு யானைகளைப் பிடிப்பதற்கும், அவற்றுக்கு பயிற்சி அளிப்பதற்கும் உதவுகின்றன. ஒவ்வொரு வருடமும் யானைகளால் 500 மனிதர்கள் கொல்லப்படுகின்றனர். மனிதர்களால் 250 யானைகள் கொல்லப்படுகின்றன.

காட்டில் வாழ்கிற யானையைக் கோயிலில் கட்டிவைத்திருப்பது சித்ரவதை இல்லையா? வனவிலங்குகளில் பெரிய உருவம் படைத்த யானைக்கும் கோயிலுக்கும் என்ன தொடர்பு?

முன்பு, முகாம்களில் இருந்த வளர்ப்பு யானைகளை ஒரே இடத்தில் வைத்துப் பராமரிக்க முடியாத காரணத்தால், அவை கோயில்களில் கொடுக்கப்பட்டுப் பராமரிக்கப்பட்டன. ஆனால் இன்று, கோயில்களுக்காகவே யானைகளை வாங்கி வருகின்றனர். ஒரு யானை, நாள் ஒன்றுக்கு சுமார் 100 கிலோ இலைதழைகளை உண்டு 150 முதல் 200 லிட்டர் வரையிலான நீரைத் தேடி அலையவேண்டியிருக்கிறது. அதற்காக ஒரு நாளில், சுமார் 20 கிலோமீட்டர் தொலைவிற்கு நடந்தாக வேண்டும். யானைகளின் உருவமைப்பு தொடர்ந்து நடந்துசெல்வதற்கு ஏற்றபடி அமைந்திருக்கிறது. ஆனால் கோயில்களில் வளர்க்கும் யானைகளுக்கு நகருதல் என்ற நிலை அற்றுப்போய்விட்டது. கோயில் யானைகள் ஒரே இடத்தில் நிற்பது, கடினமான தரையில் படுத்திருத்தல் காரணமாக, அவற்றுக்கு உடல் சார்ந்த பிரச்சனைகள் ஏற்படுகின்றன. இந்தியாவில் சுமார் 2000 வளர்ப்பு யானைகள் இருப்பதாகக் கூறப்படுகிறது. அதில் கோயில் யானைகளின் நிலை மிகவும் பரிதாபம். வயதான காலத்தில் அவை, கடுமையாக நோய்வயப்பட்டு உயிரிழக்கின்றன. யானைகளைப் பற்றிய மரபான அறிவும், அறிவியல்பூர்வமான அணுகுமுறையும் இல்லாத பாகன்கள் பராமரிப்பதால், நிலைமை இன்னும் மோசமாகிறது.

தாயைப் பிரிந்த யானைக் குட்டியை இன்று வனத்துறையினர் எப்படி வளர்க்கின்றனர்?

வனத்தை ஒட்டிய மக்கள் குடியிருப்புப் பகுதிகளில், தாய் விட்டுச்சென்ற குட்டி யானைகள் தமிழகத்தின் பூர்வகுடி பழங்குடிகளான இருளர்கள், காட்டுநாயக்கர்கள் போன்றோரின் பராமரிப்பில் முதுமலை, ஆனைமலை பகுதியில் உள்ள யானைகள் முகாம்களில் வளர்க்கப்பட்டு வருகின்றன. கிட்டத்தட்ட, இறக்கும்தறுவாயில் இருக்கும் குட்டி யானைகளைக்கூட இந்தப் பழங்குடியினர்கள் காப்பாற்றிவிடுகின்றனர். அவர்கள் யானைக் குட்டிகளைப் பராமரிப்பதற்கு முன்னர் கோயில்களுக்குக் காணிக்கை செலுத்தி, விரதமிருந்து பெற்றுக்கொண்டு வளர்த்து வருகின்றனர். அவர்கள், நாள் ஒன்றுக்கு சுமார் எட்டு முதல் பன்னிரண்டு மணி நேரம்வரை யானைகளுடன் தங்கள் நேரத்தைச் செலவழிக்கிறார்கள்.

புலியைப் படம் பிடிப்பதில் உங்களுக்கு ஏற்பட்ட அனுபவங் களைச் சொல்லுங்கள்.

ஒவ்வொருவருமே, குறிப்பிட்ட ஒன்றைச் சிந்திக்க அடிப்படையாக இருப்பது சிறுவயதில் ஏற்பட்ட தாக்கங்களாகவே இருக்கும்.

ஏதாவது ஒரு சம்பவம் நினைவில் பொதிந்துவிடும். அதுவே பின்பு, அதுசார்ந்த தேடலின் விளைவாகப் பலன் கிடைக்கும். அந்த வழியில்தான் எனக்கும் சிறுவயதில் டி.வி.யில் பார்த்த புலியைப் பற்றிய டாக்குமென்டரி தாக்கத்தை ஏற்படுத்தியது. அப்போது ஏற்பட்ட ஆச்சரியம், அதில் நான் பார்த்த புலியின் கம்பீரம் வார்த்தைப்படுத்த முடியாதது. தனிக்காட்டுக் கோட்டைக்குள் ஒரு ராஜாவாக அது வீற்றிருக்கும்விதம் மிக அழகானது. அது நடந்துசெல்லும்விதம், பார்வை என என் மனதில் முழுமையாய் நின்றுவிட்டன. அப்போது ஒரு ஆசை துளிர்த்தது. இப்படியான ஒரு புலியை நேரில் பார்த்துவிட வேண்டும் என போட்டோகிராபராக மாறியபிறகு அதைப் படம் எடுக்கவேண்டும் என மாறியதும் இப்படி அதன் தொடர்ச்சியை உணரமுடிந்தது. அதற்காக காட்டுக்குள் பத்து வருடம் அலைந்தும் பயனில்லை. புலி கண்ணில் சிக்கவும் இல்லை.

யானைகள் குறித்த ஆய்வு செய்துகொண்டிருந்தபோது முதுமலையில் இருந்தேன். அப்போது வால்பாறையிருந்து ஒரு தகவல் வந்தது, ஊருக்குள் புலி புகுந்துவிட்டதாக. அதற்கு மயக்க ஊசி போட்டுப் படம் பிடிக்க என்னையும் உடன் அழைத்தனர். அப்போதுதான், பத்து வயதில் நான் பார்த்த புலியை இருபத்தைந்து வருடம் கழித்து 2012இல் சந்தித்தேன். மாலை ஆறு மணியிருக்கும். மழைபெய்த ஈரமும் சாரலும் இருந்தது. மயக்க ஊசி போடும் துப்பாக்கியோடு டாக்டர், 200 வனத்துறையினர், ஆயிரத்திற்கும் மேற்பட்ட பொதுமக்கள் கம்புகளோடு நிற்கின்றனர். இப்படியான ஒரு காட்சியை நினைத்தே பார்க்கவில்லை. ஒரு வீட்டிற்குப் பின்புறம் சேற்றில் உருண்டு, புலிக்கான வரிகளே தெரியாமல் எலும்பும் தோலுமாக, வீதியில் நோயில் கிடக்கும் நாய்போன்ற தோற்றத்தில் கிடந்தது. அது சாப்பிட்டு ஒரு மாதத்திற்குமேல் ஆகியிருக்கும். நான் சிறுவயதில் பார்த்த புலியோடு இதனைச் சிறிதும் ஒப்பிட முடியவில்லை. அந்த ஆச்சரியம் வீழ்ந்து பெரும் ஏமாற்றம் ஏற்பட்டது. மட்டுமல்லாமல், அங்கு புலியுடன் மோதுவதற்காகக் கட்டை, கம்புகளோடு காத்திருக்கும் கோபமான மக்கள். எனக்கோ, 25 வருடக் கனவான புலியைப் பார்க்கவேண்டும் என்பது, இப்படி முரண் நிறைந்த காட்சியாக உணர்ந்தேன். அப்போதுதான் ஒன்று தோன்றியது - புலியின் இன்னொரு பக்கத்தையும் படம் எடுக்கவேண்டும் என்ற தூண்டுதல். அங்குக் கிடைத்த சில பதிவுகள், புலி குறித்த பார்வையை மேலும் விரிவாக மாற்றின.

கம்பீரமான ராஜாவாக இருக்கும் எனது கனவுப் புலியை தேடியதன் விளைவு, எனக்கு வேறு ஒன்றைக் கற்றுக்கொடுத்தது. அதுதான், புலிகளின் மறுபக்கத்தை அறிய உதவியது. அதில் எனது சுந்தரவனக் காடுகள் பயணம் இன்னும் நிறைய அனுபவங்களைத் தந்தது. அங்கு அன்பூர் எனும் கிராமத்தில் தங்கி ஆய்வுகள் செய்தேன். அதுதான் மனிதனுக்கும் புலிகளுக்கும் மோதல் அதிகம் நிகழும் பகுதியாகும். இங்கு வருடத்திற்கு 35 நபர்கள், புலிகளால் சாகிறார்கள் என்பது யதார்த்தம். ஐந்து நாட்கள் தங்கியிருந்தேன். போட்ஹவுஸ் செல்லும்போது ஒரு தகவல் கிடைத்தது. இப்போதுதான் ஒரு புலி ஆளை அடித்துவிட்டது என்றனர். உடனே சென்று பார்த்தேன். ஒருவரின் தலையில் புலி கவ்வி காயப்படுத்தியிருப்பது தெரிந்தது. விசயம் என்னவென்றால், அவரின் தம்பிதான் அந்தப் புலியுடன் சண்டையிட்டு அவரைக் காப்பாற்றியிருக்கிறார். இதேபோல், புலிகளுடன் சண்டையிட்டுத் தப்பித்த பத்து நபர்களைச் சந்தித்தேன். ஒவ்வொரு நபருக்கும் ஒரு கதை இருப்பது தெரிந்தது. நான் செய்யும் 'புலி ஸ்டோரி' வேறு ஒன்றாக மாறுகிறது என்பதை அங்குதான் அறிந்தேன். இப்படியான பயணம் தொடர்ந்தது. கடலோரக் காடு. அருமையான ஃபோட்டோகிராபருக்குத் தேவையான லேண்ட்ஸ்கேப், புலியையும் மனிதரையும் பிரிக்கும் வேலி. நல்ல படங்கள் கிடைத்தன. கங்கையின் கழிமுகப்பகுதியில் ஆறு மணி நேரத்தில் தண்ணீர் இறங்கிவிடும், பிறகு ஏறிவிடும் இரத்தநாளங்கள் சுருங்கி விரிவதைப்போல. அங்கு படகில் போய்க்கொண்டிருக்கும்போதே நீர் வற்றிவிடும். அவர்கள் உடனே அந்த இடத்திலேயே படகைக் கட்டிவிட்டுச் சகதியாக இருக்குமிடத்தில் மீன்கள், நண்டுகளைப் பிடிப்பர். அதுபோலவே, புலிகளும் அந்தச் சமயத்தில்தான் இரையைத் தேடும். புலியானது மான்களையும் வேட்டையாடும், மனிதனையும் வேட்டையாடும். அங்குள்ள புலிகளில் பத்தில் ஒரு புலி ஆட்கொல்லிப் புலி.

இதன் தொடர்ச்சியாக, தடோபபா என்ற ஊர். அது புலிகள் அதிகம் வாழும் பகுதி. மொத்தம் 110 புலிகள் உள்ளன. 68 புலிகள் வரையறுக்கப்பட்ட காட்டிலும், ஊரும் காடுமாக உள்ளதில் 48 புலிகளும் இருக்கின்றன. வீட்டுப் பூனைகள் வாழ்வதுபோல புலிகள் வாழ்கின்றன. அவை அங்குள்ள ஆடு, மாடுகளை இரையாக்குகின்றன; தவறும்போது மனிதரையும் இரையாக்குகின்றன.

இதேபோல, கூடலூர் பகுதியில் ஒரு பெண்ணைக் கொன்றுவிட்டபோது ஊரில் ஒரே கலவரம். பொதுமக்கள் பீதி

என்றும், கோபம் என்றும் ஊடகங்களில் செய்தி வெளியானது. ஆனால் உண்மை அது இல்லை. அங்குள்ள ஹோட்டல் உரிமையாளர்கள் செய்த கலவரம்தான் அது. பாதிக்கப்பட்டவர்கள் கலவரம் செய்வதில்லை. காடுகள்பற்றின தவறான புரிதல்களைப் பரப்புகின்றனர். எல்லாமே ஆக்கிரமிப்பு வியாபாரம்தான். களம் செல்லும்போது அங்கு உண்மையான நிலை வேறாக இருக்கிறது. ஊர் பெருக்கமாகி, விரிவடையும்போது அதிகமாக தாவர உண்ணிகள் குறைகின்றன. ஆக, புலிகளுக்கு எல்லையும் பிரச்சினையாகிறது. இரைக்காக, ஒரு எல்லைக்குள் புலிகளுக்குள் சண்டை ஏற்படும். தோற்கும் புலி, வழியில்லாமல் ஊருக்குள் வந்துவிடுகிறது. இதுவே மனிதனுக்கும் புலிக்குமான மோதலாக மாறுகிறது. ஆனால் மனிதன்தான் பிரச்சினையின் மூலக்காரணமாக இருக்கிறான் என்பதை அறியமுடிகிறது. நான் கண்ட அத்தனை காடுகளிலும் இதைப் பதிவுசெய்ய முடியும். ஆவல், ஆர்வம், ஆச்சரியம் இந்த மூன்றையும் ஒருபோதும் இழந்துவிடக்கூடாது. அறிவதில் ஆவல், செயல்படுவதில் உற்சாகம், பார்ப்பதில் எப்போதுமே ஆச்சரியம் என, குழந்தைக்குரிய பார்வையோடு குழந்தைமையை அடையும்போது கலையின் பரிணாமத்தில் சிக்கல் இல்லை. முதலில் சுயமாக இருக்கவேண்டும்; பிறகு ஈடுபடுவதில் உண்மையாக இருக்கவேண்டும். இயற்கைதான் பிடிக்கும் எனில், அதில் உண்மையாக இருப்பது முக்கியமானது. மீண்டும் புலிக்கே வருகிறேன். என் குழந்தைப் பருவத்தில் பார்த்து வியந்த புலிதான் இன்றுவரை ஆர்வம் குறையாமல், வியப்புக் குறையாமல் என்னை நகர்த்துகிறது என்பது ஒருவகையில் வேடிக்கையானது இல்லையா?

> **நீங்கள் உலகளவில் சிறந்த புகைப்படத்திற்கான விருது பெற்றிருப்பது அறிந்து மிக்க மகிழ்ச்சி. அந்தக் குறிப்பிட்ட படமெடுத்த சூழல்பற்றிச் சொல்லுங்கள்.**

எனக்கு தற்போது கிடைத்துள்ள அங்கீகாரம் உலகின் மிகப்பெரிய புகைப்பட அமைப்பான World press photo talent program என்னும் பிரிவில் கிடைத்துள்ளது. உலகிலிருந்து தேர்வு செய்யப்பட்ட 36 புகைப்படக் கலைஞர்களில், ஆசியாவிலிருந்து தேர்வு செய்யப்பட்ட ஆறு புகைப்படக் கலைஞர்களில் ஒருவராக என்னைத் தேர்ந்தெடுத்துள்ளனர். இதன்மூலம், என்னுடைய படைப்புகளை உலகளவில் உள்ள புகைப்பட திருவிழாக்கள், ஏனைய அமைப்புகளுடன் பகிர்ந்துகொண்டு, என்னை வெளிக்கொண்டுவருவதற்கு உதவி செய்கிறார்கள். கிட்டத்தட்ட ஏழு

வருடங்களாக நான் செய்துவரும், புலிகளுக்கும் மனிதர்களுக்கும் இடையிலான மோதல்களைப் பற்றிய படைப்புகளும் தற்போது செய்து வரும் யானைகள் பற்றிய பதிவுகளும் தேர்வு செய்யப்பட்டுள்ளன.

காட்டில் காத்திருந்து, சிரமப்பட்டுப் படம் பிடிப்பதில் சலிப்பு ஏற்பட்டால் என்ன செய்வீர்கள்? வனவிலங்கு தவிர்த்து தாவரங்கள், நீரோடைகள், பேரமைதி குறித்துச் சொல்லுங்கள்.

காட்டுக்குள் இருக்கும்போது சலிப்பு ஏற்படாது. உண்மையைச் சொல்லவேண்டுமென்றால், சிலநேரங்களில் புகைப்படம் எடுப்பதற்குக்கூட தோன்றாது. பலமுறை, நான் காட்டுக்குள் சென்று விட்டு ஒரு படம்கூட எடுக்காமல் திரும்பி வந்திருக்கிறேன். இங்கு காடுதான் மூலம். புகைப்படம் ஒரு பொருட்டேயல்ல. உண்மையில், பெருங்காட்டின் கனவுத்தன்மையைப் புகைப்படத்தில் பதிவுசெய்ய முடியாது.

இந்திய வனத்துறையினரின் காட்டுயிர்களைப் பாதுகாப்பதற்கான முயற்சிகள் நம்பிக்கை அளிக்கின்றனவா?

வனத்துறை என்பது, அரசு இயந்திரத்தின் செயல்படும் ஒரு இலாகா. ஆனால் அனைத்து வளர்ச்சித் திட்டங்களுக்கும் எதிராக நிற்கவேண்டிய பொறுப்பில் வனத்துறை இருக்க வேண்டியிருக்கிறது. பொறுப்பற்ற, காலம் தாழ்த்திய செயல்களால் காட்டுயிர்களும் இயற்கை வளங்களும் காப்பாற்ற முடியாமல் போகின்றன. அதேநேரத்தில் துணிச்சலான, நேர்மையான அதிகாரிகளின் நவீனச் சிந்தனைகளாலும், கடைநிலைப் பணியாளர்களின் அயராத உழைப்பாலும் காட்டின் இயற்கை வளங்கள் காப்பாற்றப்படுகின்றன.

கானுயிர்களைப் படம்பிடிக்க விரும்புகிற இளைஞர்களுக்கு என்ன சொல்ல விரும்புகிறீர்கள்?

காடு எப்போதும் முடிவற்ற மர்மங்களால் நிரம்பித் ததும்புகிறது. காட்டின் அற்புதங்களில் நீங்கள் பயணிக்கையில், இயற்கைக்கும் உங்களுக்குமான உறவு புலப்படுகிறது. காட்டில் செழித்திருக்கிற தாவரங்களும் உயிரினங்களும் அலுக்காதபோது, காட்டுவாசியாக நீங்கள் மாறும்போது, வாழ்கிற வாழ்க்கையைப் புரிந்துகொள்ள முடியும். இப்போதுகூட, எனது புலி ப்ராஜக்ட் அடங்கிய ஹார்டு டிஸ்க் காணாமல் போய்விட்டால் பெரிதாய்க் கவலைப்பட ஒன்றுமில்லை. காரணம், அதைச் சாக்காக வைத்துக்கொண்டு மீண்டும் காட்டுக்குள் ஆச்சரியம்தரும் புலியைத் தேடி அலைவதுதான்

ஆனந்தம். எப்படியான தொழில்நுட்பம் வந்தாலும் சவால்கள் வந்தாலும் கலைஞனுக்குரிய அடிப்படையான குணாம்சத்தைத் தக்கவைத்துக்கொண்டால் கலையின் சிறகுகள் சிறகடிக்கும். இன்று, ஒரேநாளில் எத்தனையோ கோடிக்கணக்கான படங்கள், இணையதளத்தில் பதிவேற்றப்படுகின்றன. அவை எல்லாமே படங்கள்தானா? அவற்றுக்குரிய வரையறை என்ன? அந்தப் படங்களுக்கு நடுவே நீங்கள் எடுக்கிற படங்கள் எத்தகைய ஆச்சரியத்தைத் தாங்கியுள்ளன என்பதுதான் முக்கியமான சவால்.

- நிலவெளி, ஜூன், 2019

ந.முருகேசபாண்டியன் எழுதிய நூல்கள்

தமிழ் மொழிபெயர்ப்பில் உலக இலக்கியம் (2004)
என் இலக்கிய நண்பர்கள் (2006)
திராவிட இயக்க வளர்ச்சியில் கலைஞரின் நாடகங்கள் (2007)
எங்கே செல்கிறது தமிழ்க் கவிதை? (2018)
நவீனப் புனைகதைப் போக்குகள் (2014)
மொழிபெயர்ப்பியல் (2015)
தமிழர் வாழ்க்கையும் திரைப்படங்களும் (2016)
போதையின் நிழலில் தடுமாறும் தமிழகம் (2016)
தமிழ்ப் பண்பாட்டு அடையாளங்கள் (2016)
பழந்தமிழ் இலக்கியத்தில் விளிம்புநிலையினர் (2017)
புனைவு எழுத்துகளின் மறுபக்கம் (2017)
கிராமத்து தெருக்களின்வழியே (2017)
காற்றில் மிதக்கும் சொல்லாத சேதிகள் (2018)
கலைஞர் என்றொரு ஆளுமை (2018)
மறுவாசிப்பில் செவ்வியல் இலக்கியப் படைப்புகள் (2018)
நவீன சிறுகதைப் படைப்பளுமைகள் (2023)
மறுவாசிப்பில் தமிழ் நாவல்கள் (2023)

தொடர்புக்கு: *murugesapandian2011@gmail.com*
அலைபேசி: *9443861238*